THÍCH NHƯ ĐIỂN

NƯỚC ÚC TRONG TÂM TÔI

VIÊN GIÁC
TÙNG THƯ

Viên Giác Tùng Thư
2023

NƯỚC ÚC TRONG TÂM TÔI

Viên Giác Tùng Thư

Tái bản lần thứ nhất: 2023
Xuất bản lần đầu: 2016
Chịu trách nhiệm xuất bản: Nguyên Đạo
Biên tập: Phù Vân
Kỹ thuật: Nhuận Pháp
Bìa: Nguyên Minh

MỤC LỤC

LỜI THƯA

NHÂN LẦN TÁI BẢN NĂM 2023

Sách "Nước Úc trong tâm tôi" này được xuất bản lần đầu vào năm 2016 tại Úc. Sách đã được độc giả đón nhận nồng nhiệt - nhất là các Phật tử đã biết tác giả là Hòa Thượng Thích Như Điển tại Úc Đại Lợi. Từ đó đến nay tuy có nhiều người hỏi nhưng Viên Giác Tùng Thư chưa có cơ hội để tái bản.

Cuối năm 2022, sau mấy năm đại dịch Covid, Tu Viện Quảng Đức tại Melbourne Úc, nhân dịp Lễ Kỷ niệm 32 năm thành lập Tu Viện đã đứng ra tổ chức Lễ Hiệp Kỵ Lịch Đại chư Tổ Sư và Về Nguồn lần thứ 12, từ ngày 13 đến ngày 16 tháng 10 năm 2022. Đã có hơn 120 chư Tôn Thiền Đức từ khắp nơi trên toàn thế giới cộng thêm đông đảo Cư sĩ Phật tử khắp năm châu bốn bể vân tập về Tu Viện Quảng Đức để tham dự các cuộc Hội thảo cũng như các buổi Lễ (xem thêm bài viết "Ăn quả nhớ kẻ trồng cây, Uống nước nhớ người đào giếng" của tác giả ở cuối sách).

Từ quê nhà, Đức Trưởng Lão Hòa Thượng Thích Tuệ Sỹ, Chánh Thư Ký kiêm Xử Lý Viện Tăng Thống đã có lời Đạo Từ (qua lời tuyên đọc của HT Thích Như Điển, Đệ Nhị Chủ Tịch GHPGVN Thống Nhất Âu Châu, Chánh Thư Ký Hội Đồng Hoằng Pháp và Hội Đồng Phiên Dịch Tam Tạng Lâm Thời):

Thật là một nhân duyên lớn để có ngày hôm nay, nhân duyên lớn để cảm nghiệm uy đức chúng Tăng hòa hiệp; chúng Tăng trong và ngoài nước, từ các châu lục cùng vân tập về trong ngày Hội này, ngày ***Hội Về Nguồn*** *với tất cả ý nghĩa sâu xa của từ ngữ. Về nguồn, để hòa mình trong dòng suối truyền thống bao dung nhân ái. Về nguồn, để thắp sáng ngọn đèn Chánh pháp, thắp sáng tâm tư của chúng đệ tử Phật bước đi không lạc lối, để không bị mê hoặc bởi hư danh và lợi dưỡng, những cặn bã dư thừa mà quyền lực thế gian ban cho; để không mất tín tâm bất hoại nơi Thánh đạo xuất thế mà sẵn sàng khuất thân nô dịch cho bạo lực thế gian. Về nguồn, để chúng đệ tử Phật cùng hỗ tương sách tấn, cùng hòa hiệp trong bản thể thanh tịnh của Tăng-già, vì sự tăng ích và an lạc của tự thân và của nhiều người, của Chư thiên và nhân loại. Mỗi dân tộc có những ngày hội truyền thống đặc biệt cho những biến cố lịch sử vui hoặc buồn, trong vinh quang hoặc khổ nhục. Chúng đệ tử xuất gia của Đức Thế tôn, những người đã dứt khoát với những buồn vui thế tục, chỉ tĩnh tâm cho một niềm vui duy nhất; niềm vui của hỷ lạc phát sinh từ Chúng Tăng thanh tịnh hòa hiệp, để là nơi quy hướng và sở y cho một thế giới bất an bị bao phủ trong hận thù, nghi kỵ. Cũng có những thời đại, khi mà những biến cố lịch sử đảo điên của một dân tộc đã lôi cuốn chúng đệ tử Phật cùng chung nghiệp hữu lậu theo dòng xoáy bộc lưu, cùng chìm nổi trong thăng trầm, vinh nhục; cũng có khi mà các Thiền sư, những quân vương và Phật tử anh hùng, đã viết nên những trang sử thắm đượm truyền thống bao dung và nhân ái, nhưng cũng có lúc chúng đệ tử Phật lại chỉ có* *thể viết nổi những trang sử tối tăm của dân tộc và đạo pháp. Và một phần khác bị ngập sâu trong dòng thác hận thù, nghi kỵ đã chia rẽ dân tộc, khó tìm thấy con đường hóa giải, chúng đệ tử Phật tuy đã không quên lời giáo huấn của Thế Tôn rằng, "Những kẻ ấy không biết rằng nơi đây chúng ta sẽ hủy diệt nên phí công tranh luận hơn thua", rằng "An lạc thay, chúng ta sống không thù hận giữa những người thù hận", tuy vẫn không quên, nhưng giải thích theo hướng khả dĩ biện minh cho thực tế được xem như không thể hóa giải giữa những đệ tử Phật. Cho nên, ngày Hội hôm nay, bốn chúng đệ tử mà tín tâm chưa thoái hóa nơi Tăng-già, đệ tử của Thế Tôn, những vị chánh hành, trực hành và nhu nhuyến hành; bằng uy đức từ bản thể thanh tịnh và hòa hiệp của Tăng-già, xứng đáng là phước điền cho thế gian, là sở y an toàn để thế gian quy ngưỡng, tránh xa những hiểm nguy đe dọa bởi tham tàn và thù hận. Bởi, từ ngữ Tăng-già được dùng để nói về đệ tử của Thế Tôn hàm nghĩa "kết chặt lại những gì có nguy cơ tan rã bởi dị kiến, dị giới (...)*

Do nhân duyên thù thắng ấy, Viên Giác Tùng Thư nhận thấy đây đúng là cơ hội để đáp ứng lòng mong đợi của chư độc giả, cho tái bản cuốn "Nước Úc trong tâm tôi" của Hòa thượng Thích Như Điển. Đồng thời đây cũng là dịp để độc giả gần xa có cơ hội ôn lại giai đoạn sơ khai, chân ướt chân ráo của của Phật giáo Việt Nam tại xứ sở Kăng-gu-ru xa lạ này.

Trân trọng giới thiệu.

Đức quốc, Xuân Quý Mão,

Dương lịch tháng hai năm 2023

Viên Giác Tùng Thư

LỜI NÓI ĐẦU

[LẦN XUẤT BẢN NĂM 2016]

Hôm nay là ngày 10 tháng 6 năm 2015, tại thư phòng chùa Viên Giác Hannover, Đức Quốc, tôi bắt đầu viết tác phẩm thứ 65 của mình với tựa đề là "Nước Úc trong tâm tôi" để sang năm 2016 sẽ xuất bản và ấn tống. Tác phẩm nầy được viết trong mùa An Cư Kiết Hạ lần thứ 31 của năm Ất Mùi, nghĩa là từ năm 1984 đến nay (2015) cứ mỗi năm ba tháng như vậy, Thầy trò chúng tôi có trọn vẹn 3 tháng an cư tại chùa Viên Giác thật là an lạc.

Chương trình mỗi ngày được bắt đầu từ 5 giờ 45 sáng. Đại chúng vân tập nơi Tổ Đường để xá Tổ, sau đó lên Chánh Điện, hô canh và tọa thiền 15 phút. Sau khi xả thiền, Đại chúng bắt đầu trì tụng Thần Chú Thủ Lăng Nghiêm, phần giữa của thời khóa có kinh hành niệm Phật ba vòng, tiếp đó lạy danh hiệu của chư Phật, Bồ Tát và Thánh Chúng độ 35 lạy. Sau thời công phu khuya ai về phòng nấy để nghỉ ngơi hay hành trì tiếp, hoặc tập thể dục. Đúng 8 giờ sáng là giờ điểm tâm của Đại chúng, ai nấy đều tỉnh thức trong lúc dùng sáng, không nói chuyện, mà câu chuyện hằng ngày chỉ được bắt đầu khi mọi người đã điểm tâm xong. Từ 9 đến 11 giờ sáng là giờ tu tập riêng của mỗi người. Vào lúc 11 giờ trưa là giờ quá đường, kinh hành nhiễu Phật và tụng kinh. Độ 12 giờ trưa thì nghi thức cúng quá đường xong, mọi người về phòng mình để nghỉ trưa.

Từ 2 giờ 30 đến 5 giờ chiều theo thông lệ hằng năm là giờ học Kinh Bộ của Đại chúng; nhưng năm nay tôi chủ trương san định lại toàn bộ quyển số 32 thuộc Luận Tập Bộ Toàn của Đại Chánh Tân Tu Đại Tạng Kinh mà tôi có nhân duyên đã dịch bộ nầy từ năm 2004 tại Úc, nhân những lần tịnh tu nhập thất tại đó. Nguyên văn bằng chữ Hán cổ và tôi đã dịch sang Việt ngữ, nhưng câu văn và ý tứ chưa rõ ràng lắm; nên năm nay (2015) Thầy Hạnh Bổn có đề nghị tôi nên thỉnh Thầy Trí Học từ Đài Loan qua chùa Viên Giác trú tại đây 3 tháng để giúp cho việc hiệu đính nhanh hơn. Vì lẽ Thầy ấy là người Hoa nên sẽ dễ hiểu ý nghĩa tiếng Hoa hơn chúng ta là người Việt. Ngoài ra Thầy còn giỏi tiếng Nhật và tiếng Anh nữa; nên tôi đã an tâm để bắt đầu công việc nầy vào mùa hạ năm nay. Ngày đầu có Thầy Hạnh Bảo tham gia và sau đó thường xuyên hơn thì có tôi, Thầy Trí Học, Thầy Hạnh Giới, Thầy Hạnh Nhẫn và Thầy Hạnh Bổn lo công việc san định mỗi ngày 2 tiếng đồng hồ như vậy.

Đầu tiên Thầy Hạnh Bổn đọc lên câu văn tiếng Việt mà tôi đã dịch sang Việt ngữ từ máy computer, sau đó Thầy Hạnh Nhẫn đọc âm Hán Việt cũng như dịch lại ý câu văn một lần nữa, trong khi Thầy Hạnh Giới vẫn theo dõi cách chấm câu bên bản tiếng Hán của Đại Chánh Tân Tu Đại Tạng Kinh, thì Thầy Trí Học nghe tiếng Việt và chỗ nào chúng tôi không rõ nghĩa thì nhờ Thầy ấy cắt nghĩa bằng tiếng Phổ Thông qua cách hành văn của Càn Long Đại Tạng. Từ đó chúng tôi có một điểm chung và Thầy Hạnh Bổn sửa vào bản điện tử tiếng

Việt mà tôi đã dịch sẵn rồi. Làm việc thận trọng từ câu văn dịch chữ Hán sang tiếng Việt và cuối cùng cả 5 người, trong đó có cả tôi là người chịu trách nhiệm chính cho công việc nầy cũng có mặt để sửa đổi lần cuối. Hy vọng là anh Nguyễn Minh Tiến chủ biên trang nhà "Rộng Mở Tâm Hồn" và các trang điện tử khác có thể xử dụng những bản dịch của chúng tôi mà độ tin cậy có thể nhiều hơn của lần dịch trước. Thầy trò cặm cụi làm việc, thời gian 2 tiếng đồng hồ mỗi ngày qua rất nhanh trong ba tháng hạ, nhiều lúc cũng rất căng thẳng vì "tánh không" của Ngài Long Thọ chủ trương trong luận nầy, khi chúng tôi chưa rõ hết ý của Ngài. Tuy nhiên mọi việc rồi cũng đã qua đi với sự kiên nhẫn, trì chí của những người làm văn hóa miệt mài trong vấn đề dịch thuật nầy.

Đến 5 giờ chiều là thời khóa công phu tại Chánh Điện do Thầy Hạnh Lý hướng dẫn, đôi khi có quý Sư Cô và các Phật tử đi cùng Thầy ấy để tụng kinh A Di Đà cùng nghi Mông Sơn Thí Thực. Vào lúc 6 giờ 30 chiều là giờ Tiểu Thực. Trong mùa An Cư Kiết Hạ tôi hay dùng cháo, vì lẽ để dễ tiêu hóa và tối đó còn lễ Phật cũng như tọa thiền mà không ảnh hưởng.

Trước 8 giờ tối các Thầy có phiên lạy Phật cũng như những vị khác vân tập nơi Tổ Đường để đảnh lễ Tổ, tiếp đến lên chánh điện và bắt đầu lễ Phật mỗi chữ mỗi lạy trong kinh Đại Bát Niết Bàn. Thông thường mỗi tối chúng tôi lạy được 300 đến 350 lạy tùy theo Thầy Duy Na thủ khánh nhanh hay chậm. Tiếp đến ngồi Thiền và xả Thiền sau 15 phút. Nhìn đồng hồ, bây giờ là 10 giờ kém, tức gần 22 giờ đêm. Chúng tôi về lại phòng nghỉ ngơi cho đến sáng hôm sau. Trong 90 ngày an cư kiết hạ của mỗi năm đều như vậy, chỉ trừ tối chủ nhật, hay những lần tôi đi Phật sự ra ngoài thì không lạy; nhưng Đại chúng ở chùa vẫn trì tụng các bộ kinh khác.

Tiện đây cũng xin bày tỏ một vài nỗi niềm và những điều cần hiểu biết để quý độc giả lãm tường. Trong luật dạy rằng: "Ngũ hạ dĩ hậu thị A Xà Lê vị, Thập hạ dĩ thượng thị Hòa Thượng vị". Nghĩa là: "Năm Hạ trở đi, ở ngôi vị A Xà Lê; Mười hạ hay hơn, ở ngôi vị Hòa Thượng". Thông thường ở những Đàn Giới hay có những phẩm vị nầy để cung an chức sự vào ngôi vị của Tam Sư Thất Chứng. Đó là vị Hòa Thượng Đàn Đầu ngồi ở giữa, hai vị Yết Ma và Giáo Thọ A Xà Lê ngồi hai bên, kế tiếp là 7 vị Tôn Chứng. Do vậy một giới đàn đầy đủ theo luật, gọi là "Tam Sư Thất Chứng". Từ đó mà nhìn, vị Hòa Thượng khi truyền giới, nếu không an cư kiết hạ mỗi năm 3 tháng, thì dẫu cho tuổi đời có 50, 60 hay 70 đi nữa, mà tuổi đạo chưa có ngày nào, thì ít được cung thỉnh vào ngôi vị Đàn Đầu và A Xà Lê nầy. Ngược lại có những vị tuổi trẻ, sau 20 tuổi thọ Tỳ Kheo và An cư liên tục trong 5 hay 10 năm thì cũng có lắm giới đàn cung thỉnh những vị ấy làm Đàn Đầu Hòa Thượng hay A Xà Lê cũng là chuyện bình thường.

Riêng tôi, thọ Tỳ Kheo từ năm 1971 tại Tu Viện Quảng Đức ở Thủ Đức Việt Nam, khi cố Hòa Thượng Thích Quảng Liên còn trụ thế, mãi cho đến năm 1984, trong khoảng thời gian hơn 10 năm ấy tôi miệt mài học tập tại Nhật Bản cho đến năm 1977 và khi qua Đức mãi cho đến năm 1984 túc số Tăng mới đủ 4 vị Tỳ Kheo, nên bắt đầu kiết giới an cư từ đó đến nay, thế mà đã 31 năm liên tục như thế rồi. Do vậy, ở các Đàn Giới quan trọng tại Hoa Kỳ, Úc Châu hay Âu Châu tôi vẫn được cung thỉnh vào ngôi vị Tuyên Luật Sư, hay Đàn Đầu Hòa Thượng (cho những giới đàn Sa Di và Bồ Tát) cũng như Yết Ma, Giáo Thọ và Tôn Chứng trong nhiều nơi khác nhau.

Năm 1984, tôi ở tuổi 35, lúc ấy còn mạnh khỏe, khi thấy các Cụ Bà, Cụ Ông đi chùa muốn lễ Phật, nhưng rất khó khăn, khi đứng lên ngồi xuống. Do vậy tôi phát nguyện rằng: Cứ mỗi năm nhân mùa An Cư Kiết Hạ con xin phát nguyện lạy kinh, cho đến khi nào không còn đứng lên ngồi xuống được nữa để lạy Phật mới thôi và lời phát nguyện chân thành ấy đã trải qua 31 năm tròn rồi. Nếu lúc ấy không phát nguyện thì thời gian trong 31 năm rồi cũng sẽ trôi qua một cách nhanh chóng mà thôi. Đầu tiên tôi cùng Đại chúng phát nguyện lạy 500 danh hiệu của Đức Quan Thế Âm Bồ Tát, mỗi lần chỉ lạy 100 lạy thôi. Sau đó tiến lên Tam Thiên Phật Danh. Nghĩa là lạy trong quá khứ, hiện tại và vị lai mỗi một khoảng thời gian như thế 1.000 lạy. Cộng lại 3 thời thành 3.000 lạy. Tiếp những mùa An Cư Kiết Hạ sau, chúng tôi lạy kinh Vạn Phật (trên 11.000 lạy) và sau khi lạy kinh Vạn Phật, tôi thấy sức khỏe còn cho phép; nên tiếp tục phát nguyện lạy Kinh Pháp Hoa (mỗi chữ mỗi lạy). Tuy trong kinh chữ Hán nói rằng: "Kinh nầy có trên 6.000 lời, do Đức Phật Thích Ca Mâu Ni nói ra"; nhưng Hòa Thượng Trí Tịnh dịch ra tiếng Việt có tới 75.802 chữ tất cả và chúng tôi từ năm 1990 đến năm 1995 lạy xong bộ kinh nầy. Tiếp đó tôi cảm thấy vẫn còn có khả năng để lạy kinh bộ tiếp, nên tôi phát nguyện lạy Kinh Đại Bát Niết Bàn cũng mỗi chữ mỗi lạy gồm 2 quyển dày, mỗi quyển hơn 700 trang. Mới đầu ai nghe cũng kinh hồn khiếp vía, vì lâu nay chưa có vị nào thực hiện việc nầy ở ngoại quốc. Bởi thời gian không có nhiều cho việc tu tập như thế; nhưng tôi đã bắt đầu hạ thủ công phu từ đó. Nghĩa là ngày 10 tháng 6 năm 1995 chúng tôi đã bắt đầu lạy quyển một, đến ngày 17 tháng 8 năm 2005 là xong gồm 776 trang và tổng cộng trong 11 năm ấy là 158.777 chữ. Có năm lạy 38 ngày (1998) và hầu hết 10 năm còn lại đều lạy từ 47 ngày đến 52 ngày. Điều ấy cũng đúng với luật An Cư Kiền Độ, nghĩa là các hành giả an cư phải ở ít nhất trong giới trường là 45 ngày. Dưới 45 ngày thì pháp an cư ấy không trọn vẹn. Ngày nay ở ngoại quốc nhiều nơi chỉ tổ chức An Cư Kiết Hạ trong 10 ngày hay 1 tháng. Như vậy theo tinh thần luật tạng vẫn chưa đúng;

nhưng ngoài ra quý Ngài vẫn còn có An Cư Kiết Đông nữa. Nếu tổng cộng số ngày an cư trên 45 ngày của một hành giả thì khi mãn hạ tự tứ mới nhận được Kathina y; nghĩa là y áo cho người có tuổi hạ.

Từ năm 2006 đến nay (2015) cũng đã 10 năm rồi chúng tôi lạy quyển 2 của kinh Đại Bát Niết Bàn; cho đến nay vẫn còn gần 200 trang nữa. Có lẽ cần phải gần 4 năm Hạ như thế mới xong và lúc ấy tôi cũng đã hoàn nguyện của mình trong cuộc đời tu học và hành Phật sự tại xứ người. Nên nay theo tuổi ta, tôi đã 67; đến khi lạy xong bộ kinh nầy tuổi cũng sẽ trên 70 rồi. Lúc ấy tôi sẽ thực hành pháp môn niệm Phật miên mật hơn là lạy bộ kinh mỗi chữ mỗi lạy như thế nầy. Đó là chưa kể đến sự vô thường; nhưng trong tâm mình, tôi mãi mong mỏi rằng: Có gì đó, sau khi lạy xong bộ Kinh nầy, có ra sao cũng đã mãn nguyện rồi. "Ngưỡng mong chư Phật và chư vị Bồ Tát chứng minh cho lời phát nguyện của con vậy". Quyển 2 chưa tính tổng số chữ, tuy mỗi đêm sau khi lễ Phật tôi đã đếm lại và có chú thích bên bìa của trang kinh để sau nầy quý Thầy đệ tử dễ thống kê hơn. Đây không phải là sự khoe khoang, mà là công hạnh của tôi đã lập nguyện. Tôi mong đời sau sẽ có những người nhớ nghĩ về sự hành trì của người đi trước mà noi theo, để Phật Pháp còn mãi trụ lại nơi thế gian nầy.

Ngoài ra việc hành trì Lăng Nghiêm của tôi cũng miên mật từ khi đi xuất gia cho đến bây giờ, hơn 50 năm (1964-2015) hầu như không bao giờ gián đoạn trong suốt một chặng đường dài hơn nửa thế kỷ như thế. Nghĩa là bất cứ khi nào, tôi hiện diện tại chùa Viên Giác, Viên Đức hay các chùa khác nơi tôi đến, hoặc tại tư gia, tôi vẫn thường hay trì kinh Lăng Nghiêm vào mỗi buổi sáng như thế. Nếu đi trên máy bay hay xe lửa, trên những chuyến du hành xa thì tôi chỉ tụng Đại Bi Thập Chú; hoặc giả ngắn lắm thì cũng tụng thầm câu: "Án A Na

Lệ… Ung Phấn Ta Bà Ha" ba lần. Ai hành trì ra sao tôi không rõ, nhưng với riêng tôi suốt cả một dặm đăng trình như thế, Thần Chú Thủ Lăng Nghiêm và phương pháp lễ bái đã giúp tôi có thể tự làm chủ mình trong sinh hoạt hằng ngày đối với nội tâm cũng như ngoại cảnh. Giỏi, dở, tốt, xấu chưa nói ở đây. Vì trên đời nầy nếu có ai giỏi về phương diện nầy thì người kia lại giỏi về phương diện khác. Cho nên chúng ta chỉ nên tự nhìn vào mình là "đã làm được gì cho chính mình" thì đó mới là điều quan trọng.

Từ năm 2003, khi tôi đã về ngôi Phương Trượng của chùa Viên Giác, việc Trụ Trì đã có Thầy Hạnh Tấn lo, đến năm 2008 thì Thầy Hạnh Giới lo; nên mỗi năm 3 tháng như thế vào mùa Đông, tôi đã rời nước Đức đi về Á Châu (Thái Lan và Ấn Độ) một tháng. Còn lại 2 tháng tôi đã đến Sydney Úc Châu thăm chùa Pháp Bảo của bào huynh tôi, Hòa Thượng Thích Bảo Lạc, rồi lên núi đồi Đa Bảo để tĩnh tu nhập thất trong suốt 2 tháng liền, cho đến 2012 là đúng 10 năm. Trong 10 năm ấy, những lần ở trên vùng núi đồi Đa Bảo tại Campbelltown hay Blue Moutain, đều là những ngày tháng an lạc lạ thường. Nhờ vậy tôi đã hoàn thành trong 10 năm ấy đến 20 tác phẩm cũng như dịch phẩm và cũng đã trì tụng kinh Kim Cang hằng đêm trong suốt thời gian 10 năm ấy (mỗi năm 2 tháng). Có một điều tôi phải niệm ân Thầy Tổ, Cha Mẹ, Huynh Đệ, Bạn bè, Đệ Tử. Vì nếu không có họ thì tôi sẽ không thành tựu được những việc nầy. Tôi vốn sinh ra từ miền quê của xứ Quảng Nam, cái gì cũng chẳng có, ngoài nắng cháy vào Hè và lụt lội vào Đông. Nhưng có được một tấm lòng quả cảm, biết chịu khó để vươn lên và chính ý chí cũng như nghị lực nầy đã giúp cho tôi con đường tu học có được thăng tiến như ngày hôm nay. Thân phụ tôi sinh năm 1898; nghĩa là vào cuối thế kỷ thứ 19. Tôi sinh ra vào tiền bán thế kỷ thứ 20 (1949) và từ đó đến nay 67 năm dài, trải qua thế kỷ thứ 21. Cả một thời gian dài, nhưng sức khỏe rất tốt, hầu như chưa có khi nào tôi cảm hay bịnh mà phải nằm trên giường bịnh từ 3 cho đến 7 ngày; nhiều lắm là một hai ngày; nhưng những thời gian bịnh ấy rất hiếm. Thân phụ tôi mất năm 1986, thọ đến 89 tuổi. Do vậy tôi phải cảm ơn cha mẹ đã cho mình một tấm thân hoàn hảo nầy với đầy đủ sáu căn, minh mẫn, không bịnh tật, là một hạnh phúc quá tuyệt vời rồi.

Thầy tôi là người nghiêm nghị, đa tài; nhưng Thầy cũng chỉ sống được đến 73 tuổi, chưa thi thố hết tài năng để giúp đời giúp đạo; nhưng tôi cũng đã học được từ người rất nhiều ở mọi lãnh vực, mặc dầu thời gian tôi ở với người tại chùa Viên Giác Hội An không lâu, chỉ 2 năm hơn thôi (1966-1969); thế mà những quyết định và tư tưởng mà tôi có được của ngày hôm nay, không phải là ít. Từ 1964 đến 1966 tôi tu học tại Tổ Đình Phước Lâm Hội An. Từ 1969 đến 1971 tu học tại chùa Hưng Long ở Sàigòn. Năm 1972 đến 1977 tu học tại Nhật Bản. Từ 1977 đến 2015, gần 40 năm tôi đã có nhân duyên ở tại xứ Đức nầy. Nơi không hẹn mà đến, không mong mà được cư trú vĩnh viễn tại đây. Quả là "nhân duyên" khó tính trước được. Cha mẹ, con cái, Thầy trò, huynh đệ, vợ chồng, bè bạn v.v... tất cả cũng đều do nhân duyên mà thành tựu và cũng do nhân duyên mà tan vỡ. Hãy hiểu như vậy chúng ta mới có thể can đảm hơn lên để cuộc sống nầy có nhiều ý nghĩa hơn. Thật ra cuộc đời nầy chẳng có ý nghĩa gì, ngoài cái "Không" to tướng; nhưng ở trong cuộc đời tương đối, chúng ta phải thể hiện trọn vẹn vai trò của một con người trên cõi thế khi ta còn hiện hữu mà thôi. Khi tứ đại giả hợp không còn tồn tại nữa, thì nghiệp lực sẽ làm chủ chúng ta và lúc ấy đi đâu hay về đâu, ấy chỉ là kết quả; còn cái nhân của quá khứ ấy sẽ quyết định tất cả tương lai của mỗi người trên hành tinh nầy.

Hòa Thượng Thích Bảo Lạc, bào huynh của tôi, năm nay đã ở tuổi 74 và gần 60 năm sống nơi cửa Thiền và vừa rồi nhân Đại Hội Khoáng Đại lần thứ V tại Úc Châu, Đại Hội đã cung thỉnh Thầy làm Hội Chủ, một vai trò hàng đầu của Phật Giáo Việt Nam tại Úc Châu. Tôi mừng cho Thầy, nhưng vai Thầy cũng thêm nhiều gánh nặng hơn nữa. Cầu mong Thầy có đủ nghị lực để lèo lái con thuyền của Giáo Hội lướt sóng của Đại Dương để có thể đưa mọi hành giả trên chiếc thuyền Bát Nhã đến được bến bờ an vui, giải thoát.

Giờ đây ngồi làm việc chung với các Thầy Đệ Tử, thấy họ khá trưởng thành, nên tôi rất vui và niềm vui nầy ít ai chia xẻ được với mình. Chỉ có cái niệm an nhiên tự tại, khiến tôi chỉ nhớ đến hai chữ "như thị" để mà tự an lòng mình rằng: "Hãy đừng vui mà cũng chẳng phải buồn, khi việc được, mất, hơn, thua trong cuộc đời nầy vốn chỉ là những giả tướng huyễn mộng mà thôi".

Với muôn người và muôn loài, tôi xin niệm ân tất cả. Chính quý vị đã trợ duyên cho tôi trong mọi cuộc hành trình của nội tâm cũng như ngoại cảnh và vẫn luôn mong rằng quý vị sẽ là những thiện hữu tri thức, dẫu cho ở cõi nầy hay cõi khác, dẫu cho có xa hay gần trong muôn vạn dặm đi nữa, thì tâm nầy cũng như vậy mà thôi.

Thích Như Điển

NHÂN DUYÊN VỚI NƯỚC ÚC

Nhân duyên quả thật trùng trùng điệp điệp, khó rõ biết được đầu mối hay kết quả của một chuỗi sự kiện. Cho nên trong kinh Hoa Nghiêm, Phật dạy rằng: "Trùng trùng duyên khởi và trùng trùng biến hiện" là vậy. Chỉ có chư Phật và chư vị Bồ Tát mới rõ thấu hết tất cả cội nguồn của sinh tử, còn chúng ta vốn đang bị sự sanh tử chi phối cũng như hoàn cảnh chung quanh đổi thay, mà chính ta không nắm bắt hết được. Cũng như thế ấy, ngày xưa khi tôi xa đất nước (1972) tôi nghĩ rằng chỉ đi Nhật Bản học năm ba năm rồi về, chứ đâu có biết rằng, tại sao phải ở Đức từ ấy cho đến nay, mà điều khiến cho nhiều người thắc mắc là: Tại sao tôi không ở Canada, ở Úc, hay ở Mỹ mà là ở Đức? Câu hỏi được đặt ra như vậy, bây giờ phải trả lời ra sao đây? Chính tôi còn không trả lời được, thì quý vị, những người đứng bên ngoài làm sao hiểu rõ hết được ngọn ngành. Nhiều khi tôi chỉ trả lời đơn giản là "do Phật bổ xứ" vậy thôi! Có lẽ Phật rõ biết tánh tình của từng chúng sanh một và hoàn cảnh của mỗi con người; nên đã sắp đặt cho tôi đến Đức, mà không là Hòa Lan hay Bỉ Quốc hoặc Lục Xâm Bảo hay các nước khác tại Âu Châu. Có lẽ do địa lý, giáo dục và hoàn cảnh của xứ Đức sau

Đệ Nhị Thế Chiến (1939-1945) tương tự như Nhật Bản; nên chư Phật và chư vị Bồ Tát bổ xứ cho tôi đến đây từ đó (1977) đến bây giờ (2015); hơn 38 năm rồi còn gì nữa. Nếu đem cái tuổi 67 chia đôi ra, thì thời gian tôi ở Đức lâu hơn ở Nhật và ở Việt Nam rồi. Vậy nơi đây là gì? Nếu không phải là quê hương thứ hai, mà điều ấy tôi đã không có quyền chọn lựa trước; nên gọi là nhân duyên vậy.

Tôi đến Hannover vào mùa xuân năm 1978 sau khi đã học gần một năm tiếng Đức tại trường Volkshochschule và Đại Học Kiel. Đến đây chỉ đơn giản vì tờ giấy nhập học (Zulassung) của ngành giáo dục mà Đại Học Hannover đã cấp cho, do anh Lâm Đăng Châu xin hộ. Khi đến Hannover tôi thuê Wohnung ở số 37 đường Kesnerstr. tại trung tâm thành phố để cho tiện bề di chuyển. Hồi đó Straßenbahn còn chạy bên trên đường Marienstr., còn ngày nay loại xe điện nầy đã trở thành U-Bahn (xe điện ngầm) rồi. Nếu ai đó ngày nay có trở lại nơi đây để tìm những hình bóng cũ thì con đường xưa (Kesnerstr.) cũng đã bị bít lối (đường bị chận lối vào) và người xưa thì không còn ở đây nữa. Năm 2003 làm lễ kỷ niệm 25 năm tôi ở Đức, tôi và một số quý Phật tử có trở lại chốn cũ để thăm và quay hình; nhưng tất cả đều đổi thay.

Cũng nhờ có Niệm Phật Đường Viên Giác ở đường Kesnerstr. mà bao nhiêu sinh hoạt cuối tuần cũng đều tổ chức tại đây. Nhờ vậy đã có nhiều người lui tới chốn nầy. Cũng từ đây những mối tình nam nữ trở thành chồng vợ sau nầy và cũng từ đây, họ trở thành những người Phật tử thuần thành lo gánh vác việc Đạo cho đến ngày hôm nay. Trong những người đến chùa đó, tôi có quen với gia đình của anh chị Lê Đức Phụng. Họ là những người đến tỵ nạn đầu tiên tại xứ Đức nầy từ những năm 1976, 1977. Sau đó gia đình di cư qua Úc và định cư tại Brisbane nắng ấm. Đây là cái duyên lúc ban đầu để tôi đi thăm xứ Úc xa xôi kia. Hồi đó tôi đã có giấy tờ xin tỵ nạn vì lý do Tôn Giáo tại Đức, chỉ cần một giấy mời từ Úc gởi qua, là tôi có thể lên đường qua Úc thăm trong vòng từ 1 đến 3 tháng. Tôi được thông tin là mùa Đông của Đức sẽ là mùa Hè của Úc; nên tôi dự định đi thăm Úc vào mùa Đông năm 1979. Vì mùa Đông năm 1978 tôi phải lo giúp đỡ cho những người tỵ nạn của chuyến tàu Hải Hồng đến Friedland thuộc tiểu bang Nidersachsen do ông Cựu Thủ Hiến Dr. Ernst Albrecht chủ trương nhận người tỵ nạn Việt Nam chính thức vào nước Đức thuở bấy giờ (10.12.1978). Trong 2.500 người ấy, bây giờ nhiều người đã trở thành thiên cổ và những người Việt gốc Hoa ấy họ cũng đã sinh sống và thành công tại đây, nay đã đến thế hệ thứ hai và thứ ba rồi.

Năm 1979 tôi đang học tiếp tục Phân khoa Giáo dục của Đại Học Hannover và nhân lúc nghỉ Đông năm ấy, tôi đã đi Bonn, xuống Tòa Đại Sứ Úc nộp đơn xin đi Úc thăm người quen, qua giấy mời của anh Lê Đức Phụng. Thuở ấy máy bay đi Úc hay vòng vèo lắm. Nghĩa là máy bay từ Á hay Âu Châu bay đến Úc, trạm đầu tiên của quốc tế phải dừng là Melbourne chứ không phải Sydney hay bay thẳng đi Perth, Adelaide hoặc Brisbane như bây giờ. Khi máy bay hạ cánh, hành khách không được bước ra khỏi máy bay liền, mà phải chờ cho nhân viên hải quan lên máy bay, mang theo 2 bình xịt sát trùng và họ bấm nút xịt vào các khoang để hành lý trên đầu hành khách, mùi thuốc sát trùng bay nồng nặc rất khó chịu. Nhìn hành khách nào cũng thấy họ chẳng hài lòng mấy; nhưng đây là luật lệ của xứ Úc; nên mọi người đành phải chấp nhận vậy.

Sau khi chuyển qua máy bay nội địa bay đi Brisbane mọi người mới nhẹ nhõm và thơ thới tâm hồn. Vì ở đây có nắng ấm vào Hè, trong khi đó tại Đức vào lúc ấy (1979) là mùa Đông tuyết giá, lạnh buốt châu thân. Nhìn những tia nắng vàng thật mịn, không vướng một chút bụi của nhà máy như ở Âu Châu hay tại Nhật, tôi có cảm tình ngay với xứ nầy. Ở Úc có rất nhiều cây Bạch Đàn (Khuynh Diệp) mùi lá của cây rất thơm, đâu đâu cũng có, khác với các xứ Âu Châu rất nhiều. Đón tôi tại phi trường Brisbane có vợ chồng anh Lê Đức Phụng và một vài Phật tử quen với gia đình anh. Thuở ấy qua những câu chuyện bên lề, tôi được biết là Hội Phật Giáo tại Brisbane đã được thành lập, do ông Nguyễn Viết Trưng làm Hội Trưởng và tại đây cũng chưa có cơ sở Niệm Phật Đường hay Chùa Viện, mà mỗi lần có hội họp hay làm lễ, họ hay mượn những tư gia hay nhà hàng để quây quần bên nhau và nói chuyện Đạo.

Tôi được đưa tới thăm một vài gia đình người Việt Nam đã được tỵ nạn và định cư tại đây từ những ngày đầu ấy (sau 30.4.1975). Trong vườn nhà họ đâu đâu cũng có trồng rau muống hay sả, ớt, chùm ruột, rau răm, rau húng, mía và cũng đã có những cây mít cho trái đầu mùa. Tôi xa quê từ năm 1972 đến năm 1979 mới chỉ 7 năm thôi; nhưng hồn quê luôn thôi thúc tôi phải nên tìm một chốn nào đó giống như quê hương mình để gởi thân; nên khi đến Brisbane vào năm 1979 tôi thấy nơi nầy gần gũi với mình vô cùng.

Từ Sydney, anh Lê Thắng Tiến, quen biết với ông Nguyễn Viết Trưng tại Brisbane đã liên lạc qua anh Lê Đức Phụng để mời tôi xuống thăm Sydney và thăm đồng bào Phật tử tại đó. Tôi nhận lời ngay và đây cũng là cái duyên đầu tiên để tôi đến Sydney nhiều lần trong mấy chục năm nay.

Từ Brisbane bay đi Sydney độ hơn một tiếng đồng hồ và nơi tôi đến đầu tiên là cư xá sinh viên của Đại Học New South Wales (Sydney); nơi Đạo hữu Hoàng Khôi đang giảng dạy tại đây và anh đã thuê phòng cho tôi ở trong những ngày đầu của mùa Đông năm 1979 ấy. Từ đây tôi đi thăm những khu phố

Việt Nam và những nhà hàng của người Hoa, người Việt và buổi giảng pháp cũng như nói chuyện đầu tiên với bà con Phật tử Việt Nam tại Sydney được tổ chức tại nhà hàng của anh Lê Thẳng Tiến, vốn là một sinh viên du học đến Úc trước năm 1975 và là Hội Trưởng của Hội Phật Giáo Việt Nam tại New South Wales. Sau phiên họp mọi người mời tôi chủ lễ và thuyết pháp nhân ngày Phật Thành Đạo mồng 8 tháng 12 năm Kỷ Mùi. Hôm ấy nhằm ngày 26.12.1979 tại chùa Thái Lan. Hôm ấy nhằm ngày thứ tư trong tuần; nhưng là ngày nghỉ lễ Giáng Sinh; nên mọi người về tham dự rất đông. Chỉ có một người Phật tử có áo tràng duy nhất là Cụ Bà Lý, thân mẫu của Đạo hữu Phật Nhật Hoàng Khôi. Dĩ nhiên là chuông mõ, kinh kệ, chay tịnh, giáo lý v.v… thuở ấy ít có người hiểu và thực hành nhiều như bây giờ. Do vậy tôi vừa chủ lễ và kiêm luôn việc thủ chuông mõ là nhiệm vụ của Duy Na và Duyệt Chúng. Kế tiếp tôi giảng về ý nghĩa thành đạo của Đức Phật. Sau lễ, đài truyền hình và báo chí tại Sydney có phỏng vấn tôi về sự sinh hoạt của người Việt tại Đức.

Khoảng giữa, sau ngày họp và lễ Phật thành đạo, tôi có một tuần lễ được Đạo hữu Nguyễn Văn Tươi, Hội Trưởng Hội Phật Giáo tại Adelaide mời đến đó để thăm viếng và giảng pháp cho các Phật tử tại Nam Úc. Ba thành phố chính mà tôi đã đi qua, tôi thấy Sydney mới là chỗ dễ tiếp xúc với các nơi khác, còn Brisbane và Adelaide thuở ấy còn thô sơ lắm. Mặc dầu Melbourne là thành phố đầu tiên tôi đáp máy bay đến; nhưng rõ ràng là thiếu duyên; cho nên mãi đến bây giờ, tôi vẫn không có sự liên hệ chặt chẽ nào với các chùa tại đây, ngoại trừ Tu Viện Quảng Đức của Thượng Tọa Thích Tâm Phương và Thượng Tọa Thích Nguyên Tạng.

Trước khi từ giã 3 nơi nầy để về lại Đức, bà con Phật tử của 3 Hội Phật Giáo tại Úc có mời tôi sang năm 1980 quay lại đây một lần nữa trong nhiều ngày hơn để giảng pháp cho Phật tử nghe. Tôi đã hứa và đầu cũng như cuối năm 1980 tôi cũng đã đến với họ hai lần trong năm nầy. Thuở ấy tại Úc chưa có một vị Tăng Sĩ nào cả, ngoại trừ chú Sa Di Thích Đồng Trung; nhưng sau nầy thì Chú ấy đã sang định cư tại Hoa Kỳ và hiện Thượng Tọa Thích Đồng Trung đang Trụ trì chùa Dược Sư tại Seattle, Tiểu bang Washington State. Tôi là Tăng Sĩ Việt Nam thứ hai đến xứ Úc; hình như trước đó Thiền Sư Thích Nhất Hạnh cũng đã ghé Úc giảng pháp; nhưng Ngài không chủ trương lập đạo tràng nơi nầy, nên ảnh hưởng của Ngài thuở bấy giờ cũng không mạnh lắm tại đây.

Mùa Xuân và mùa Đông tôi đến Úc qua giấy mời của Hội Phật Giáo New South Wales do anh Lê Thẳng Tiến ký và lần nầy tôi cũng được ở tại Cư xá Sinh viên thuộc Đại Học New South Wales (Sydney); nơi Giáo sư Hoàng Khôi đang giảng dạy tại đó. Tôi không nhớ thuở đó ai đã mang đồ chay đến cư xá nơi tôi ở, mà điều chắc chắn là trưa nào Giáo sư Hoàng Khôi cũng đưa tôi đi vào quán ăn của các Sinh viên chọn thức ăn chay cho tôi. Kể ra thì việc nầy cũng không xa lạ với tôi mấy. Vì đời sinh viên Tăng Sĩ lúc còn ở Nhật, những buổi trưa như thế từ năm 1973 đến 1977 tại Đại Học Teikyo thuộc vùng Hachioji, tôi vẫn hay chọn cho mình những thức ăn đơn giản để lót lòng. Chỉ có buổi sáng và buổi chiều là dùng tại chùa Honrynji (Bổn Lập); còn đa phần dùng trưa tại quán ăn sinh viên của Đại Học Teikyo. Do vậy, khi bước vào những nơi như vậy, tôi thấy như mình được trẻ ra mấy tuổi, không có gì đáng ngại ngùng cả.

Lần nầy tôi đến đây không phải chỉ để giảng pháp không, mà còn cố vấn giúp cho Hội Phật Giáo tại Sydney phương pháp điều hành cũng như vận động đóng góp làm sao để có thể thuê được một nơi để làm Niệm Phật Đường. Thuở ấy Phật cũng không, kinh sách cũng không, mà chuông mõ lại cũng chẳng có một loại nào. Tất cả đều mới mẻ và có nghĩa là khởi đi từ con số không to tướng. Anh Phước, Phó Hội Trưởng dẫn tôi ra một tiệm bán đồ tạp hóa, đi loanh quanh đâu đó gặp ngay một Tôn Tượng Đức Quan Thế Âm đứng, làm bằng bột đá. Tôi mừng quá và bàn với anh ta là nên thỉnh tượng nầy để thờ. Đây là tượng Bồ Tát đầu tiên của chùa Pháp Bảo sau nầy. Hiện tại tượng nầy được thờ trong lồng kính của chùa một cột, dựng trên hồ sen của chùa Pháp Bảo tại Bonnirig, nhằm ghi lại những sự kiện lúc ban đầu. Điều nầy hẳn đã nói lên được ý nghĩa "có mới không nới cũ", mà còn tôn sùng cái cũ nữa. Vì nếu: Không có cái cũ làm sao có cái mới được? Bây giờ mỗi lần đến chùa Pháp Bảo, tôi hay đứng trước từ dung của Bồ Tát và hay liên tưởng về những sự việc cũ xưa như vậy.

Tôi chỉ cho các thành viên của Hội Phật Giáo New South Wales là nên đóng góp định kỳ mỗi gia đình hay mỗi người mỗi tháng từ 5 đến 10 đô la Úc hay nhiều hơn nữa, để Hội có được lệ phí sinh hoạt. Ngoài ra tôi còn đề nghị mỗi người nên cho mượn Hội Thiện 300 Úc kim để làm vốn đi thuê nơi chốn làm Niệm Phật Đường. Hôm đó tại nhà hàng Tiến của anh Lê Thằng Tiến có độ 30 người đến tham dự và ai cũng thấy ý kiến của tôi hay; nên đã chấp nhận việc đóng góp hộ trì Tam Bảo định kỳ hằng tháng và cho mượn Hội Thiện không lời để tìm nơi làm Niệm Phật Đường. Đâu có ai biết rằng: Tất cả những điều trên là do tôi học được từ Cố Hòa Thượng Thích Minh Tâm ở Pháp và đã ứng dụng cho Niệm Phật Đường Viên Giác tại Hannover có kết quả và bây giờ ứng dụng cho Hội Phật Giáo tại New South Wales, rồi mọi người cũng hưởng ứng một cách nhanh chóng, dễ dàng. Trong khi tôi giao nhiệm vụ cho các anh em trong Hội đi tìm thuê nhà để làm Niệm Phật Đường thì tôi được Đạo hữu Nguyễn Văn Tươi, Hội Trưởng

Hội Phật Giáo tại Adelaide mời về đó để cố vấn giúp đỡ ý kiến cho Hội. Tôi sẵn sàng.

Hội tại Adelaide thuở ấy (1980) có tên là Hội Phật Giáo Đông Dương. Khi nghe tên như vậy chúng ta hiểu ngầm là trong đó có những người Phật tử Lào và Miên rồi. Tôi không dị ứng và chống đối khi làm việc chung với họ; nhưng tôi phân tích với Đạo hữu Tươi và những người Việt Phật tử khác là: Chư Tăng bên Nam Tông tụng tiếng Pali, trong khi đó chúng ta tụng tiếng Việt. Vả lại chư Tăng và Phật tử bên Nam Tông không dùng chay; trong khi chúng ta chay tịnh khi đi chùa. Ngoài ra người Việt Phật tử chúng ta chắc chắn đông hơn người Miên và người Lào. Vậy thì cái Hội nầy đầu tiên là phải đổi tên lại và tách ra khỏi Hội chung của 3 nước. Như vậy chúng ta mới có thể phát triển độc lập được. Mọi người nghe hay và đã tán đồng thực hiện sau khi tôi đi Brisbane và về lại Sydney để đi Tokyo, Nhật Bản thăm Hòa Thượng Thích Bảo Lạc.

Cuối năm 1980 đầu năm 1981 tôi trở lại Sydney lần nầy từ Brisbane và Adelaide thì Hội Phật Giáo tại New South Wales đã thuê được một nơi tại Lakemba để làm Niệm Phật Đường và đặc biệt ngôi Phật Đường nầy không có tên, tôi để chờ một nhân duyên thật là hy hữu. Tượng Bồ Tát Quan Âm do anh Phước và tôi thỉnh được thờ trang trọng chính giữa bàn thờ và chuông mõ được thỉnh từ nơi phố người Hoa. Ngoài ra cũng có một vài quyển kinh Thiền Môn Nhựt Tụng đã cũ cũng được bày biện trên bàn thờ Phật ấy. Đây có thể nói là tiền thân của những ngôi chùa Việt Nam đầu tiên tại xứ Úc được xuất phát từ địa phương Lakemba ở Sydney nầy. Ngoài ra số tiền 300 Úc kim của mỗi gia đình đóng góp cho mượn Hội Thiện để thuê chùa ấy, mọi người đã hoan hỷ cúng hết vào ngôi Tam Bảo và chẳng có ai đòi lấy lại bao giờ. Đây cũng là những tịnh tài đầu tiên để xây nên chùa Pháp Bảo cũng như Phật Giáo Việt Nam tại xứ Úc nầy.

Cuối năm 1980, đầu 1981 tôi nghe đâu có Hòa Thượng Thích Tắc Phước (Phước Huệ) và Hòa Thượng Thích Huyền Tôn đã đến Melbourne để tỵ nạn từ Hồng Kông và những năm sau đó chúng tôi mới gặp được những vị nầy. Còn thời điểm trước khi Niệm Phật Đường tại Lakemba được thành lập thì chưa có bóng dáng một Tăng Sĩ Việt Nam nào có mặt tại xứ Úc nầy cả. Tôi, một mình khăn gói lên đường trở về lại Nhật Bản sau 3 năm không còn ở đó (1977-1980). Tôi xa Nhật vào ngày 22 tháng 4 năm 1977 để đi Đức và cũng không nghĩ là ở lại Đức luôn để xin tỵ nạn, học hành và làm việc đạo cho đến ngày nay. Âu đó cũng là hai chữ "nhân duyên" vậy. Nhưng về Nhật lần nầy tôi lại có một sứ mệnh khác. Đó là thỉnh cho Hội Phật Giáo Việt Nam tại New South Wales một vị lãnh đạo tinh thần và điều đặc biệt là ngôi Niệm Phật Đường không tên ấy sẽ để dành cho vị lãnh đạo tinh thần đặt tên lấy.

Từ Sydney tôi bay thẳng đến Haneda; thuở ấy chưa có phi trường mới Narita, nằm nơi tỉnh Chiba, tôi tự lấy xe đi về nơi Hòa Thượng Bảo Lạc cư ngụ. Đầu năm 1980 Thầy ấy đã tốt nghiệp Cử nhân Tôn giáo Xã hội học tại Đại Học Komazawa thuộc Tào Động Tông tại Tokyo rồi. Hòa Thượng đã đầy đủ hành trang chuẩn bị để đi Hoa Kỳ. Va-ly cũng đã sẵn sàng, quần áo, chuông mõ, kinh kệ v.v... nhưng lần nầy tôi về lại Tokyo mang theo một thông điệp mới và một sứ mạng khác, mà quý Phật tử tại Sydney đã cậy nhờ. Đó là cung thỉnh một vị lãnh đạo tinh thần cho Hội và nhất là ngôi Niệm Phật Đường vừa mới được thành lập tại Lakemba thuộc Sydney chưa đặt tên và chưa có người ở. Vinh dự ấy dành cho vị lãnh đạo tinh thần. Nhất là tôi mới vừa ở Úc đến Nhật; nên những lời đề nghị của tôi, Thầy ấy ghi nhận liền. Tôi kể rằng:

"Ở Hoa Kỳ đã có rất nhiều Thầy, Thầy đâu cần phải đi đến đó, trong khi xứ Úc rộng thênh thang mà chưa có bóng dáng một vị Tăng Sĩ nào cả. Tại sao Thầy không đến một nơi mà gần giống như quê hương mình để hoạt động Phật sự, còn đi Mỹ thì xa xôi và ở đó phức tạp lắm".

Đoạn Thầy ấy hỏi:

- Vậy ở đó có những gì?

- Ở Úc có nắng ấm vào Đông. Có bầu trời xanh ngắt, có mít, có ổi, có xoài, có mía, có rau muống và nhất là có một Cộng đồng Phật Tử Việt Nam đa dạng, mà chưa có một vị lãnh đạo tinh thần nào cả. Xin Thầy hãy suy nghĩ lại và nếu Thầy đồng ý thì Như Điển sẽ liên lạc với anh Hoàng Khôi, lo giấy tờ bảo lãnh để Thầy sang Úc định cư.

Tôi không biết thuở ấy (đầu năm 1980) Hòa Thượng Bảo Lạc nghĩ gì qua những lời thuyết phục và đề nghị đơn giản của tôi như vậy và một tuần sau khi tôi đã về Đức thì Thầy ấy đã đồng ý và bảo rằng: Như vậy thì Úc tốt hơn hả? Vừa câu hỏi mà cũng vừa là câu trả lời. Do vậy tôi liên lạc liền qua Sydney để anh Hoàng Khôi, anh Lê Thẳng Tiến, anh Võ Cổn, anh Phước, anh Nhường lo thủ tục giấy tờ bảo lãnh. Thủ tục thuở ấy là 300 chữ ký giống như một "Thỉnh Nguyện Thư" gởi lên chính phủ và cơ quan di trú Úc. Nội dung nói rằng: Tại Úc hiện đang có một Cộng đồng Phật Tử Việt Nam rất đông; nhưng chưa có vị lãnh đạo tinh thần nào. Do vậy Hội Phật Giáo tại New South Wales muốn bảo lãnh Đại Đức Thích Bảo Lạc từ Nhật Bản qua Úc để lãnh đạo Hội nầy. Hồ sơ di trú, chỉ 3 tháng là Tòa Đại Sứ Úc tại Tokyo đã gởi giấy cho Đại Đức Bảo Lạc và yêu cầu Thầy lên Sứ Quán Úc để đóng dấu Visa nhập cảnh vào Úc. (Trường hợp Hòa Thượng Như Huệ vào năm 1984 cũng vậy. Tôi sẽ đề cập chi tiết ở chương sau).

Cuối năm 1980 đầu năm 1981, Bộ Nội Vụ Cộng Hòa Liên Bang Đức đã có văn thư chính thức giúp tiền thuê nhà để làm chùa Viên Giác tại số 35A đường Eichelkampstr. Hannover; nhưng tượng Phật thì chưa có; nên nhân cơ hội về Nhật lần nầy, tôi mong thỉnh được tượng Phật Việt Nam mà Chi Bộ đang gởi tại chùa Joenji (Thường Viên Tự) về Đức luôn một thể. Trước khi đi, tôi đã liên lạc với Hòa Thượng Thích Minh Tâm (Pháp), Hòa Thượng Chơn Thành, Hòa Thượng Minh Tuyền (Nhật) để xin phép quý Ngài được thực hiện việc nầy và quý Thầy đã đồng ý. Xuất xứ tượng nầy như sau:

Năm 1966 là năm mà Phân Bộ Phật Giáo Việt Nam Hải Ngoại được thành lập tại Pháp, do văn thư của Giáo Hội Phật Giáo Việt Nam Thống Nhất trong nước ký, công cử Thiền Sư Thích Nhất Hạnh (Pháp) đảm đương Phân Bộ nầy. Năm 1967, 1968 về sau các nước có Chư Tăng Ni Việt Nam đang du học và sinh sống tại đó, đều được thành lập các Chi Bộ; trong đó có Ấn Độ, Nhật Bản, Lào, Thái v.v... Cố Hòa Thượng Thích Thiện Hoa lúc ấy làm Viện Trưởng Viện Hóa Đạo Giáo Hội Phật Giáo Việt Nam Thống Nhất tại quê nhà đã cùng với Cố Hòa Thượng Thích Thiện Minh là Tổng Thư Ký, Cố Hòa Thượng Thích Huyền Quang, Cố Hòa Thượng Thích Trí Thủ, Cố Hòa Thượng Thích Thiện Hòa v.v... các Ngài mong mỏi tại hải ngoại nên thành lập 3 ngôi Chùa để đại diện cho Phật Giáo Việt Nam; nên đã gởi 3 tượng Phật (có xuất xứ từ Giác Hải) sang Ấn Độ, Nhật Bản và Pháp. Mỗi tượng độ cao chừng 60 cm kể cả tòa sen. Nhưng đây là 3 tôn tượng lịch sử của Giáo Hội Phật Giáo Việt Nam Thống Nhất vậy.

Một tượng ngày nay Thầy Huyền Diệu đang thờ tại chùa Việt Nam Phật Quốc Tự ở Bồ Đề Đạo Tràng Ấn Độ; một tượng khác gởi qua Pháp cho Thiền Sư Thích Nhất Hạnh; nhưng năm 1974 khi Cố Hòa Thượng Thích Minh Tâm thành lập Niệm Phật Đường Khánh Anh tại Acceuil Paris, thì Ngài mang tượng ấy về đó thờ, đến năm 1977 mua được cơ sở mới tại số 14 Avenue Henri Barbusse, thì tượng nầy cũng được cung thỉnh về đây. Nay (2015) Chùa Khánh Anh mới tại Evry khánh thành sau 20 năm xây dựng, chắc rằng Thầy Quảng Đạo sẽ cung thỉnh tôn tượng lịch sử ấy về Evry để tiếp tục phụng thờ. Tôn tượng thứ 3 tôi cung thỉnh từ chùa Joenji sang Đức bằng đường hàng không vào đầu năm 1981. Chuyến đi ấy có cả cô Thị Vân Hồ Thị Kiều, do Bác sĩ Thị Minh Văn Công Trâm bảo lãnh sang Đức và sau nầy thành vị hôn thê của Bác sĩ trong thời gian trên 25 năm, sau đó hai người cũng chia tay và phần ai nấy sống. Quả thật, cuộc đời có nhiều đổi thay như vậy thì làm sao chúng ta có thể nói được rằng mọi vật, mọi việc là chắc thật được, khi nhìn như vậy. Với tôi bao giờ hai chữ "nhân duyên" vẫn là căn bản nhất để làm đề tài cho mọi câu chuyện trong khi còn sống, hay ngay cả sau nầy tôi có sinh về một thế giới nào khác đi nữa thì cũng chỉ vì "nhân duyên" mà thôi. Năm ấy Yamada người bạn học cũ của tôi thời học chung Phân Khoa Giáo Dục tại Đại Học Teikyo giúp việc chuyên chở ra phi trường Haneda và chuyến đi chung với chúng tôi cũng như cô Hồ Thị Kiều về Frankfurt rồi Hannover. Tượng về cùng lúc và sau đó chúng tôi thỉnh Ngài đến đường Eichelkampstr. để ngự nơi chánh điện tạm. Đến năm 1991 khi lễ khánh thành Chùa Viên Giác mới tại đường Karlsruher Str. 6 Hannover, thì Ngài đã được thỉnh sang đây và mãi cho đến bây giờ, tôn tượng lịch sử nầy vẫn được tôn trí một nơi trang nghiêm nhất tại Chánh điện Chùa Viên Giác nầy. Âu đó cũng là một nhân duyên thôi. Nếu thời điểm ấy mà Hòa Thượng

Thích Minh Tuyền ở Nhật muốn xây dựng chùa Việt Nam, thì tôi cũng đã không có duyên để đón được tôn tượng Thích Ca nầy sang Đức. Chỉ 20 năm sau đó Hòa Thượng Thích Minh Tuyền mới bắt đầu xây chùa Việt Nam tại tỉnh Kanagawa gần Tokyo; nhưng việc cũ thì đã qua rồi.

Khi Đại Đức Thích Bảo Lạc đến Úc vào đầu năm 1981, tôi không có mặt; nhưng báo chí địa phương đã tường thuật rõ về những sự kiện nầy. Bây giờ sau 35 năm, xem lại những hình ảnh lúc ban đầu ấy, mà xem ra như mới ngày nào đây, vẫn in đậm những nụ cười và niềm tin yêu nơi quý Phật tử muốn gởi gắm nơi Thầy ấy. Nay thì Bà Cụ Lý, Cụ Phân v.v… đã theo Phật về Tây; nhưng Hòa Thượng Bảo Lạc và ngôi Chùa Pháp Bảo vẫn còn trụ vững tại Sydney, cho đến mãi bao giờ khi nhân duyên lại chi phối nữa. Khi nghe được tin Thầy đến Úc, tôi rất vui, vì thế sau nầy hầu như mỗi năm tôi đều đến Úc một lần, có khi đến hai lần; nhưng nhiều năm cũng không có chuyến nào. Tôi định viết một bài với nhan đề là "Hơn một triệu cây số đường bay" cho quý độc giả đọc; nhưng nay đọc tác phẩm nầy rồi, chắc quý vị khỏi cần tìm đọc bài ấy nữa. Nguyên là từ Âu Châu sang Sydney mỗi lần đi về là 34.000 cây số. Nếu đem cây số nầy nhân cho trung bình 36 lần bay của 36 năm thì ta có kết quả là: 34.000 x 36 = 1.224.000 km. Nếu làm một chuyến bay thẳng, thì tôi không biết là tôi đã bay đến ngôi sao nào rồi? hoặc giả đã đến được một Thái Dương hệ nào khác chăng? Đi như vậy mà không dừng mới lạ. Do vậy nhiều người đề nghị tôi là nên lập chùa ở Úc. Thế nhưng tôi trả lời là "không". Có lẽ xứ Úc giúp tôi thăng hoa cuộc sống tâm linh khi nhập thất hay viếng thăm và nơi ấy tôi đã thích những chuyến đi mạo hiểm, thăm cho biết những gì cần biết như chuyến đi quanh nước Úc của năm 2009 của Hòa Thượng Bảo Lạc, tôi, Hạnh Bổn và Chúc Đạm là tôi đã mãn nguyện lắm rồi.

Sau năm nhập thất tại Sydney vào 2007 tôi đề nghị với Hòa Thượng Bảo Lạc là chúng ta nên đi một vòng quanh nước Úc để thăm viếng trong vòng 3 tuần lễ. Đi đến nơi nào đó, chúng ta thuê xe, Hạnh Bổn và Chúc Đạm thay nhau lái. Khi nào muốn đi nơi khác thì trả lại xe, lên xe Bus hay máy bay hoặc xe lửa để tiếp tục cuộc hành trình. Cô Hương và anh Tiến cung cấp cho Hòa Thượng Bảo Lạc và tôi hai vé đi du lịch quanh nước Úc như vậy. Từ Sydney đến Adelaide đi bằng máy bay và từ Adelaide đến Perth chúng tôi dự định đi bằng xe lửa hay xe hơi; nhưng đoạn đường dài mấy ngàn cây số ấy quá hiểm trở, vả lại tốn nhiều thời gian cũng như tiền bạc hơn; nên chúng tôi đã chọn phương tiện di chuyển bằng máy bay để đến Perth. Tại đó đi thuê nhà nghỉ và xe hơi để đi thăm viếng các nơi cần tham quan. Những buổi dã ngoạn như thế thật vui. Đây cũng là cơ hội để Hòa Thượng Bảo Lạc làm được nhiều bài thơ. Còn tôi có nhiều thì giờ để học thuộc lòng những bài thơ nào muốn học, trong đó có bài "Bao giờ nhỉ tôi về thăm xứ Quảng" của nhà thơ Trần Trung Đạo mà tôi rất đắc ý.

Từ Perth chúng tôi lấy xe Bus công cộng đi đến Broome, rồi từ Broome đến Darwin. Từ Darwin lấy xe hơi đi Alice Spring (Uluru), rồi trở lại Townville bằng xe Bus và cuối cùng là Brisbane và Sydney. Chuyến đi kéo dài trong vòng 4 tuần lễ như thế, thật là thú vị. Tôi chắc rằng rất nhiều Thầy và người Việt Nam sanh sống lâu năm tại Úc; nhưng ít có người nào chịu làm một chuyến đi thám hiểm như vậy. Bởi vì trong chuyến đi ấy có nhiều cái khó như: Thời gian, tiền bạc, sức khỏe, ngôn ngữ, giờ giấc v.v… những thứ nầy nó sẽ chi phối chúng ta không ít; nhưng 4 người của chúng tôi đã quyết định lập chương trình; nên đã lên đường và đã đi vòng quanh nước Úc cả mấy ngàn cây số, sau khi về lại Sydney, ai cũng trầm trồ. Nếu tôi nhớ không lầm, chúng tôi đã ngồi xe Bus đi từ

Perth đến Broome là 27 tiếng đồng hồ, cả đi và nghỉ. Ông tài xế xe Bus kiêm luôn nhiệm vụ của người đưa thư. Vì miền Tây nước Úc dân cư sống rất thưa thớt, đa phần là thổ dân và mật độ nhà cửa tại đây rất thấp, cả mấy chục cây số mới thấy một căn nhà. Đâu đó người ta chỉ thấy những đàn cừu, bò, ngựa và thỉnh thoảng thấy những chú Kangoroo đưa mắt ngó láo liên khi ánh đèn xe Bus dọi đến vào ban đêm. Có những trạm dừng thấy toàn là thổ dân, ban đầu chúng tôi thấy lạc lõng. Tuy nhiên sau đó cũng định thần, vì trong họ có nhiều người nói được tiếng Anh và họ rất thân thiện. Chúng tôi đến Broome thuê nhà trọ để nghỉ ngơi và thuê xe đi thăm viếng những nơi cần đến; trong đó có nghĩa trang của những người Hoa và người Nhật được chôn cất tại đây. Những người nầy đến đây để tìm vàng từ đầu thế kỷ thứ 20 và họ đã qua đời trên xứ Úc. Thỉnh thoảng chúng tôi trông thấy những tấm bia có khắc rằng: "Vô Duyên Phật". Không biết tại sao? Có lẽ người chết không có tên họ? Không có pháp danh? Hay do một trận càn quét của bão lớn, của trận động đất hay sụp hầm nào đó, khiến cho những người nầy bị chết và nay không có thân nhân từ Trung Hoa hay Nhật Bản qua đây nhận diện để mang hài cốt về lại quê cha đất tổ; nên gọi là "Vô Duyên Phật".

Với tôi, chuyến đi vòng quanh nước Úc năm đó thật đáng nhớ cho cả một đời người, nhất là lúc đến vùng Alice Spring nơi Thánh địa Uluru của Thổ Dân tại đây. Từ Darwin có một con đường tráng nhựa rất lớn, chạy xuyên qua Alice Spring và đường nầy kéo dài mãi đến tận Adelaide. Nếu kể chiều dài của con đường, chắc cũng không dưới 3.000 cây số. Chúng tôi thuê xe hơi và lái đi từ Darwin đến Alice Spring và đổi hướng sang Thánh địa Uluru. Đoạn đường nầy xa lắm, cả hàng ngàn cây số như vậy, nhưng lâu lắm chúng tôi mới gặp một chiếc xe hơi chạy ngược chiều hoặc giả có người muốn chạy nhanh hơn thì qua mặt. Hai bên đường đi toàn là đất cát, cây cỏ thuộc loại sa mạc, mọc lên rất hoang sơ, hầu như không có khả năng phủ lên mặt đất. Có lẽ nước bị thiếu trong những vùng sa mạc to lớn rộng khắp của nơi nầy. Hầu như không có cây nào cao hơn một mét. Do vậy mà tầm nhìn có thể quan sát xa hơn, so với những vùng đồng bằng khác. Tôi thích thú với những khám phá như vậy. Ở đó thiên nhiên và con người là một; nơi ấy không có thị phi, nhơn ngã, bỉ thử v.v... mà chỉ có một sự hòa hợp tương ưng như trong cái nầy lại có cái kia và trong cái kia có tồn tại của cái nầy.

Trước khi đến Thánh địa Uluru của Thổ Dân người da đỏ tại đây, tôi đã đọc cái bảng hướng dẫn rồi và tài liệu có ghi là: "Không nên leo lên núi nầy. Vì núi nầy là Thánh Địa của Thổ Dân tại đây. Có nhiều người đã leo lên núi; nhưng nhiều người không trở về". Tuy nhiên vẫn có nhiều người cố tình leo lên trên núi ấy (sẽ viết kỹ ở chương sau về núi thần nầy) dưới ánh nắng mùa hè 40 độ C của xứ Úc, thật là hãi hùng. Tôi không tha thiết mấy với cách leo núi như thế; nên đã chọn giải pháp là đi vòng quanh núi. Ban đầu thấy núi nhỏ và vòng đai chắc không lớn lắm, nên tôi đã một mình, lấy tay che nắng và quyết đi cho biết vòng quanh của núi nầy. Đây cũng là một chuyến đi lịch sử của riêng tôi quanh hòn núi nầy và ngay cả những người Việt Nam hiện đang sống tại Úc, không biết có ai đã làm công việc mạo hiểm như thế chưa? Càng đi tôi càng niệm Phật, vì thấy độ xa của điểm đến càng xa hơn, so với tôi nghĩ. Từ đây ta cũng có thể có một kết luận riêng cho mỗi người là: "Nhiều khi ta nghĩ vậy; nhưng kết quả không là vậy". Có lẽ do ta tính sai; hoặc giả quá chủ quan, nên mới ra nông nỗi ấy. Tôi cứ cắm đầu mà đi dưới ánh nắng gay gắt của mặt trời và tự trách thầm mình rằng: "Tại sao lại dại thế! Ta đi như thế nầy để làm gì? Lỡ ra có ai đó xuất hiện uy hiếp, thì làm sao đối phó với hoàn cảnh nầy đây". Cuối cùng rồi tôi cũng về lại đích, sau 3 tiếng đồng hồ quanh núi Uluru như vậy. Không biết đây có phải là một thành tích, một sự chiến thắng, hay gì đi nữa thì tôi chẳng quan tâm; nhưng với tôi, đã làm được một việc để đời, mà chắc khó có lần thứ hai để thực hiện một lần nữa chuyến đi mạo hiểm như thế.

Những chuyến đi như vậy mang đến cho tôi những niềm an lạc. Chuyến đi năm đó cũng giống như chuyến đi Ai Cập tại Bắc Phi năm nào đã ghi sâu vào lòng mình những kỷ niệm thật khó quên. Từ đó tôi có cái nhìn về đời về đạo bao giờ cũng luôn với nhãn quan là: "Như thị". Hãy như thế và hãy như nó là, để tâm ta không còn lo âu, sầu muộn, thở than hay quá vui khi một sự kiện gì xảy ra với mình. Mình không đến, không đi thì cuộc đời nầy nó không trống vắng, mà dẫu cho có sự hiện hữu của mình đi chăng nữa thì ta đã chẳng là gì cả trong vũ trụ bao la nầy, hay trong 3.000 thế giới lớn nhỏ kia, mà hãy cứ an nhiên tự tại trên mọi cuộc hành trình, để rồi một ngày nào đó ta không còn có mặt trên cuộc đời nầy nữa thì quả đất vẫn xoay, mặt trời vẫn mọc lên ở phương Đông và lặn ở phương Tây; con người vẫn đi hai chân trên mặt đất và đứng vững với mọi nghịch cảnh đổi thay. Nếu ta nghĩ chỉ đơn giản có thế, thì không có gì để thắc mắc cho sự tồn tại hay mất mát của con người trên quả địa cầu nầy. Tôi cũng mong rằng: Mình sẽ thanh thản ngay từ bây giờ để chấp nhận những việc như vậy. Đi và đến, đến và đi, không biết bao nhiêu lần như vậy và tôi cũng đã cố giữ tâm mình thật là bình thản khi lòng người và vạn vật có sự đổi thay như mùa xuân thì cây cỏ tốt tươi, mùa thu lá vàng rơi rụng. Tôi, dĩ nhiên cũng phải trải qua những trải nghiệm của tâm linh như thế, nhưng cố gắng làm chủ mình, không cho sự đổi thay ấy làm cho mình phải bị chi phối, mà ngược lại ta phải làm chủ hơi thở, làm chủ sự sống, sự chết.

Có như thế, khi ta không còn hiện hữu ở cõi đời nầy nữa, thì người đời sau sẽ nói rằng: "Có một con người tự tại như thế sao?". Ngần ấy đã đủ cho một kiếp nhân sinh ngắn ngủi sáu, bảy chục năm rồi.

Nhân duyên với nước Úc còn rất nhiều, tôi sẽ tiếp tục kể trong những chương sau. Đây cũng có thể là một tài liệu tương đối, để cho ai đó, nếu sau nầy có nghiên cứu về lịch sử cũng như sự phát triển của Phật Giáo Việt Nam tại xứ Úc, có tư liệu mà tham khảo. Dĩ nhiên quyển sách nầy nó không là la bàn hướng dẫn hướng đi cho người khác, mà nó chính là những hình ảnh, tài liệu để bổ sung cho những ai cần tham cứu đến những giờ phút ban đầu của người Việt xa xứ đến định cư tại một xứ sở xa xăm như thế nầy, trong khi văn hóa, ngôn ngữ, phong tục, tập quán v.v… lại chẳng giống mình. Như vậy hai chữ "nhân duyên" vẫn là một tiêu đề thích hợp để chúng ta luận bàn đó đây trong quyển sách nầy.

Chương nầy tôi chấm dứt với hai câu thơ mà ai đó đã tặng cho tôi nhân lễ sinh nhật lục tuần như sau:

"Đất khách muôn trùng sao nhỏ hẹp

Quê nhà một góc nhớ mênh mông".

NHỮNG NGÔI CHÙA VIỆT NAM ĐẦU TIÊN TRÊN XỨ ÚC

Thượng Tọa Thích Nguyên Tạng hiện đang Trụ trì Tu Viện Quảng Đức tại Melbourne, Úc Châu, một thành phố mỗi ngày có 4 mùa, như nhiều lần tôi đã viết. Thầy cũng là người chủ của trang nhà quangduc.com mà nhiều độc giả đã biết đến. Trang nhà nầy sau nhiều lần cải đổi trong nhiều năm, có nhiều bài vở, tin tức về Phật Giáo rất phong phú. Cho đến năm 2015 nầy con số người vào đây viếng thăm, không dưới 5 triệu lần. Trong những lần như thế, những người ghé vào trang nhà quangduc.com cũng đã thấy được tâm huyết của người chủ trương rồi. Đặc biệt là những bài viết và sách dịch của Thầy, trong đó đa phần là sách tiếng Anh được dịch sang tiếng Việt. Trong những tác phẩm và dịch phẩm ấy có 2 quyển đáng quan tâm, vì liên hệ đến đề tài của tôi viết. Đó là: "Phật Giáo tại Úc Châu" và Phật Giáo Thế Giới. Quyển "Phật Giáo Úc Châu" tôi đọc rất kỹ, vì có lời giới thiệu tác phẩm nầy đến quý độc giả xa gần; nhưng tác giả người Úc đó chỉ nói sơ lược về Phật Giáo Việt Nam tại Úc Châu vào đầu thập niên 80, trong đó có sự hiện diện của Hòa Thượng Thích

Huyền Tôn và Hòa Thượng Thích Tắc Phước (Phước Huệ); chứ không để cập đến ngôi chùa nào đầu tiên được thành lập tại xứ Úc cả.

Tôi không phải là người đi làm lịch sử; nhưng muốn cho có được những chứng cứ rõ ràng, để về sau nầy có thể 100 năm hay hơn thế nữa, có người đi tìm đến cội nguồn của Phật Giáo Việt Nam, thì đây là một phần nhỏ, có thể góp vào sự nghiên cứu của người đi sau vậy. Như chương trước tôi có trình bày về nhân duyên của tôi với xứ Úc, trong đó có để cập đến ngôi nhà không tên số 1 tại đường Ridwell ở Lakemba thuộc thành phố Sydney, là ngôi chùa hay nói đúng hơn là Niệm Phật Đường do Hội Phật Giáo Việt Nam tại New South Wales lập nên đầu tiên tại xứ Úc vào cuối năm 1980 và đầu năm 1981 khi Đại Đức Thích Bảo Lạc được Hội Phật Giáo New SouthWales bảo lãnh sang Úc để lãnh đạo tinh thần cho cộng đồng Phật Tử tại đây Đại Đức đã đặt tên cho nơi đây là Pháp Bảo. Ban đầu theo tôi nghĩ chữ Pháp Bảo ấy, trong đó có mang ý nghĩa là Bảo (Lạc) mang (giáo) Pháp của Đức Phật đến xứ nầy chăng? Nhưng tự dưng sau nầy khi tìm hiểu ra thì đây là Pháp Tự của Tổ Sư Minh Hải, vốn là vị Tổ khai sơn dòng phái Lâm Tế Chúc Thánh tại Hội An Quảng Nam với Pháp danh là Minh Hải từ cuối thế kỷ thứ 17 thuộc đời thứ 34 của Thiền Lâm Tế kể từ Ngài Lâm Tế Nghĩa Huyền lập Tông tại Trung Hoa. Như vậy trong sự vô tình; nhưng ý nghĩa lại vô cùng cao quý. Từ đó chùa Pháp Bảo hoạt động vô cùng thuận lợi cho đến ngày hôm nay, mà tôi luôn quan hoài đến.

Tôi viết về Pháp Bảo lúc ban đầu thôi. Tuy nhiên nếu không để cập đến những sự kiện về sau nầy thì sẽ thiếu trình tự. Do vậy, nếu phần sau nầy thiếu sót thì xin Hòa Thượng Bảo Lạc và các đệ tử của Ngài bổ túc hộ.

Vào mùa Đông năm 1980 của xứ Đức cũng là mùa hè của xứ Úc. Năm đó nghe đâu ở Đức lạnh lắm; nhưng tôi được cái may mắn là sang được Úc để tiếp tục thực hiện lời hứa của mình với đồng bào Phật Tử Việt Nam đang sinh sống tại Sydney, Brisbane và Adelaide; nên tôi đã đến và từ đó cũng đã ra đi. Đi mãi cho đến tận bây giờ, vẫn chưa có giờ để dừng nghỉ; nhưng rồi chắc chắn cũng sẽ có một ngày như thế, dẫu cho có mong đợi hay không đợi chờ, nó cũng sẽ đến và lúc đó ta sẵn sàng chấp nhận, thì mọi việc sẽ thuận duyên hơn. Sau khi Hội Phật Giáo Việt Nam New South Wales đã thuê được một căn nhà trong vùng dân cư tại Lakemba thì tôi về đó ở mấy ngày vào giữa năm 1980, trước khi lên đường sang Nhật để gặp Thầy Thích Bảo Lạc. Tôi không nhớ rõ là tiền thuê nhà mỗi tháng bao nhiêu; nhưng cả 2 hay 3 năm sau Niệm Phật Đường vẫn trả đều đặn hằng tháng cho chủ nhà. Thuở ấy đồng tiền Úc lớn lắm, lớn hơn cả đô la Mỹ, chỉ nhỏ hơn tiền Anh mà thôi. Chiều dài của căn nhà độ 20 mét, chiều ngang độ 10 mét; trong đó có nhiều phòng. Tôi chọn phòng xoay mặt ra đường Ridwell làm chánh điện và chỉ có mấy anh tay ngang làm một cái bàn thờ có 3 bậc. Trên cùng cao nhất để tôn tượng Quan Thế Âm mà tôi và anh Phước đã thỉnh được tại siêu thị trước đó chừng một tháng. Bậc thứ 2 để chân đèn, hoa quả và bó nhang; bậc thứ 3 để chuông mõ, kinh kệ. Chiều cao chừng 1 mét 20 phân; chiều ngang độ một mét rưỡi. Phòng nầy chứa độ 30 người là tối đa. Phía bên trong có một vài phòng ngủ và phòng khách. Phía sau cùng có bếp núc, nhà vệ sinh, phòng tắm. Cuối nhà là một mảnh vườn khô cằn nhiều sỏi đá. Ở đó có một cây bạch đàn rất lớn, nhiều lá và tỏa rộng khắp cả sân sau. Không biết bây giờ ngôi nhà nầy và cây bạch đàn ấy có còn không, sau hơn 35 năm chúng tôi chưa có ngày trở lại thăm viếng nơi nầy; nhưng nếu mùa Hè năm đó (1980) mà không nhờ bóng cây bạch đàn trong Niệm Phật Đường nầy thì tôi đã ngất xỉu rồi.

Ở trong nhà quá nóng, mà chùa thì mới thuê, không có quạt máy, dĩ nhiên là không có máy lạnh rồi. Vì nhà làm bằng gỗ, nếu có cho máy lạnh chạy, hơi lạnh cũng sẽ bay ra ngoài. Tôi nảy ra một sáng kiến là múc nước tưới lên cây bạch đàn; một mặt giúp cây được sống và mặt khác, khi trời nóng trên 40 độ C, tôi lại ra sân, nấp vào dưới gốc và bóng cây để đỡ bị cái nắng của xứ Nam phương nầy đốt cháy da thịt mình.

Tôi đã làm một công việc mà trong vô thức đã sai khiến như vậy để bảo vệ cho cái thân của mình; nhưng sau nầy đọc những câu chuyện đạo, tôi thấy Đức Phật ngày xưa cũng đã dạy cho Đệ Tử của Ngài những điều thiết thực như vậy. Ngài bảo rằng: "Để đền ơn đáp nghĩa cho những bóng cây che mát cho chúng ta, khi chúng ta bị cái nắng hè oi ả thiêu đốt, thì các ngươi nên mang nước đến tưới vào gốc cây ấy, để tỏ vẻ biết ơn với muôn loài". Rõ ràng là một bậc Đại Giác như Đức Thế Tôn mà còn quan tâm đến không những loài người, mà muôn vật, cây cỏ hoa lá cũng được nhờ. Lời dạy nầy chúng ta nên luôn ghi nhớ.

Sau khi Thầy Bảo Lạc đến Úc rồi, Phật tử tại Sydney rất vui mừng, vì có một vị Thầy có học thức, vừa tốt nghiệp Đại Học từ xứ sở văn minh Nhật Bản; nên mọi việc đều tiến hành một cách tốt đẹp. Mỗi cuối tuần Thầy giảng pháp, dạy Thiền, dạy chuông mõ v.v... sinh hoạt cứ thế càng ngày càng phong phú ở nhiều thể dạng khác nhau. Xe cộ càng ngày càng nhiều, ra vào Niệm Phật Đường không ngớt và tiếng reo hò của đoàn sinh Gia Đình Phật Tử vào những ngày cuối tuần đã khiến cho cư dân lân cận than phiền. Dĩ nhiên, chúng ta phải hiểu rằng: Đây không phải là vấn đề kỳ thị Tôn Giáo, mà là vấn đề ý thức cá nhân của từng cá thể vậy. Người Việt chúng ta tương đối nhỏ con so với người Tây Phương; nhưng tiếng nói thì lớn hơn họ nhiều và cái tật đặc biệt của người Việt là chào từ giã ra về không biết bao nhiêu lần mà chưa chịu về. Họ không ở trong nhà để từ giã, mà ra trước cửa nhà cứ đứng đó, kẻ nói ra, người vọng vào, cửa nhà không chịu đóng và nói liên tục không ngừng nghỉ; nên hàng xóm than phiền cũng phải thôi.

Đầu năm 1980 có hai vị Hòa Thượng lần đầu tiên được Sở Di Trú Úc xét đơn tỵ nạn và cho sang định cư tại Melbourne, sau khi các Ngài đã ở trại tỵ nạn Hồng Kông một thời gian. Ban đầu khi mới đến Úc, các Ngài cũng khá vất vả, vì phải bắt đầu lại từ con số không như bao nhiêu người Việt tỵ nạn khác vậy. Dần dà rồi Niệm Phật Đường Quang Minh tại vùng Sunshine ở Melbourne cũng được thành lập. Hình như ban đầu nhị vị Hòa Thượng đã ở chung tại đó; nhưng sau đó Hòa Thượng Tắc Phước có Phật tử Việt Nam tại Sydney thỉnh Ngài lên thuyết pháp và vào cuối năm 1981 tại vùng Fairfield có một đạo tràng mang tên Phước Huệ được hình thành ở một tư gia của một Phật tử, vốn là Đệ tử thân tín của Ngài, đã có liên hệ với Hòa Thượng Thích Tắc Phước từ khi còn ở Việt Nam. Tôi có ghé thăm ngôi Phật Đường nầy vào cuối năm 1981 và cũng đã gặp Hòa Thượng Tắc Phước lần đầu tiên tại xứ Úc. Như vậy có thể nói rằng: Ngôi chùa Việt Nam được thành lập tại xứ Úc đầu tiên là ngôi chùa Pháp Bảo, kế tiếp là chùa Quang Minh và thứ ba là chùa Phước Huệ. Dĩ nhiên là sau đó còn nhiều ngôi chùa khác được thành lập nữa như: Chùa Pháp Hoa tại Adelaide, chùa Vạn Hạnh tại thủ đô Canberra, chùa Phật Đà tại Brisbane v.v… nhưng tôi chỉ xin đề cập đến một số chùa có mặt lúc ban đầu tại xứ Úc nầy mà thôi.

Khi Hòa Thượng Thích Tắc Phước -Phước Huệ sau nầy- từ Melbourne dọn lên Sydney để sinh hoạt Phật sự thì Phật tử tại vùng Lakemba và Fairfield đã có thêm nhiều khởi sắc và đồng thời cũng đã sản sinh ra việc Thầy anh, Thầy tôi, chùa chị, chùa em v.v… từ đó có sự to nhỏ khác nhau. Đây là vấn đề tâm lý học và tâm lý của quần chúng Việt Nam. Thiết nghĩ rằng: Tôi không nên đi sâu vào phạm vi nầy.

Từ năm 1981 đến 1984 Thầy Bảo Lạc vẫn sinh hoạt đều đặn với các Phật tử tại Lakemha và các vùng phụ cận. Như trên đã trình bày là: Càng ngày số người đến càng đông; nên hàng xóm rất phiền hà, nhất là vào những ngày nghỉ lễ họ cần sự yên tĩnh, mà con cái Việt Nam mình thì nô đùa, cười giỡn lớn tiếng; nên sau bao nhiêu lần họ đề nghị mình như thế nầy hay thế nọ, rốt cuộc mình không giải quyết được gì cả; nên hàng xóm đã gởi đơn thưa kiện chùa, vì vấn đề ồn ào những ngày cuối tuần. Thế là thuở ấy biện pháp của thành phố Canterleway là giới hạn số người tham dự lễ; nhưng như vậy cũng không giải quyết được vấn đề. Rõ ràng là cái gì "cùng thì tắc biến, biến tắc thông, thông tắc cửu" như Kinh Dịch nói, cũng sẽ không sai chút nào. Điều ấy có nghĩa là: Cái gì đến đường cùng thì nó sẽ thay đổi. Khi thay đổi, sẽ thông suốt và khi thông suốt rồi, việc ấy sẽ được lâu dài. Cứ thế và cứ thế, sự việc sẽ được lặp đi lặp lại trong nhiều lần của một chu kỳ trong vòng sanh hóa bất tận. Chùa bị chính quyền cắm bảng cấm sinh hoạt.

Thuở đó vùng Edensor và Smithfield chính phủ đang quy hoạch khu Tôn Giáo và thương mại. Có những khoảng đất trống chính phủ chỉ bán tượng trưng 1 đô la danh dự mỗi năm và đất ấy có giá trị trong vòng 60 năm thì phải gia hạn lại. Ngày xưa nơi nầy là hoang địa, đường sá chưa có và toàn là rừng cây bạc hà ngút ngàn, tỏa ra những mùi thơm ngát, khi có những cơn gió thoảng qua. Thuở ấy cũng có nhiều người Việt Nam đang làm trong chính phủ Úc biết được dự án như vậy; nên mới đề nghị với Ban Trị Sự Hội Phật Giáo Việt Nam tại New South Wales cùng Hòa Thượng Thích Bảo Lạc là nên xin một trong những mảnh đất nầy để xây chùa. Nghe thật là có lý, vì Niệm Phật Đường Pháp Bảo ở vùng Lakemba đang có vấn đề và đang phải đương đầu trong việc kiện tụng của hàng xóm, vì tiếng ồn của xe cộ, trẻ con, chuông mõ, số người vô ra chùa vào cuối tuần, khiến cho hàng xóm phải đệ đơn lên chính quyền; thật ra đấy không phải là vấn đề kỳ thị Tôn Giáo. Vì lẽ nước Úc là một nước di dân và tự do ở mọi mặt, trong đó có tự do Tôn Giáo.

Khi đơn xin đất để lập chùa của chùa Pháp Bảo được đưa lên chính quyền thì đồng thời chúng ta cũng được biết là chùa Phước Huệ cũng đưa đơn lên xin cùng miếng đất 5.000 mét vuông ở vùng Smithfield nầy. Vào thời điểm cuối năm 1983, 1984 là những năm thật là căng thẳng. Tôi chẳng biết nên giải quyết làm sao; nên đã có lần đề nghị với Hòa Thượng Bảo Lạc và Ban Trị Sự Hội Phật Giáo Việt Nam tại New South Wales là chúng ta nên chọn một trong hai cách. Nghĩa là nhường hẳn mảnh đất ấy cho chùa Phước Huệ, vì dẫu sao đi nữa Ngài Phước Huệ lớn hơn mình, nếu Ngài đã có ý đệ đơn xin miếng đất ấy. Giải pháp thứ hai là trong 5.000 mét vuông đó chúng ta chia ra làm hai mỗi bên một nửa. Một bên làm chùa Pháp Bảo và một bên làm chùa Phước Huệ. Sau khi đem hai giải pháp ấy bàn cãi thì không đi đến được giải pháp nào cả. Vì nếu chấp nhận giải pháp một thì Hội Phật Giáo Việt Nam tại New South Wales thua thiệt nhiều quá, vả lại Niệm Phật Đường Pháp Bảo đang bị hàng xóm vùng Lakemba thưa kiện vì chuyện ồn ào, chứ Niệm Phật Đường Phước Huệ thì chưa xảy ra việc ấy. Còn giải pháp thứ hai xem ra cũng hơi kỳ. Vì lẽ sát bên vách mà có cả hai ngôi chùa thì Phật tử biết đi chùa nào và không đi chùa nào. Cuối cùng tôi lại về Đức và việc còn lại do Hòa Thượng Bảo Lạc cũng như Phật tử trong Ban Hộ Trì Niệm Phật Đường Pháp Bảo quyết định.

Tôi không biết là việc ấy tự nó giải quyết thành tựu hay do những đầu óc trí tuệ của chính quyền Úc làm việc trong Sở Di Trú và Sở Điền Địa lúc bấy giờ định đoạt và cuối cùng đã trở nên dễ thở và chẳng có chùa nào làm mích lòng chùa nào cả. Sau đó, qua lời kể của Hòa Thượng Bảo Lạc, chùa Pháp Bảo mới là chùa của Sydney; còn Phước Huệ là chùa của Tổng Hội Phật Giáo Việt Nam thuộc liên bang nên không được ưu tiên. Giải pháp quá tuyệt. Có lẽ nhân viên chính quyền Úc họ cũng đã đau đầu về vấn đề nầy. Vì lẽ chỉ có một miếng đất 5.000 mét vuông mà có cả 2 chùa xin thì phải giải quyết ra sao đây. Cuối cùng Hội Phật Giáo Việt Nam tại New South Wales nhận được đất trong vòng 60 năm, mỗi năm đóng 1 đô la Úc danh dự cho việc nầy. Riêng Phước Huệ không bị tranh chấp, thưa gởi: Vả lại Niệm Phật Đường Phước Huệ thuộc diện liên bang không phải vùng Lakemba, đang bị thưa kiện. Cho nên Bộ Gia Cư chấp nhận đơn xin cấp đất của Hội Phật Giáo Việt Nam tại New South Wales để tạo lập nên chùa Pháp Bảo.

Được văn thư nầy, mọi người trong Hội, từ Thầy cho đến trò chuẩn bị hành trang lên đường di dời về vùng Smithfield và dĩ nhiên là không thiếu việc chuẩn bị đồ án cũng như chia sự xây dựng ra làm nhiều giai đoạn khác nhau. Đầu tiên là chánh điện chùa Pháp Bảo được đặt đá xây cất vào ngày 13 tháng 5 năm 1984 và lễ khánh thành vào dịp lễ Phật Đản năm sau (1985). Lúc ấy tôi có dẫn một phái đoàn gần 40 người từ Đức sang thăm Úc và phái đoàn đã phát tâm cúng dường hai lầu chuông trống Bát Nhã cho chùa Pháp Bảo mới xây thuở ấy. Đợt hai xây dựng nhà đa dụng và đợt ba là Thiền Đường Pháp Bảo, với tổng kinh phí chắc không dưới 3 triệu đô la Úc, mà lúc ban đầu Hòa Thượng Bảo Lạc cũng như Hội Phật Giáo Việt Nam tại New South Wales chắc rằng không bao giờ nghĩ đến có thể làm được như vậy.

Lúc ấy nếu Hòa Thượng Bảo Lạc thuận xin cả 10.000 mét vuông một lúc, có lẽ họ cũng sẽ chuẩn y; nhưng Hòa Thượng sợ chùa to lớn quá làm sao lo cho xuể; nên 5.000 mét vuông đất còn lại ấy chính phủ đã cấp cho Cộng đồng người Việt tỵ nạn tại New South Wales và người Việt đã xây một Trung tâm Sinh hoạt Cộng đồng rất kiên cố, bề thế tại mảnh đất nầy ngay phía sau chùa Pháp Bảo. Trung tâm Sinh hoạt Cộng đồng nầy được kiến trúc theo lối Á Đông, có mái ngói uốn cong và có tiền đường, hậu sảnh, khiến cho nhiều người khi mới gặp lần đầu và nhất là lúc ở xa, tưởng đó là mái ngói của chùa Pháp Bảo.

Sau nầy chùa Pháp Bảo tại Sydney phát triển rộng rãi hơn, không những chỉ chùa nầy, mà còn có cả Tu Viện Đa Bảo ở Campbelltown và sau nầy di dời qua vùng Blue Mountains; rồi Thiền Lâm Pháp Bảo v.v... Tăng Ni Chúng cũng đông, nhu cầu Phật tử cũng nhiều. Do vậy việc phát triển thêm cơ sở cũng là điều hữu lý mà thôi. Tờ báo Pháp Bảo mỗi năm ra 3 số, suốt trong hơn 30 năm qua trong các lễ Tết, Phật Đản và Vu Lan; đến số 100 nhân Tết Ất Mùi (2015) Hòa Thượng và Ban Biên Tập quyết định mỗi năm chỉ ra một số vào Tết Nguyên Đán mà thôi. Đây cũng là một quyết định đúng thời, đúng lúc. Vì lẽ ngày nay người ta có thể tìm mọi tin tức cũng như Phật Pháp trên các diễn đàn điện tử một cách dễ dàng hơn là báo giấy. Vả lại những bậc lão thành, ngày càng vắng bóng; cho nên việc in ấn Pháp Bảo như vậy cũng hợp lý mà thôi. Ngày nay thế hệ thứ hai của người Việt trên quê hương Úc Châu hay thế giới không còn rành ngôn ngữ Việt nữa, các tờ báo bằng Việt ngữ tại Hoa Kỳ, Canada, Úc Châu hay Đức Quốc, lần lượt rồi cũng phải tiến theo tuần tự nầy.

Khi có chùa thì phải có sự sinh hoạt đều đặn hằng ngày, hằng tuần, hằng tháng và hằng năm. Do vậy sự tu học cho giới xuất gia lẫn tại gia đều rất cần thiết. Mỗi thứ hai hằng tuần, đích thân Hòa Thượng Bảo Lạc dạy kinh hay luật cho chúng xuất gia và hằng ngày vẫn 2 thời công phu sáng tối; chưa bao giờ tiếng kinh lời kệ của chùa Pháp Bảo ngưng hành trì. Đây là một công đức không nhỏ của ngôi chùa Việt Nam đầu tiên trên đất Úc. Từ đó, theo quy củ Thiền Môn nầy, nếu hàng Tử Đệ luôn luôn gìn giữ, thì Môn Phong Pháp Phái và truyền thống của Tông Phong không bị gián đoạn cũng như mai một. Thời gian trôi qua nhiều thế kỷ, dĩ nhiên dòng đời có nhiều biến đổi. Đạo Pháp cũng vậy thôi. Tuy chùa Pháp Bảo tại Sydney theo truyền thống truyền thừa của Thiền Phái Lâm Tế Chúc Thánh, dĩ nhiên phải lấy việc thực tập Thiền làm chính; nhưng ngày nay trong nước cũng như tại hải ngoại, hầu hết tại các chùa thuộc Phái Lâm Tế, thực tập Thiền ít hơn là hành trì pháp môn Tịnh Độ. Dĩ nhiên là pháp môn nào phần cứu cánh vẫn rốt ráo, nhằm đưa hành giả đến con đường giải thoát an vui; nhưng phương tiện thì, qua thời gian năm tháng, có nhiều đổi thay như vậy.

Bây giờ ở ngoại quốc, sống với thế giới bận rộn nầy, đa phần các chùa chỉ một Thầy; không đủ một Chúng 4 vị Tỳ Kheo hay Tỳ Kheo Ni; nên an cư, tự tứ, tụng giới cũng chểnh mảng, vì thiếu nhân sự và thời gian. Do vậy Phật Pháp phát triển không đồng đều. Tuy nhiêu nếu vị Sư trụ trì nào còn pháp hành nguyên vẹn như thuở xa xưa, thì chùa ấy sẽ thịnh. Chư Phật, chư Bồ Tát, chư Thiên Thần sẽ hỗ trợ để giữ gìn người giữ quy củ và giới luật của Thiền Môn. Ở trong nước cũng không khác ngoại quốc là bao; nếu vị Trụ Trì bất kể là Đại Đức, Sư Cô, Thượng Tọa, Ni Sư, Hòa Thượng hay Ni Trưởng mà chăm lo việc hành trì hằng ngày thì ngôi chùa ấy sẽ hưng thịnh. Ngược lại, an cư kiết hạ không tham gia, giới không tụng, kinh không đọc, pháp không hành v.v… thì chính cá nhân của vị Trụ Trì ấy cần phải thẩm định lại. Nếu nhìn tấm gương sáng ngời của Đức Đạt Lai Lạt Ma thứ 14 thì chúng ta sẽ tự xấu hổ lấy mình. Ngài là một hóa thân của Đức Quan Thế Âm Bồ Tát theo truyền thống của Phật Giáo Tây Tạng, được mọi người cung kính và trong 100 nhà tâm linh có ảnh hưởng đối với thế giới đương đại nầy, Ngài được bình chọn là người đứng đầu, trong khi Đức Giáo Hoàng Franciscan, lãnh đạo một tỷ sáu tín đồ Thiên Chúa Giáo lại đứng hàng thứ 9. Thế mà mỗi buổi sáng vào lúc 4 giờ, Ngài đã bắt đầu Thiền Tọa và trì chú cho đến 7 giờ sáng. Như thế, một bậc Thánh giả mà còn xem pháp hành quan trọng như vậy, để thực tập Bồ Đề Tâm; còn chúng ta là gì? đa phần là những phàm Tăng, phàm Ni nhưng đã ngủ quên trong lâu đài của đời ác năm trược nầy, quả là điều đáng xấu hổ biết bao! Phải biết tàm quý và cố gắng lên nhiều hơn nữa, để chúng ta, những người xuất gia, là những hành giả chân chính, hơn là những học giả, chỉ có lý thuyết mà ít thực hành thì Đạo và Đời sẽ chẳng nhờ được gì nhiều nơi ta, ngay trong lúc nầy cũng như mai hậu.

Hòa Thượng Bảo Lạc và Tăng Ni Chúng tại Tự Viện Pháp Bảo luôn đặt nặng về pháp hành; nên lúc nào ngôi chùa cũng thịnh vượng về mọi mặt (xem thêm chương sau sẽ viết rõ hơn về Hòa Thượng). Từ đó chúng ta có thể nhìn lên, nhìn xuống, nhìn qua, nhìn lại để thấy mình là ai và ta phải cần làm gì cho chính mình nhiều hơn như thế nữa. Đôi khi tôi vẫn hay tâm sự với quý Thầy rằng: Nếu Phật Giáo Việt Nam có nhiều hành giả như Phật Giáo Tây Tạng thì chúng ta sẽ không thua kém Tây Tạng ở bất cứ phương diện nào cả. Đa phần nhiều vị đồng ý với tôi về ý kiến nầy. Vậy mong rằng tất cả chúng ta, Tăng cũng như tục hãy cố gắng gìn giữ pháp hành, để cho Phật Giáo Việt Nam ngày càng phát triển nhiều hơn nữa ở mọi phương diện, để người xuất gia cũng như tại gia được nhờ.

Bên ngoài vườn chùa Pháp Bảo, Hòa Thượng Thích Bảo Lạc cho trồng cả mấy trăm cây hoa Anh Đào, loại lai giống của Nhật Bản. Nhìn vào vườn chùa, người ta có cảm tưởng rằng: Thầy Trụ Trì muốn mang văn hóa của Đông Kinh đến đây để giới thiệu cho mọi người biết. Hẳn là như vậy; nhưng hoa Anh Đào ở Nhật nở vào mùa xuân từ mồng 8 đến 15 tháng 4 dương lịch mỗi năm; trong khi đó, mùa xuân của xứ Úc là mùa thu của Nhật Bản; nên hoa Anh Đào ở đây dầu đã lai giống từ lâu, mà sắc màu cũng như những cánh hoa đào không được xinh xắn như hoa gốc tại Đông Kinh là mấy. Dẫu sao đi nữa thì đây cũng là một nét văn hóa tâm linh, để huề giữa Việt và Nhật, Úc và Tây Âu thế thôi. Nhìn nét kiến trúc của chùa Pháp Bảo ở đường Edensor, nhiều người nói rằng giống Nhật, Tàu; nhưng cũng lắm người nói là giống Việt Nam và cũng có nhiều ý kiến cho rằng: Không giống gì hết cả. Bởi lẽ, chùa Việt được xây dựng trên xứ Úc thì nó phải tồn tại và phát triển theo phong cách địa lý của xứ sở tại, còn đúng, sai, tốt, xấu v.v… xin để lại cho đời sau luận bàn.

Phía trước Thiền Đường chùa Pháp Bảo trong hiện tại, quý Đạo Hữu, nhân lần kỷ niệm 30 năm thành lập (1984-2014) xây dựng chùa Pháp Bảo mới, đã cho làm một tấm bảng đồng có ghi rõ những nét chính từ khi thành lập cho đến ngày nay; trong đó có tên tuổi những vị lãnh đạo tinh thần, trụ trì cũng như Ban Trị Sự của nhiều nhiệm kỳ. Ở phần trên cùng Pháp Danh của tôi được trang trọng khắc vào đó (xin xem lại phần nhân duyên với xứ Úc), khiến cho nhiều Thầy hay nhiều Phật tử khi xem tấm bảng đồng nầy đều nói rằng: Tại sao Thầy Như Điển có nhân duyên sớm với xứ Úc như thế mà không ở Úc nhỉ? Dĩ nhiên là tôi chỉ mỉm cười thôi! vì là nhân duyên thì làm sao còn phải biện bạch làm gì nữa. Nghĩa là những gì nó đến, hãy để cho nó đến và những gì nó đi, hãy để cho nó tự nhiên ra đi. Cứ đơn giản như vậy, mà tâm mình lại thanh thản hơn nhiều. Hãy đừng cưỡng bức tâm hay niềm tin của chính mình hay của những người khác, vì nghiệp lực và nhân duyên vẫn là hai vấn đề chính của chúng ta. Hãy chấp nhận nó "như là" để ta còn thênh thang dạo đi trong kiếp sống nầy nhiều ngày tháng hơn nữa.

Chùa Phước Huệ cho tới thập niên 90 mới mua được đất 8.000 mét vuông của Bộ Giáo Dục ở vùng Smithfield và Hòa Thượng Tắc Phước (Phước Huệ) đã kiến tạo thành một Đạo Tràng tu theo pháp môn Tịnh Độ thuộc Thiên Thai Giáo Quán Tông; có rất đông Tăng Ni và Phật Tử tu học từ khi thành lập cho đến khi Hòa Thượng Phước Huệ viên tịch năm 2012. Đây là ngôi chùa thứ hai tại Sydney và thuộc thứ 3 tại xứ Úc sau chùa Quang Minh tại Melbourne. (Quý vị có thể tham cứu thêm về tài liệu hình thành chùa Phước Huệ tại thư viện của chùa). Riêng chùa Quang Minh tại Melbourne trong hiện tại do Thượng Tọa Thích Phước Tấn trụ trì, là hậu thân của ngôi chùa Việt Nam được thành lập đứng hàng thứ hai, sớm nhất tại Úc Châu kể từ năm 1981 do cố Hòa Thượng Thích Phước Huệ và Hòa Thượng Thích Huyền Tôn đồng sáng lập. Bây giờ nếu có ai đó có ghé Melbourne, sau khi đi thăm Tu Viện Quảng Đức do Thượng Tọa Thích Tâm Phương sáng lập, thì hãy ghé qua chùa Quang Minh để xem kiến trúc hùng vĩ tại nơi đây. Ngoài chánh điện rộng lớn có thể dung chứa hàng ngàn người, Hội trường của chùa nầy cũng rất hiện đại và có thể dung nạp cả ba, bốn ngàn người. Đây có thể nói là ngôi chùa Việt Nam có Chánh điện và Hội trường rộng nhất ở hải ngoại ngày nay. (Hãy xem thêm về lịch sử của chùa nầy tại thư viện của chùa).

Tôi ngại không viết từng chi tiết một về sự thành lập chùa Quang Minh ở Melbourne và chùa Phước Huệ tại Sydney, vì lẽ tôi không có đầy đủ tài liệu. Riêng chùa Pháp Bảo tại Sydney vào thuở ban đầu tôi đã có mặt; nên một số dữ kiện lúc đó, tôi vẫn còn ghi nhớ trong đầu óc mình; nên đã viết khá rõ ở phần trên. Tuy nhiên sẽ không tránh khỏi những điều thiếu sót hay chủ quan. Mong rằng Hòa Thượng Thích Bảo Lạc và Ban Trị Sự của Hội Phật Giáo Việt Nam tại New South Wales sau khi xem xong chương nầy có thể bổ túc thêm.

Ngày nay tại Úc đã có năm, sáu chục ngôi chùa và hằng trăm Niệm Phật Đường cũng như các Đạo Tràng để cho các Phật tử đến tu tập; luyện tâm cũng như luyện thân. Hy vọng vào một mai đây sẽ có quý Thầy, Cô hay những Cư sĩ Phật tử nếu có nhân duyên cũng nên viết lại nét son giữ gìn và phát triển Phật Giáo Việt Nam tại xứ Úc nói riêng, trên thế giới nói chung, để những người đi sau có thể hãnh diện về cha ông, Thầy Tổ của mình đã dụng công xây dựng từ thời điểm sau ngày 30 tháng 4 năm 1975. Có như vậy mới xứng danh là những người Phật tử thuần thành với Đạo.

NÓI VÀ VIẾT VỀ NƯỚC ÚC

Chúng ta nên lướt qua tổng quát mọi khía cạnh của nước Úc, để từ đó có một khái niệm cụ thể khi so sánh với những lục địa khác về con người, thiên nhiên, diện tích, khí hậu v.v… như thế chúng ta mới rõ biết được ngọn ngành. Ngôn ngữ chính được dùng tại Úc là tiếng Anh, ngoài ra không có ngôn ngữ nào đi kèm khi có những thông báo quan trọng từ chính phủ. Nếu từ cơ quan di dân của chính phủ gởi đến, thì họ dùng cả hai. Ví dụ như tiếng Anh là chính thì tiếng Việt, Hoa, Nhật hay các ngôn ngữ khác của Âu Châu cũng xử dụng đến. Mục đích để cho những người di dân đỡ bỡ ngỡ, khi mới tiếp xúc với ngôn ngữ tiếng Anh tại lục địa nầy. Tiếng Anh ở Úc là một loại tiếng Anh khác ở Mỹ và ở Anh. Tiếng Anh ở Mỹ nói giọng ở mũi, còn tiếng Anh ở Anh phát âm ở cổ họng, trong khi đó tiếng Anh ở Úc pha lẫn giữa Mỹ và Anh. Nhiều khi cũng câu văn đó, nhưng nếu người Úc nói nhanh, thì người ngoại quốc sẽ chẳng hiểu một tí gì cả. Ví dụ như ở Mỹ hay Anh đọc Friday (thứ sáu) là "fráidi" thì ở Úc nói là "fráidai". Chữ Today (hôm nay) – tadéi thì thành "tadai". Phải nghe quen và nghe nhiều lần mới hiểu.

Tiếng Anh tuy không là tiếng được nhiều người nói đến như tiếng Hoa hay Tây Ban Nha; nhưng là một ngôn ngữ rất tiện lợi. Bất kỳ đi nơi nào trên thế giới, người ta cũng có thể dùng tiếng Anh một cách thoải mái, tự nhiên và có nhiều người hiểu mình. Thỉnh thoảng mới có những người ngoại quốc hiểu tiếng Nga, Pháp hay Đức. Do vậy đầu tư vào ngôn ngữ Anh văn là một sự đầu tư có tương lai lâu dài. Nếu nói ngôn ngữ nào dễ nhất, thì ta có thể nói rằng: Tiếng mẹ đẻ; nhưng hỏi ngôn ngữ nào khó nhất thì có nhiều cách trả lời khác nhau; nhưng đa phần được nghe trả lời là: Tiếng Pháp khó gấp đôi tiếng Anh; tiếng Hoa, tiếng Nhật, tiếng Đức khó gấp đôi tiếng Pháp; tiếng Nga, tiếng Phạn, tiếng Pali, tiếng Tây Tạng khó gấp đôi tiếng Đức. Như vậy chúng ta thấy rất rõ là tiếng Anh dễ học và dễ xử dụng hơn bất cứ một loại ngôn ngữ nào, ngoại trừ tiếng mẹ đẻ của mình. Tiện đây có một câu chuyện vui, tôi xin kể để hầu quý vị.

"Nguyên là Thầy Hạnh Giới, hiện đang Trụ Trì chùa Viên Giác Hannover, Đức Quốc, năm 2003 đã tốt nghiệp Tiến sĩ Triết Học và ngôn ngữ học tại Đại Học Hannover, có 2 năm ở Hoa Kỳ. Một năm dạy tiếng Đức cho học sinh Trung Học ở Minneapolis; một năm khác đi làm Ph.D research tại Đại Học Santa Cruze và các nơi trên nước Mỹ. Dĩ nhiên là tiếng Anh của Thầy ấy rất giỏi. Năm 2003 nhân lúc tôi nhập thất tại Úc, lúc ấy tôi dẫn cả 5 Thầy trò đi cùng. Đó là Thầy Đồng Văn, Thầy Hạnh Giới, Thầy Hạnh Hảo, Thầy Hạnh Tuệ và Thầy Tôn Nghiêm.

Mỗi tuần nghỉ ngày chủ nhật và chiều thứ tư để cho quý Thầy thư giãn. Vì những ngày đánh bài cũng như dịch thuật từ sáng đến tối cũng nhọc lắm. Có một chiều thứ tư của tháng 12 năm 2003, Thầy Hạnh Giới lái xe, chở chúng tôi đi cùng, đến một tiệm bán đồ ăn liền. Thầy ấy dùng tiếng Anh theo lối phát âm của Mỹ để đặt đồ chay; trong khi cô bán hàng tóc đen nói tiếng Anh theo kiểu Úc, Thầy ấy chẳng hiểu gì cả. Hai bên nói qua nói lại một hồi, chẳng ai hiểu ai cả. Thầy ấy thấy cô ta tóc đen nên hỏi rằng: Có phải cô là người Việt Nam không? Cô ta gật đầu. Thế là cả hai người đều cười và từ đó dùng tiếng Việt để trao đổi; chứ không nói tiếng Anh theo giọng Mỹ hay tiếng Anh theo giọng Úc nữa".

Cũng là câu chuyện về tiếng Anh, sẵn chuyện vui, tôi xin kể tiếp.

"Nguyên là năm 2000 thành phố Hannover có tổ chức Hội Chợ Quốc Tế Expo tại khu triển lãm Messegelände gần chùa Viên Giác. Nhiều nước muốn giới thiệu văn hóa của nước mình trong 6 tháng ấy thì phải có cái gì đó tiêu biểu cho quê hương mình. Riêng Bhutan, họ chọn làm một ngôi chùa bằng gỗ ở nơi triển lãm ấy. Muốn thành tựu được một ngôi chùa như vậy, họ phải mang thợ thầy từ Bhutan qua Đức để lắp ráp cột kèo, mái chùa, cổng tam quan v.v... là những gì đã được chế tác trước đó tại quê hương nằm trên dãy Hy Mã Lạp Sơn ấy. Tôi không biết là nhân duyên hay như thế nào đó, có lần tôi đã gặp người đại diện của Bộ Ngoại Giao Bhutan từ Thụy Sĩ qua xem xét dự án nầy và lo cho chỗ ăn, chỗ ngủ cho 30 nhân công đến đây để lo việc lắp ráp trên. Tôi nghĩ phận nình cũng là người ngoại quốc, đang tạm dung trên xứ Đức an bình nầy; nên đã mở lời rằng: Chúng tôi, chùa Viên Giác ở đây sẵn sàng giúp đỡ cho nhân công từ Bhutan đến đây ăn ở trong vòng 3 tháng để xây dựng ngôi chùa Bhutan tại Messegelände nầy, không tính lệ phí gì cả. Đây xem như là một đóng góp chung cho văn hóa Phật Giáo nhân Hội Chợ nầy vậy. Người Đại Diện rất vui mừng và ra về. Sau đó họ gởi người đến chùa đi tiền trạm và cuối cùng đưa 30 nhân công người Bhutan qua đây ở 3 tháng".

Mới đó mà cũng đã 15 năm rồi còn gì. Bây giờ viết lại chuyện nầy, tôi cảm thấy vui vui.

"Thi ân bất cầu báo" hay "Kiến nghĩa bất vi vô dõng giả" tôi không quan tâm về việc làm của mình; nhưng tháng 8 năm 2000 chúng tôi được một lá thư từ Thụy Sĩ, đại diện cho Bộ Ngoại Giao của Bhutan gởi qua, nội dung là "Hoàng Hậu Wangchuck cùng với đoàn tùy tùng sẽ đi thăm Expo Hannover và muốn ghé thăm chùa Viên Giác để đảnh lễ Phật và thăm tôi". Đây có lẽ là một sự đáp lễ của chính phủ Bhutan đối với chùa Viên Giác; nhưng xem lại lịch thì tôi thấy khoảng thời gian mà Hoàng Hậu muốn thăm trong tháng 8 năm 2000 ấy, tôi bận phải đi tham dự khóa tu học Phật Pháp Âu Châu tại Amiens, Pháp quốc; nên đã biên thư từ chối. Chắc Hoàng Hậu cũng ngạc nhiên và sau khi ở Pháp về, tôi có nhận được một số quà biếu, trong đó có hai tấm thảm hoa dệt bằng tay tuyệt đẹp; một của Hoàng Hậu, màu vàng và một của Quốc Hội Bhutan, màu nâu sẫm. Cả hai tấm thảm nầy mãi cho đến hôm nay (2015) tôi vẫn còn giữ lại trong phòng mình. Riêng ghế trầm hương thì tôi đưa lên bàn Phật, vì sợ tổn phước; nên không dùng đến (xem thêm sách "Bhutan có gì lạ?" của tôi để rõ thêm việc nầy).

Bộ Ngoại Giao Bhutan họ không dừng ở đó. Sau khi xong Expo vào năm 2000, họ viết thư mời tôi và một phái đoàn sang Bhutan thăm viếng, cũng hoàn toàn miễn phí cho mọi vấn đề như ăn, uống, ở khách sạn, di chuyển v.v... Chúng tôi chỉ tốn tiền máy bay đi về hai bận và Visa thì đóng dấu tại phi trường ở thủ đô Thimpu. Đây là chuyến đi lịch sử của tôi và phái đoàn. Có Hoàng Hậu tiếp kiến và lưỡng viện Quốc Hội đón chào. Trước khi về lại Đức, đoàn được Bộ Ngoại Giao chiêu đãi tận tình. Phần tôi rất vui và trong khi phát biểu bằng tiếng Anh. Nội dung muốn nói rằng: "Chúng tôi xin cảm ơn quý vị về chuyến đi lịch sử nầy. Chúng tôi thấy người Bhutan hiền hòa, sống dưới sự cai trị minh quân của Đức Vua Wangchuck; môi sinh tại đây được bảo vệ tốt nhất trên hành tinh nầy; người Bhutan lúc nào cũng vui cười. Tôi muốn nói chữ "smile" (smail) nhưng chẳng biết tại sao lại phát âm thành chữ "smell" (smel) nó có nghĩa là hôi hám. Thế là cả hội trường đều cười. Lúc xong bài phát biểu, tôi mới rõ biết mình nói sai và xin lỗi. Mọi người đều cười nói vui vẻ và chính họ đã thông cảm điều nầy. Vì tất cả chúng ta đều là người ngoại quốc, đôi khi dễ bị sai đến chết người như thế. Đây cũng là một kinh nghiệm để đời của tôi trong việc đi ngoại giao sau nầy.

Nhiều người đến Úc cứ ngỡ Sydney hay Melbourne là thủ đô; nhưng không phải. Thủ đô của Úc là Canberra. Nơi đây có nhiều cây xanh và có nhiều tòa nhà đáng ghi nhớ như Quốc Hội, công viên ghi ơn chiến sĩ, đài truyền hình, viện bảo tàng chiến tranh Việt Nam... cũng như vậy, nhiều người khi đến Canada, cứ nghĩ rằng Montréal hay Toronto là thủ đô của Canada; nhưng điều ấy nhiều vị đã lầm. Ottawa mới chính là thủ đô của Canada. Chính phủ Úc hay Canada chọn những nơi yên tĩnh như vậy để làm thủ đô cho quê hương mình, hẳn nhiên có rất nhiều lý do trong đó. Ai tham gia trực tiếp vào các chánh đảng của chính quyền thì sẽ hiểu rõ được lịch sử nầy. Từ Sydney đi Canberra bằng xe hơi độ 2 tiếng đồng hồ và vì đoạn đường ngắn quá; nên các chuyến bay từ Sydney đi Canberra rất ít. Canberra cũng không phải là phi trường quốc tế, mà giao thông chủ yếu thuộc về nội địa; nên toàn là những máy bay nhỏ, đa phần dùng để cho các chánh khách, còn những thương gia hay hành khách thông thường thì họ đi từ Melbourne đến hay các nơi xa hơn như Brisbane, Perth, Adelaide v.v... Nước Úc theo thể chế liên bang và quân chủ lập hiến. Thể chế của chính quyền nầy cai trị theo cách Dân

Chủ Nghị Viện (thuộc cách thức Westminster). Người đứng đầu là Hoàng Hậu Elizabeth đệ II, qua đại diện toàn quyền của Hoàng Hậu là ông Tổng Toàn Quyền Peter Cosgrove. Ở đây xin mở ngoặc viết một ít về việc nầy.

Các nước thuộc Anh như Canada và Úc đều nằm trong liên hiệp của Common Wealth. Nghĩa là trên cùng là Nữ Hoàng Elizabeth đệ nhị và dưới là các Tổng Toàn Quyền. Dưới Tổng Toàn Quyền là Toàn Quyền của mỗi Tiểu Bang. Họ trung thành với Nữ Hoàng, mặc dầu tại các xứ nầy đều có Quốc hội Lập hiến, có Thủ Tướng đại diện. Một người Việt Nam tên là Lê Văn Hiếu đã được bầu làm Toàn Quyền của Tiểu Bang Nam Úc, có thủ phủ là Adelaide. Đây là vinh dự của người Việt. Vì họ đến đây, không phải chỉ là vấn đề nhân đạo, mà các chính quyền sở tại đã giúp cho người Việt Nam tỵ nạn tại quê hương nầy từ năm 1975 đến nay, mà họ còn đóng góp công sức cũng như trí tuệ của mình cho quê hương đất nước mà họ đang cư ngụ (xem thêm phần nầy ở chương sau).

Đứng đầu chính quyền Úc trong hiện tại là Thủ Tướng Tony Abbott. Ông ta được các Đảng phái có đa số ghế tại Quốc Hội bầu lên. Ở Pháp hay Nga, Mỹ thì Tổng Thống có quyền hơn Thủ Tướng. Trong khi đó ở các nước Quân Chủ và ngay cả nước Đức nầy, Thủ Tướng có quyền hơn Tổng Thống; mặc dầu ở những nước nầy vẫn có Quốc Hội gồm Thượng Viện và Hạ Viện. Tất cả quyền hạn hay nhiệm vụ đều do Hiến Pháp của mỗi nước quy định.

Theo tài liệu Wikipedia bằng tiếng Đức viết về nước Úc thì ngày 16 tháng 4 năm 2013 chính quyền Common Wealth của nước Úc cho biết diện tích chính xác của lục địa nầy là: 7.692.024 km2 (bảy triệu sáu trăm chín mươi hai ngàn không trăm hai mươi bốn cây số vuông). Nếu đem làm một sự so sánh thì ta sẽ thấy như sau. Nước Việt Nam có diện tích 336.690 km2; nước Đức có diện tích là 357.340,08 km2. Nghĩa là Đức và Việt Nam không sai lệch độ lớn nhỏ là bao nhiêu. Việt Nam chỉ nhỏ hơn Đức 25.650,08 cây số vuông mà thôi. Trong khi đó chỉ một nước Úc thôi, chúng ta thấy Úc lớn hơn gấp 23 lần nước Việt Nam và 21 lần nước Đức. Nếu nhìn từ Bắc chí Nam thì Úc chỉ có những thành phố lớn là có dân cư sinh sống đông đúc như: Townsville, Cairus, Brisbane, Sydney, Canberra và từ Đông sang Tây như: Melbourne, Adelaide, Perth. Riêng miền Tây Úc hầu như chỉ có Thổ Dân sinh sống. Vùng Darwin thuộc Bắc Úc, khí hậu ôn đới; nên nhiều người Á Châu muốn sinh sống nơi đây để trồng trọt hay làm nghề chăn nuôi.

Nếu đem số dân của Úc được thống kê vào tháng 6 năm 2013 là 23.130.900 người sống trên một diện tích lớn hơn Âu Châu như vậy thì mật độ trung bình là: 2,9 người trên một cây số vuông. Đây là đời sống lý tưởng của con người trên quả đất nầy. Tuy nhiên miền Trung và Tây cũng như Bắc Úc đa phần là sa mạc; nên những nơi nầy không thể sống cũng như chăn nuôi được. Vả lại nước Úc đang thiếu nước trầm trọng. Nếu sau nầy người ta chế tạo nước biển thành nước ngọt được, thì lục địa nầy quả là quá hấp dẫn đối với mọi người trên thế giới ngày nay. Được biết, gần đây Úc đã thí nghiệm thành công nhà máy lọc nước biển tại thành phố Sydney. Đây là một tin mừng đầy sự hoan hỷ của người dân ở đây. So ra với Việt Nam diện tích đất đai chỉ bằng 1/23 của nước Úc mà có đến 93.421.835 người (thống kê ngày 20.7.2014) và nước Đức bằng 1/21 nước Úc với 81.084.000 người cũng là con số quá đông cho cư dân của hai nước nầy, vốn có diện tích quá khiêm nhường. Nước Đức dẫu sao đi nữa cũng là cường quốc kỹ nghệ trong nhóm phát triển G8. Do vậy bình quân đầu người rất cao. Trong khi đó, Việt Nam chúng ta dân quá đông, diện tích đất đai trồng trọt lúa gạo hoa màu quá ít; cho nên với nạn nhân mãn quá tải, chính quyền đương nhiệm không lo hạn chế sự sinh đẻ, thì chắc chắn nạn đói sẽ đe dọa thường trực trên quê hương đất Việt của mình. Ở vào đầu thế kỷ thứ 20, nhà văn, nhà thơ Trần Tế Xương khi nói về việc chống Pháp, có 2 câu thơ châm biếm còn để lại cho đời như:

"Dân hai lăm triệu còn đang ngủ
Dại gì ta thức một mình ta".

Thế rồi nạn đói năm 1945 (Ất Dậu) có cả gần 2 triệu người miền Bắc chết, rồi chiến tranh Quốc Cộng – Nam Bắc từ năm 1945 đến 1975 sau khi chia đôi đất nước tại sông Bến Hải vào ngày 20 tháng 7 năm 1954; trong suốt 21 năm ấy chắc hẳn hai miền Nam Bắc Việt Nam cũng có trên dưới 2 triệu người chết nữa. Rồi 3 triệu người vượt biển tìm tự do; trong đó có độ 500.000 người chết. Thế mà ở đầu thế kỷ thứ 21, theo thống kê của nhà nước đương thời, nay mai con số 100.000.000 (một trăm triệu) người chắc hẳn sẽ đạt đến. Với một đất nước nông nghiệp, đời sống người dân còn quá lạc hậu so với Nhật và Đại Hàn hay Đài Loan ngày nay thì làm sao có thể khắc phục nạn đói đây? Xin các nhà xã hội học phân tích và giải đáp giùm vấn nạn nầy.

Tổng sản lượng kinh tế của quốc gia hằng năm là: 1.488 tỷ đô la Úc và bình quân đầu người hằng năm là 65.477 đô la. Như vậy mỗi tháng chưa trừ thuế, quân bình của mỗi người dân là 5.456 Úc kim. Tính ra Euro chắc không dưới 4.500 Euro cho bình quân 23.130.900 người trên lục địa rộng rãi như thế. Cho nên đây có thể nói là: "Thiên đường của hạ giới" cũng không ngoa. Nhiều nhà nghiên cứu đã xếp hạng các nước có mức sống dễ chịu về mọi phương diện thì 4 nước Bắc Âu như: Na Uy, Thụy Điển, Phần Lan và Đan Mạch được đứng đầu trong 10 nước. Úc cũng được có mặt trong Top Ten nầy. Hoa Kỳ và Đức vốn là những nước giàu có về kỹ nghệ; nhưng số dân đông và chi viện cho thế giới quá nhiều; cho nên hai nước nầy nằm ở bậc thang thứ 10 và thứ 13 so với trên 200 quốc gia hiện có mặt trên quả địa cầu nầy. Bình quân đầu người theo cách tính phát triển kinh tế hằng năm của mỗi quốc gia trên thế giới như thế cũng là điều hay; nhưng đây mới chỉ là vấn đề vật chất. Trong khi đó ông vua Wangchuck của Bhutan trên dãy núi Hy Mã Lạp Sơn tuyên bố rằng: "Nếu mỗi ngày dân ông làm được một việc phước đức nào đó, thì đó chính là độ tăng trưởng bình quân đầu người của quốc gia ông đang cai trị". Đây là một câu nói tuyệt vời, mà các nhà xã hội học và đạo đức học của thế giới nên quan tâm.

Common Wealth của nước Úc được hình thành vào ngày 1 tháng 1 năm 1901. Nghĩa là lúc ấy vẫn còn Nữ Hoàng Victoria và triều đại Winsor trị vì (Bà là mẫu hậu của Hoàng Hậu Elizabeth đương nhiệm). Cả hai bà trị vì nước Anh trên 100 năm nay. Hoàng Thái Hậu Victoria sống trên 100 tuổi và Hoàng Hậu Elizabeth nay cũng đã 90 tuổi rồi. Hoàng Thái Tử đang chờ ngôi báu; nhưng có lẽ Hoàng cung của Anh quốc còn nhiều vấn đề nội bộ chưa giải quyết xong; nên ngôi báu đương quyền vẫn còn nằm trong tay Hoàng Hậu Elizabeth đệ nhị.

Vào ngày 26 tháng 9 năm 1907 Úc khởi sự đòi độc lập. Tiếp đó ngày 9.10.1942 nước Úc được thừa nhận với tình trạng của đạo luật "Westminster" và ngày 3.3.1986 nước Úc đã hoàn toàn tự trị. Nước Úc có bài quốc ca nhan đề là: Advance Australia Fair. Cờ của họ có dấu hiệu của Liên Hiệp Anh đi kèm với một ngôi sao lớn và 4 ngôi sao nhỏ nhiều cạnh ở bên phải với một ngôi sao nhỏ thật xa. Huy hiệu hay quốc huy là con Kanguru và con đà điểu đứng chầu hai bên ngôi sao cũng như cờ của các Tiểu Bang. Ngày 26 tháng giêng là ngày nghỉ của quốc gia lễ Quốc Khánh. Giờ giấc ở Úc khác nhau với các nước trên thế giới rất nhiều. Độ chính xác lấy theo giờ thế giới là UTC+8 đến UTC+11. Điều nầy có nghĩa là Úc, từ Đông sang Tây có sai biệt 3 múi giờ. Như vậy chúng ta có thể tưởng tượng lục địa nầy to lớn biết là bao, so với Âu Châu chỉ sai biệt với nhau có một múi giờ. Thông thường giữa Đức và Úc cách nhau 10 tiếng đồng hồ và mùa hè thì còn lại 9 tiếng. Bên Úc buổi tối thì Âu Châu vào khoảng trưa; tính sau giờ và ngày của Úc. Ví dụ Úc đón giao thừa thì Âu Châu vẫn còn ở vào thời điểm trưa của ngày cuối năm trước.

VỊ TRÍ CỦA NƯỚC ÚC ĐỐI VỚI BẢN ĐỒ THẾ GIỚI

Nước Úc có một diện tích rất lớn, gần 7 triệu 7 trăm ngàn cây số vuông. Đây là một nước trong 6 nước có đất đai rộng nhất thế giới (Nga, Mỹ, Trung Hoa, Ấn Độ, Canada và Brasil). Từ Bắc chí Nam người ta đo được 3.700 cây số và từ Đông sang Tây có chiều dài 4.000 cây số. Xứ Úc chung quanh được bao bọc bằng biển cả, có chiều dài tổng thể là 35.875 cây số. Phía Tây Úc 60 phần trăm đất đai khô cằn, gồm toàn đất đá của sa mạc. Phía Đông có nhiều đất đai màu mỡ hơn và ở giữa nước Úc có những bình nguyên nằm thấp hơn. Ở vịnh Simpson là vùng đất khô cằn nhưng cũng có được con sông lớn như Murry - Darling - Becken chảy qua đó. Đồng thời ở trung tâm nước Úc có chứa nhiều biển muối và nước ngọt nằm sâu dưới lòng đất.

Vì ở phía Tây khí hậu sa mạc rất nóng bức và đất đai khô cằn; nên người Úc đa phần sinh sống ở các vùng vịnh phía Đông. Úc ít có núi cao, chỉ có dãy núi Great Dividing Range cao 2.229 mét; nơi ấy có núi tuyết Snowy Mountains Monnt Kosciuszko là cao nhất của lục địa nầy. Nằm giữa những dãy núi và các vùng vịnh là những cánh rừng bạt ngàn bao bọc khắp đó đây. Đây là một loại cây có lá xanh, thơm mùi dầu khuynh diệp. Nghe đâu ông Bác sĩ Bùi Kiến Tín người gốc Quảng Nam, khi còn du học bên Pháp, ông ta chính là người đã phát minh ra loại dầu Khuynh Diệp dùng trị cảm rất hiệu quả. Nếu ông Tín còn sống đến bây giờ, có dịp qua Úc, đi thăm những cánh rừng khuynh diệp như thế nầy, chắc là ông sẽ vui lắm. Vì có nhiều dược liệu để tạo thành sản phẩm hữu dụng. Người Việt Nam mình hay gọi là dầu xanh hay dầu bạc hà. Thỉnh thoảng vẫn thấy được bày bán trong các tiệm thực phẩm Á Châu và được dán lên đó nhãn hiệu là "chế tại Đức"; nhưng thực ra ở Đức, tôi chưa thấy loại dầu nầy xuất hiện ở bất cứ tiệm thuốc tây nào cả; nếu có, tôi đã dùng đến một loại dầu gọi là "dầu Nhật Bản" được các tiệm thuốc tây của Đức chính thức bày bán cho dân chúng; nhưng đó là "dầu Nhị Thiên Đường" mà ta hay dùng, được chế biến bằng lá cây.

Có một điều đặc biệt là Tân Tây Lan nằm cách xa Úc chỉ 3 giờ bay và cùng nằm bên dưới đường xích đạo như Úc; nghĩa là nước thuộc về Nam Bán Cầu. Khí hậu, thời tiết và các mùa Xuân, Hạ, Thu, Đông không khác Úc bao nhiêu; nghĩa là trong khi các xứ Âu Mỹ mùa Đông thì Úc và Tân Tây Lan thuộc mùa Hè. Nếu bên Úc và Tân Tây Lan mùa Thu thì các xứ Âu Mỹ mùa Xuân. Thế mà tại Tân Tây Lan người ta khó tìm được hình ảnh của những cây bạch đàn hay những rừng bạch đàn như tại Úc, mà đa phần tại Tân Tây Lan chỉ có những rừng thông xanh bao phủ khắp núi đồi. Tôi chỉ đến Tân Tây Lan có một lần, trong khi đó, xứ Úc đối với tôi không xa lạ mấy trong 37 năm qua (1979-2015); nên những nhận xét trên, nếu có sai lệch, thì xin quý vị hoan hỷ bổ túc giúp.

Nếu nói ngọn núi cao nhất của nước Úc, nằm trên một hòn đảo không có cư dân cư ngụ thì đó là núi Big Ben, cao độ 2.745 mét. Nằm cạnh đó cũng có nhiều ngọn núi lửa đang hoạt động nằm trên đảo Mc Donald. Người xưa thường nói: "Tam sơn, tứ hải, nhất phần điền", có nghĩa là thế giới nơi chúng ta đang sinh sống gồm có: Ba phần là núi; bốn phần là biển và đất đai cho dân chúng cũng như muôn loài sinh sống phát triển chỉ có một phần thôi. Như vậy chắc rằng những động vật như cá, tôm, sò, ốc v.v... ở dưới biển nhiều hơn đến 4 lần so với dân số của thế giới ngày nay gần 7 tỷ người. Sự tuần hoàn cái nầy diệt, cái kia sanh. Cái nầy tồn tại, cái kia biến dạng. Cũng như vậy, chỗ nầy đất lún xuống thì chỗ khác đất lại nhô lên. Đây là pháp duyên sanh của Đạo Phật, mãi cho đến bao giờ vẫn là chơn lý căn bản, khó có thể thay đổi, mà con người lại dễ chấp nhận được. Nước Úc cả đất đai và biển cả rộng mênh mông, nên đây là một lợi thế cho những cư dân đang sinh sống tại đó cũng như về sau nầy. Nhìn chung các xã hội phương Tây hay Á Châu, các lục địa nầy đã phát triển từ mấy ngàn năm nay; nên tài nguyên cũng như đất đai có phần giới hạn; trong khi đó Úc, Mỹ và Canada mới chỉ phát triển hơn 200 năm nay; nên những cơ hội vẫn còn chờ đợi những người có khả năng đến đó để khai phá. Do vậy, tôi vẫn thường hay nói rằng: Các xứ Á Châu giống như một bà lão đã đi vào tuổi 70; trong khi đó Âu Châu là một thiếu phụ 50 và Mỹ, Úc, Canada trông giống như một cô gái xuân xanh mới 18 tuổi. Người còn trẻ, dĩ nhiên là còn nhiều thời gian để phát triển và thành đạt. Những người già, tuy có nhiều kinh nghiệm đấy; nhưng khả năng phát triển lại giới hạn.

Thủ đô của Úc là Canberra, nằm giữa Sydney và Melbourne, cách Sydney gần 300 cây số. Đây là một thành phố đặc thù, có nhiều bình nguyên và cây xanh, Mà Melbourne và Sydney khó thể sánh được. Nếu đem so sánh về mức độ cư dân của những thành phố lớn tại Úc ta sẽ thấy như sau: Sydney có 4 triệu 100 ngàn người cư ngụ; Melbourne có 3 triệu 600 ngàn; Brisbane có 1 triệu 800 ngàn; Perth có 1 triệu 400 ngàn người; Adelaide có 1 triệu 100 ngàn người; trong khi đó thủ đô Canberra chỉ có 356.100 người. Ở đây đa phần là công chức và sinh viên. Tại thủ đô Canberra có một ngôi chùa mang tên là Vạn Hạnh do Hòa Thượng Thích Quảng Ba sáng lập và làm Trụ Trì trong hơn 30 năm nay. Chùa sắp hoàn thành ngôi chánh điện và sẽ trở thành một trong những ngôi chùa Việt Nam lớn nhất tại thủ đô nầy. Chùa Vạn Hạnh tọa lạc trên một thửa đất rất rộng; nên các cư xá, hậu tổ, tiền đường, các liêu đông tây, lầu chuông trống, cổng tam quan đều trải dài trên một diện tích rộng, trông ra rất bề thế. Tu Viện Vạn Hạnh có nhiều chương trình hoạt động cho người Việt cũng như người ngoại quốc về các phương diện như: Tôn giáo, văn hóa, xã hội, từ thiện, ẩm thực, giáo dục v.v... Mô hình nầy nếu Hòa Thượng Thích Quảng Ba hoàn thiện trên mọi phương diện thì đây là một mô hình lý tưởng tuyệt vời cho những người đang định cư tại thủ đô Canberra nói riêng và nước Úc nói chung; nhất là môi trường của thủ đô Canberra tuy dân số ít hơn các thành phố khác tại Úc, nhưng nhờ thiên nhiên ưu đãi; nên Canberra vẫn là nơi dễ lưu lại gót chân lữ thứ của nhiều người muốn thăm viếng nơi đây.

Đặc biệt ở thủ đô Canberra có tòa nhà Quốc Hội, được kiến trúc rất tân kỳ. Bất cứ ai, là khách du lịch cũng có thể vào đây để tham quan, không cần báo trước. Người ta có thể đi lên sân thượng của tòa nhà Quốc Hội để nhìn khắp các vùng tại thủ đô; hoặc giả có thể đi vào tầng trên để xem các Nghị sĩ, Dân biểu đang hội họp tại hội trường. Họ có hai viện là Thượng và Hạ Nghị Viện, đứng đầu vẫn là Hoàng Hậu Elizabeth đệ nhị. Hoàng Hậu cũng là người đứng đầu của quốc gia nầy, giống như những nước thuộc Commonwealth Realm mà Hoàng Hậu trị vì. Dưới quyền của Hoàng Hậu là một Tổng Toàn Quyền, đại diện cho Hoàng Hậu; nhưng vị nầy không có quyền can thiệp vào nội bộ của Quốc Hội. Kể từ ngày 28 tháng 3 năm 2014 ông Peter Cosgrove đang đảm nhận chức vụ nầy. Cả hai viện có tất cả 150 Dân biểu và Nghị sĩ, cứ 3 năm bầu lại một lần với số phiếu đa số. Những Nghị sĩ của Thượng Viện đại diện cho dân số tương đương ở các Tiểu Bang và các vùng lãnh thổ. Cứ mỗi Tiểu Bang có 12 vị Nghị sĩ đại diện và 2 vùng tự trị, mỗi vùng có hai người. Các Nghị sĩ thì cứ mỗi 6 năm bầu lại một lần và cứ mỗi 3 năm bầu lại bán phần của Thượng Viện. Tại Liên Bang cũng như Tiểu Bang và các vùng tự trị mọi người đều có bổn phận phải đi bầu và Đảng nào mạnh nhất thì Đảng ấy sẽ cầm quyền và vị Đảng Trưởng thì trở thành Thủ Tướng của đất nước nầy.

Tại trước tiền đình Quốc Hội là những công viên và hồ nước rất rộng rãi, to lớn như để thể hiện sự tự do và lớn mạnh của xứ Úc. Đã có nhiều lần tôi vào các Viện bảo tàng cũng như thăm tượng đài chiến sĩ của lính Úc và Việt Nam chiến đấu tại miền Nam vào thời điểm 1960 đến 1975. Khi xem lại sự cam khổ của người lính khi đi chiến đấu ngoài mặt trận cho quê hương mình, lòng tôi rất xúc động. Tất cả cũng chỉ vì hai chữ "Đồng Minh" và "Tự Do" mà người Úc đã hy sinh cho nền hòa bình của Việt Nam nhiều như vậy. Từ con người cho đến của cải, tài nguyên. Những viện trợ của Mỹ, của Úc, của Canada, Nhật Bản v.v… cho miền Nam Việt Nam từ năm 1954 đến 1975 không phải là con số nhỏ. Trong khi Nam Bắc Triều Tiên cũng chia đôi lãnh thổ; nhưng ngày nay Nam Hàn đã vượt trội ở mọi phương diện và nếu so với Triều Tiên phía Bắc, thì Đại Hàn ở phía Nam ngày nay thế giới phải cúi đầu khâm phục. Ngày nay ở ngoại quốc nầy khi đọc được những tài liệu về chiến tranh Việt Nam vào thời điểm 1954-1975 ấy đa phần chúng ta thấy tổ chức nầy đổ lỗi cho tổ chức kia, đoàn thể nầy đổ thừa cho đoàn thể nọ, Tôn giáo nầy nhìn ngó và nghi kỵ Tôn giáo kia, cá nhân nầy hiềm khích với cá nhân kia. Nghĩa là chẳng ai chịu nhận lỗi về mình cả. Trong khi đó Đại Hàn hay Đài Loan chắc chắn họ không có người tài và dân số nhiều hơn Việt Nam mình. Thế mà họ đã đứng thẳng lên với thế giới, không luồn cúi về bất cứ một phương diện nào, ngay cả đối với người Mỹ. Còn Việt Nam trong hiện tại, miền Bắc đã chiếm trọn miền Nam sau 40 năm (1975-2015) mà lòng người giữa Nam Bắc vẫn chưa cảm thông hay hòa hoãn được. Nghĩa là người Cộng sản miền Bắc có thể chiếm đất đai của người miền Nam; nhưng chắc rằng họ không chiếm tâm hồn của người miền Nam được. Do vậy mà đất nước không phát triển gì mấy, sau hơn 40 năm người cộng sản cầm quyền. Trong khi đó, tại nước Đức, khi bức tường Bá Linh sụp đổ vào ngày 9 tháng 11 năm 1989 và ngày 3 tháng 10 năm 1990 họ đã có ngày lễ thống nhất cả Đông Tây hai miền. Họ không mặc cảm tự ti và phân biệt chủng tộc. Do vậy chỉ 25 năm sau thôi (1990-2015) giữa Đông và Tây phát triển rất nhịp nhàng và lợi tức đầu người bình quân giữa hai vùng của nước Đức không có chênh lệch nhiều như quê hương Việt Nam chúng ta trong hiện tại.

KHÍ HẬU, CON NGƯỜI, THIÊN NHIÊN, CÂY CỎ VÀ MUÔNG THÚ

Từ Bắc chí Nam của nước Úc rộng rãi như vậy có thể chia ra làm 3 vùng khí hậu khác nhau. Từ Bắc đến tận miền Nam có thể gọi là vùng nhiệt đới thuộc Á Châu. Cả miền Nam thì có khí hậu khác và từ hai vùng nầy tạo nên một vùng khí hậu gió mùa khác từ phía Tây mang đến. Giữa tháng 11 đến tháng 4 mỗi năm thì có nắng gắt ở phương Bắc; nên thỉnh thoảng có nhiều cơn mưa lớn. Từ tháng 5 đến tháng 8 là mùa Đông, ngự trị tại xứ Úc gần đến 4 tháng. Vì lẽ miền Bắc Úc khô cằn, nên miền Nam và Tây Nam lại có gió từ phía Tây thổi đến, cho nên cả nửa năm mùa Đông luôn bị mây mù bao phủ. Gió Đông Nam mang đến cho miền Đông nhiều mưa, mà ở giữa lục địa nầy thì quanh năm vẫn bị khô. Cả 80 phần trăm diện tích của Úc thuộc vùng thiếu nước và mỗi năm trung bình chỉ có được 250 mm nước mưa mà thôi.

Vào ngày 1 tháng 1 năm 2006 là ngày nóng nhất trong năm, tính từ năm 1858. Vào lúc 16:24 phút tại đồi Observatory Hill tại Sydney người ta đo được 44,7°C và nhiệt độ ngày 14 tháng giêng năm 1939 đo được là 45,3°C. Đây có thể nói là nhiệt độ nóng nhất từ trước đến nay do cơ quan khí tượng Úc cho biết vào năm 2005 kể từ năm 1858. Con người sống trong một hoàn cảnh thiên nhiên ưu đãi với đất đai rộng lớn, tài nguyên phong phú; nhưng khí hậu cũng là một vấn đề không kém phần quan trọng, trong đó nước đóng vai trò then chốt nhất. Do vậy chính quyền Úc giới hạn sự di dân vào lục địa nầy cũng là điều hữu lý mà thôi.

Trong 10 mùa Hè (2003-2012) khi mà tôi có mặt tại Úc, đa phần từ tháng 11 đến tháng 1 mỗi năm; nên tôi cũng đã kinh qua những ngày nóng "nẩy lửa" như thế. Từ đó chính quyền có nhiều sự giới hạn về nước xài cho việc rửa xe cũng như tưới cỏ cây trong vườn nhà. Nếu ai phạm quy định của chính phủ thì sẽ bị phạt tiền. Mỗi tuần chỉ tưới cây hay rửa xe được một hay hai lần tùy theo vùng, miền theo chính phủ quy định. Khi gặp trường hợp nầy, tôi hay nhớ về Âu Châu và Nhật Bản. Đây là 2 nước mà tôi có thời gian dài sống trên hơn 40 năm qua, lại có nguồn nước vào Đông thật là tuyệt vời và ở đây, các chính phủ chưa bao giờ kêu gọi dân tiết kiệm nước cả. Ở Âu Châu, đặc biệt là các xứ Bắc Âu cứ đến tháng 10 là tuyết bắt đầu phủ kín các núi cao và tháng 12 đến tháng 3 hầu như các miền đồng bằng được phủ kín bằng một màu trắng xóa, lấp lánh chiếu sáng như kim cương khi có ánh sáng mặt trời dọi đến. Mùa Đông ở đây nhiều khi đến 10 giờ sáng, mặt trời vẫn chưa lên và chừng 3 giờ chiều mặt trời đã lẫn khuất vào phía chân mây. Một đêm dài của mùa Đông tại Bắc Âu vô tận như vậy. Còn mùa Hè thì khỏi phải nói; mới 3 giờ sáng, ánh sáng mặt trời đã chói chang rồi và đến 10 hay 11 giờ tối, mặt trời vẫn chưa chịu lẫn khuất vào núi. Có lẽ nhờ vậy mà ở đây nước sạch và ngon, mưa không cần nhiều; nhưng nông dân vẫn xài nước tưới cây vào mùa hè dư thừa, có lẽ vì nhờ nguồn tuyết tan ra vào mùa xuân còn đọng lại nơi các nền đất; nên nông dân ở đây làm ruộng rất trúng mùa và mỗi năm họ chỉ cần gieo hạt cho một mùa, thế mà lúc nào mùa thu hoạch cũng cao về các loại lúa mì, củ cải đường, táo, nho, lê hay những rau quả khác. Trong khi đó ở Việt Nam mỗi năm nông dân có nơi canh tác đến 3 mùa, thế mà vẫn không đủ ăn, vì năng suất kém và đất đai đã chai lì với phân bón; nên kết quả thu hoạch không như tại Âu Châu hay Úc hoặc Mỹ. Mọi việc cày cấy, bừa, gặt v.v… ở tại các xứ Âu Mỹ họ ít dùng đến sức người, mà chỉ dùng toàn bằng máy móc. Nhiều khi nhìn một thửa ruộng rộng bạt ngàn như vậy, nhưng chỉ thấy có một hai người làm và một chiếc máy vừa gặt, vừa suốt lúa, vừa cuốn rạ v.v… quả là tiện lợi vô cùng, không biết Việt Nam mình bao giờ người nông dân ở thôn quê mới đỡ nhọc nhằn như các nước Âu Mỹ?

Tại Na Uy hay Nhật Bản là những nơi mà nước uống rất trong sạch, có thể uống nước bất cứ nơi nào có thể. Ví dụ như tại dòng nước đầu nguồn hay tại những vòi nước công cộng, ở công sở hay nơi nhà vệ sinh. Không phải chính phủ sở tại lo hết công việc sát trùng cả đâu, mà có lẽ do nguồn nước sạch, chảy từ nguồn nước thiên nhiên ra, nên mới được như vậy. Tôi đi nhiều nơi, đến nhiều chỗ; nhưng phải thành thật mà nói rằng: Nước uống tại Na Uy và Nhật Bản là những nguồn nước thật là tuyệt vời tinh khiết.

Tại Nhật Bản, ai trong chúng ta cũng biết là xứ kỹ nghệ phát triển hơn 100 năm nay; nhưng do người dân ý thức trách nhiệm cá nhân đối với lợi ích của quốc gia và xã hội rất cao; nên ở mọi phương diện về môi trường, chúng ta có thể tin tưởng được điều đó. Một quốc gia giàu có và lớn mạnh, không phải chỉ có những con người lãnh đạo quốc gia ấy tài giỏi, mà người dân phải học những bài học "công dân giáo dục" từ thuở còn học tiểu học ở nhà trường; nhất là môn Đức Dục, thì mới mong xã hội ấy phát triển đồng đều. Nhiều người bảo rằng: Lúc nào tôi cũng khen Nhật, mà ít thấy chê cái gì cả. Tôi xin trả lời rằng: Tôi hay thấy cái tốt của người khác để nhìn ngắm và học theo; còn cái xấu ai mà không có, tại sao chúng ta lại phải thâu nhận vào tâm mình để làm gì? Nguyên tắc tu học của tôi rất đơn giản như thế nầy đây. Ví dụ tâm thức của chúng ta giống như một ly nước đang bị vẩn đục. Trong ly nước ấy đủ các loại cáu bẩn. Nếu ta lấy tay lắc mạnh ly nước, thì những cáu bẩn ấy sẽ hiện lên trên mặt nước. Bây giờ chúng ta hãy ngồi yên cũng giống như để ly nước xuống một cách nhẹ nhàng, thì những cáu bẩn ấy sẽ lắng xuống dưới đáy ly; nhưng chắc chắn một điều là những chất cặn bã nầy vẫn còn nằm trong đó. Chúng ta phải dùng đến những công năng tu tập như: Giới, định, huệ thì mới có thể bắn tan đi những tia phản xạ nầy qua sự vẩn đục và vô minh của tham, sân, si, thì mới mong nước kia hoàn toàn trong sạch. Một ví dụ khác dễ hiểu hơn – tâm ta cũng giống như một ly nước bên trên, nếu mỗi ngày chúng ta đem sự tu tập của mình, có thể sánh với một ly nước sạch, mang đổ vào ly nước đục nầy, thì chắc rằng một ngày nào đó ly nước đục sẽ đổi màu và từ từ trong hơn. Chúng ta nên cố gắng càng đổ vào ly nước tâm nầy nhiều chất sạch chừng nào, càng quý chừng ấy. Ngược lại, nếu chúng ta vẫn mang ly nước đục của cuộc đời, nào thị, phi, nhân, nghĩa v.v... cứ tiếp tục đổ vào ly nước tâm cáu bẩn của mình, thì liệu rằng ta sẽ được tốt hơn? Do vậy mà lẽ sống của tôi là: Luôn chọn cái hay, cái đẹp của người khác để thâu nhận, học hỏi và hầu như tôi không quan tâm đến cái xấu của người khác là vậy.

Tuyết lạnh thật. Mới đầu thấy đẹp và ham vui vùi tuyết vào lòng; nhưng càng ở lâu mới thấy cái lạnh nó càng thấm vào da thịt. Đối với người trẻ ít có vấn đề, còn người già thì tê tái tâm hồn khi đông đến, tuyết rơi; nhưng nếu ai đó cảm nhận được cái thiếu nước để tưới cây và rửa xe như ở Úc; hoặc nhìn những cánh đồng khô cháy tại Phi Châu hay Ấn Độ để so sánh, thì chúng ta phải nói là người Âu, Mỹ hạnh phúc vô cùng. Vì lẽ ở đây có thừa nước để dùng. Lúc ấy mình sẽ không sợ cái lạnh nó chi phối nữa. Có những người Á Châu sinh sống tại Âu Châu khi về già họ hay muốn trở về nơi chôn nhau cắt rún của mình để được ấm hơn khi mùa đông đến và đỡ cô đơn hơn, khi bên mình còn nghe được tiếng nói của quê hương, chòm xóm. Thế nhưng nếu chúng ta biết đánh giá đúng sự nhận thức và nhìn rõ hơn bản chất của cuộc đời, thì ta sẽ an lạc và hạnh phúc, dầu cho ta có ở bất cứ nơi nào trên thế gian nầy.

Nhiều khi người ta đang ở trong tầm tay hạnh phúc mà chẳng thấy mình được hạnh phúc và cũng có nhiều người đang sống trong chế độ tự do, nhưng đâu có ý thức được sự tự do là gì; chỉ đến khi nào con người mất đi sự tự do và hạnh phúc không còn sự lựa chọn nào hơn được nữa, thì lúc ấy mới thấy sự tự do và hạnh phúc mà người ta đang có trong đời thường, giá trị biết là bao? Mới đây tôi có nhận được 2 lá thư của 2 người Việt Nam từ 2 nhà tù trong nước Đức gởi về chùa, đọc và thấy cảm động vô cùng. Nội dung của 2 thư nầy sẽ minh định cho điều tôi nói ở trên đây.

Một người nay đã ngoài 70, cách đây 10 năm về trước, trong một cơn hoảng hốt nào đó, tự đốt nhà mình. Người vợ sợ quá, đi cớ bót và cảnh sát cũng như luật sư cho rằng anh ta bị thần kinh thuộc dạng nguy hiểm nên đã cho vào trại giam của những người bị bệnh tâm thần. Từ đây, anh ta thỉnh thoảng có viết thư về chùa để kể rõ cuộc sống của những người bị bệnh tâm thần trong nhà giam. Trong một thư anh kể rằng:

"Con có căn bệnh thèm hút thuốc lá và mỗi ngày trại họ chỉ cấp cho có 6 điếu mà thôi. Không thể mua thêm gì được, trong khi trong túi không có một đồng xu. Thế mà có thằng bạn tù nó còn ghiền hơn con nữa; nên nó hay đi lục lọi những tàn thuốc của ai đó hút còn dư, để nó châm mồi hút lại. Con thấy tội nghiệp cho nên con hứa mỗi ngày sẽ cho bớt nó một điếu với điều kiện là nó phải niệm câu Nam Mô A Di Đà Phật trước khi hút. Điều đó nó đã làm theo và con rất vui, vì con có thể tập làm hạnh bố thí chút chút, trong khi con bị giam trong trại tâm thần và tạo thêm cơ hội để một người khác biết niệm Phật".

Câu chuyên tuy đơn sơ; nhưng không phải ai cũng làm được cái tâm Bồ Tát ấy. Sự bố thí nó đã nói lên được cái ý nghĩa là biết chia xẻ; còn thí cái gì, lại là điều khác nữa.

Câu chuyện thứ hai là của một người tù can tội giết người. Nay đã nằm trong nhà tù được 8 năm; còn 7 năm nữa mãn hạn sẽ được đưa trả về lại Việt Nam. Anh ta nghe nói chùa Viên Giác tại Hannover đây xây dựng tượng đài Quan Âm, mà anh ta không có tiền; nên viết thư cho một người bạn, nhờ gởi 10 con tem về chùa để đóng góp phần nhỏ của mình cho công việc phước đức đó. Ở trong tù một ngày người xưa nói rằng còn hơn 1.000 năm ở ngoài đời. Nay anh ta đã ở 8 năm trong tù rồi. Nếu nhân số ngày ấy lên 1.000 thì không biết bao nhiêu ngày là chẳng có tự do. Rồi còn những 7 năm nữa. Bây giờ mang tâm hối hận cho việc làm đã qua của mình và xin cúng Phật với mấy com tem thật là ý nghĩa.

Cả hai câu chuyện trên là những câu chuyện có thật và nếu chúng ta là một trong những hoàn cảnh của hai người như thế, thì chúng ta phải làm như thế nào đây? So ra chúng ta quá hạnh phúc phải không? Nhưng nào chúng ta đâu có biết giá trị của hạnh phúc và sự tự do là gì. Do vậy thỉnh thoảng chúng ta vẫn hay thấy các chính phủ ban hành những đạo luật nầy hay đạo luật kia là để giúp cho chúng ta ý thức về trách nhiệm và bổn phận của người dân đang sống trong một chế độ dân chủ. Ví dụ như giới hạn việc tưới cây, rửa xe ở Úc hay ở California là một điển hình. Khi nào con người ý thức được những việc trên một cách triệt để thì cuộc sống nầy sẽ an ổn, thế giới sẽ hòa bình; chiến tranh, đói khổ sẽ không còn có mặt trên quả địa cầu nầy nữa.

Nước Úc là một lục địa theo các nhà địa chất học thì đã có mặt trên 50 triệu năm và được tách rời ra khỏi các lục địa khác và bây giờ chung quanh được bao bọc bằng biển cả. Do vậy mà lục địa nầy các loại hoa cũng như chim thú đặc biệt mà tiêu biểu là những loài động vật có túi ở tại Úc, mà những loại nầy ngày nay chỉ còn sót lại ở Nam Mỹ. Người ta có thể tìm ra 20.000 loại cây cỏ hoa trái trên lục địa nầy; trong đó có đến 85% là cây cỏ của địa phương. Tại đây có nhiều loại cây bạc hà, có cả hằng 600 loại khác nhau và có cây cao đến 90 mét. Chúng thường hay mọc thành rừng và dàn trải khắp nơi trên xứ Úc (xem lại chương trước).

Nói về hoa tại xứ Úc thì có vô số loại mà Âu, Mỹ tôi chưa bao giờ thấy. Chỉ thấy được những loại hoa nầy trên một số núi rừng nhất định mà thôi. Ví dụ như ở vùng núi Blue Mountains gần Sydney; nơi có Tu Viện Pháp Bảo và Hòa Thượng Thích Bảo Lạc đang tịnh tu tại đó. Trước đây vào những năm 2011, 2012 khi Tu Viện Đa Bảo mới được dời từ Campelltown về đây, tôi đã ở 2 lần mùa hè tại đó. Từ trên đồi, tôi có thể thấy nhiều chú Kangaro ra ăn cỏ vào mỗi buổi sáng mai hay chiều tối. Từ đây tôi cũng đã tận mắt xem được những loại hoa của rừng núi nầy rất đẹp, tôi không biết tiếng Anh gọi là gì; nhưng tiếng Việt nhiều người đặt tên cho nó là: Hoa đuôi Phụng. Nghe cũng hay và đẹp đấy chứ! Cây nhỏ thôi; nhưng nở hoa rất lớn và đẹp. Thông thường nó nở ra màu đỏ và hoa trổ ngay ở phần trên cùng của cây. Mỗi cây chỉ cho một hoa, thỉnh thoảng lắm mới thấy có cây cho 2 hay 3 hoa. Nó không có mùi gì đặc biệt; nhưng màu sắc thật là tuyệt vời. Thấy đẹp, nhiều người bứng cây hoa nầy về Sydney trồng, cây dầu được săn sóc tận tình, hoa vẫn tàn và không cho thêm một cành lá nào nữa, rồi chết. Có lẽ vì loại hoa nầy chỉ thích hợp với núi rừng, chứ không phù hợp nơi đồng bằng, mặc dù Sydney không xa Blue Mountains là bao nhiêu.

Những ngày đầu đến xứ Úc của những năm 1979, 1980 khi tôi thấy hoa phượng nở, nhớ Việt Nam trong muôn thuở. Tôi đã bảo những người đưa đi ngắm cảnh phải dừng xe để chụp cho được hình ảnh của những cây hoa phượng màu đỏ nầy. Có lần tôi đã chụp hình cây Điệp trong công viên ở Brisbane, thế mà hỉ hả. Vì đã bao nhiêu là mùa hạ ở ngoại quốc rồi, có bao giờ tôi thấy được hình ảnh của hoa Điệp đâu. Trong vườn chùa Pháp Bảo tại Sydney có nhiều loại cây ra hoa và ra trái tôi cũng rất thích và dĩ nhiên những loại nầy không thể tìm trên các xứ Âu Mỹ được. Đó là hoa phượng màu tím và cây cau của Úc. Không biết tôi gọi thế có đúng không; nhưng dưới mắt tôi, những cây nầy đã mang tôi về gần lại với quê hương của mình nhiều hơn nữa. Phượng bình thường, ta ít thấy có cây ra màu gì khác; ngoại trừ màu đỏ. Thế mà ở Úc, nhất là vùng Brisbane và Sydney có nhiều cây phượng cho hoa màu xanh lẫn tím. Nhìn hoa phượng nầy, ai mà không nhớ đến những ngày nghỉ hè của tuổi học trò khi xưa còn ngồi trên ghế nhà trường Tiểu Học hay Trung Học. Ra ngoại quốc nầy các sân trường không bao giờ thấy được bóng dáng của những cây phượng ấy, mà nay trong vườn chùa Pháp Bảo lại có cây phượng cho ra hoa màu xanh tím thì quả là một điều đặc biệt vô cùng.

Trước Thiền Đường chùa Pháp Bảo, gần nơi tháp Địa Tạng có mấy cây cau (đây là tên do tôi đặt; chứ thực ra, nó chỉ là một họ với cây cau thôi); chúng cho ra buồng; nhưng trái nhỏ hơn trái cau và cũng không lớn như trái chà là ở Tunésie (Phi Châu). Chúng là một tổng hợp của các cây trên. Cây thường ra hoa vào tháng 10 hay 11; đến Giáng Sinh mỗi năm chúng kết thành buồng và có những trái màu vàng, trông rất đẹp mắt. Khi tôi còn ở Úc trong những mùa Hè từ 2003 đến 2012, trong 10 năm nầy; đêm Giáng Sinh vẫn là đêm hội ngộ vui vẻ của Thầy trò nhân ngày bế giảng khóa tu gieo duyên của chùa Pháp Bảo và suốt trong 10 năm ấy lúc nào Sư Cô Giác Trí cũng trang trí trên nền Thiền Đường những hoa lá trong vườn chùa và hầu như không thiếu hình ảnh của hoa và trái cau vừa được chặt từ trên ngọn cau gần đó xuống.

Trước tượng Quan Âm lộ thiên của chùa Pháp Bảo có một hồ sen, nở sen hồng rất đẹp. Tôi thường đến tháng 11 mỗi năm. Lúc ấy sen mới mọc ngó từ bùn nhơ trong hồ; chỉ vài tuần sau là sen cho lá và xen vào những chùm lá ấy có điểm những búp sen mơn mởn chuẩn bị khoe sắc khi mùa hè chính thức hiện hữu tại xứ Úc này vào đầu năm dương lịch mỗi năm. Hồ sen nầy đã có từ lâu, cho hoa rất nhiều; nhưng gương sen thì không dùng được, vì hạt sen quá nhỏ, bị lép. Thỉnh thoảng quý Sư Cô cắt lá sen để hấp xôi và khi dùng, mùi hương sen vẫn còn bay thoang thoảng đâu đó.

Có một năm nào đó trong vườn Tu Viện Đa Bảo có cây chuối trổ bông thật đẹp và tôi đã viết một bài về loài hoa chuối nầy. Thuở ấy thấy lạ mắt và đẹp vô ngần; nhưng không ngờ sau nầy trong tình cờ, tôi phát hiện được loại hoa nầy cũng có trong sân Tu Viện Quảng Đức ở Melbourne. Tôi nghe nói hoa vạn thọ, người Việt Nam mình cũng ưa chuộng lắm. Vì mấy ông bà cụ, mỗi năm Tết đến xuân về được tặng cho một chậu hoa vạn thọ thì vui lắm. Vì đây là lời chúc đầu năm, gián tiếp cầu nguyện cho gia chủ được sống dài lâu như tên của loài hoa nầy vậy. Dĩ nhiên khi người Việt Nam đến định cư tại Úc đã mang thêm vào đây nhiều loài hoa cũng như cây cỏ khác nữa. Chắc chừng không bao lâu sau nữa chúng ta sẽ có một vườn hoa văn hóa đầy sắc màu tại xứ Úc nầy.

Tại Úc có hai loài hoa tiêu biểu. Đó là hoa Eukaluptus và hoa Gold-Akazie. Tôi không biết dịch ra tiếng Việt là gì, mà tự điển thì cũng chẳng giải thích. Khi xem hình chúng ta sẽ nhận ra được ngay. Hoa Eukalyptus mọc khắp nơi và khi trổ hoa, cành rũ xuống, hoa mang sắc màu tim tím; giống như hoa cúc mà không phải hoa cúc, vì thân cây rất cao. Còn loại hoa gọi là Gold-Akazie thường nở ra màu vàng; trông giống như trúc đào của Việt Nam và hoa nầy được trang trí trong Quốc Huy của nước Úc.

Tôi thường hay ca tụng các loài hoa, vì trong vô tình hay cố ý, hoa vẫn luôn mang đến cho đời nhiều hình ảnh đẹp. Ví dụ như người ta dâng hoa cúng Phật, trang trí trong những lễ hội đặc biệt như cưới hỏi, ma chay. Tùy theo nội dung của từng lễ hội khác nhau mà các loài hoa sẽ mang đến cho con người nhiều cảm giác thư thái, nhẹ nhàng, dễ chịu. Hoa chẳng làm phiền lòng ai và hoa chỉ với một mục đích duy nhất là trang điểm cho cuộc đời nầy thêm tươi hơn, đẹp hơn… chỉ có thế thôi và dẫu cho là những bông hoa dại nở ven đường ở Úc Châu, Âu Châu hay Mỹ Châu hoặc bất kỳ nơi nào trên thế giới nầy đi nữa, thì hoa cũng chẳng tội tình chi mà bị khinh chê, nếu không nói là nên ca tụng chúng. Vì hoa chỉ làm cho con người nở mày đẹp mặt hơn mà thôi. Từ trẻ em cho đến người già cả, tất cả các loài hoa, hầu như ít có người ghét chúng. Vì nhờ nó mà cuộc đời của con người khi sống cũng như lúc chết, hoa mang theo nhiều ý nghĩa hơn.

Từ thời Đức Phật còn tại thế, loài hoa cũng đã góp phần không nhỏ vào trong những câu chuyện đạo mà Ngài đem ra dạy cho các Đệ Tử như sau:

Một hôm Ngài A Nan nhổ lên một cây có hoa, cả gốc lẫn cành và bạch Phật rằng:

"Bạch Thế Tôn! Con ngửi thấy mùi hoa nầy rất thơm, không những hoa mà còn cành lá, cho đến rễ của nó cũng thơm nữa. Không biết có loài hoa thơm nào có thể bay được ngược gió chăng?"

Đức Phật giảng rằng: "Có chứ! nầy A Nan! Có những người Phật tử giữ tròn 5 giới, Bát Quan Trai giới vào các ngày mồng 8, 23 hay 14, rằm và 30, mồng một; hoặc giả có người tại gia giữ tròn Thập Thiện, thì chính họ là những loài hoa có hương thơm, dầu ngược gió cũng có thể bay khắp muôn phương".

Thật là tuyệt vời! Lời dạy của Đức Phật thật là cao cả và không có loại triết lý nào có thể sánh được. Ta thường hay đọc và hiểu rằng: "Hương thơm, dầu là hương của loài hoa Chiên Đàn đi nữa cũng không thể nào bay được ngược gió, chỉ có hương của người đức hạnh, dù ngược gió cũng có thể bay khắp muôn phương". Tuy nhiên trong kinh Tạp A Hàm, Đức Phật dạy rõ cho Ngài A Nan và cả hai tư tưởng của Nam Tông cũng như Bắc Tông không sai khác mấy khi nói về phẩm hạnh của phần hương giới nầy; không luận là người tại gia hay xuất gia, nếu ai có thực hành giáo pháp của Đức Phật, người ấy sẽ an lạc suốt đời và đời sau chắc chắn sẽ được giải thoát khỏi vòng sanh tử luân hồi.

Nhiều lúc tôi giảng pháp, cố đem những loài hoa để làm thí dụ, khiến cho mọi người dễ thu thập được tư tưởng của Tánh Không, mà Đức Phật cũng như Ngài Long Thọ đã dạy rất kỹ trong tư tưởng của luận Trung Quán. Tôi hỏi một người nào đó rằng: Hoa cúc, lan, cẩm chướng v.v… trước mặt tôi là thật hay là hoa giả? Đa phần ai cũng trả lời là "hoa thật". Đến khi tôi hỏi: Hoa sen chưng trên bàn Phật là hoa thật hay hoa giả? Hầu như ai cũng trả lời là "giả". Tôi nghĩ một hồi lâu và phân tích rằng: "Quý vị thấy đó! Tuy những hoa trước mặt của tôi quý vị cho rằng thật; nhưng hãy nhìn sâu vào chúng trong một hai ngày sau, chúng có còn thật nữa không?", thì mọi người "Ồ" lên một tiếng. Đó là hiểu lý vô thường rồi. Đến khi tôi bảo: "Quý vị hãy quan sát cho kỹ những cành hoa sen mà quý vị cho là giả ấy, nó có tồn tại mãi không?, thì mọi người bảo rằng "không". Từ đó tôi chỉ cho họ thấy thực tướng của vạn vật và rõ thấu hiểu vô thường của vạn vật, thì cuộc sống hằng ngày của họ sẽ có nhiều giá trị hơn. Tu học Phật là như vậy và cũng nhờ vào ví dụ cụ thể nầy mà mọi người sống với bản tính chân như lúc nào không hay biết.

Nói về thú vật chim muông tại Úc thì có vô số kể, không thể tính xiết, mà đa phần những thú vật nầy ở Âu, Mỹ không có. Tuy nhiên chúng ta có thể liệt kê cho riêng Kangaroo không, cũng có đến 40 loại khác nhau gồm có cả con Koala (con ngủ ngày); con Wombat và thuộc những loại có túi như các loài chuột Possum v.v… Cũng có loại sinh con, mà cũng có loại sinh trứng. Lần đầu khi đến Úc tôi cố đi xem con Kangaroo cho được. Do vậy có mấy Phật tử đưa tôi đến vườn thú để xem. Vì Sydney là thành phố, không có những cánh đồng bạt ngàn như Tivi chiếu về đời sống của chúng, mà ở đây không gian đã bị thu hẹp; nên đành vào sở thú vậy. Con nào cũng có 4 chân; nhưng hai chân trước nhỏ và ngắn; giống như những chân phụ của cơ thể. Kangaroo dùng 2 chân sau và cái đuôi là chính để trụ vững khi đứng, còn lúc đi hay chạy, chúng dùng thêm 2 chân trước nữa. Tiếng Trung Hoa gọi là Đại Thử, có nghĩa là con chuột lớn. Đầu chúng nhỏ, mắt sáng, tai thính, bụng lớn, đuôi dài. Màu của chúng đủ loại. Nào xám, nâu, trắng, đen v.v… Bụng của con cái có cái túi dùng để đựng con của nó khi còn nhỏ. Kangaroo khi mới sinh rất nhỏ, mẹ nó nuôi con rất tận tình, không thua gì những loài có vú khác. Ngày xưa người ta không ăn thịt Kangaroo; nhưng bây giờ hình như Úc đã chính thức cho xuất cảng thịt Kangaroo sang Nhật Bản. Bởi lẽ Kangaroo quá nhiều, không làm sao mà có thể hủy diệt chúng hết được. Kangaroo rất hiền, ít phá hoa màu, chúng chỉ ăn cỏ, lá cây và hoa quả. Nhiều khi đi trên xa lộ hay những con đường làng, gặp phải những con Kangaroo bị xe cán, thấy mà thương tâm. Chúng thấy ánh sáng của đèn là nhảy ra đường và đôi khi không lượng được độ nhanh của xe; nên chúng bị gặp nạn. Khi còn ở Đa Bảo vùng Campelltown tôi chỉ thấy một lần duy nhất mẹ con Kangaroo xuất hiện trước cổng tam quan trong suốt một thời gian 8 mùa hè tôi dừng chân tại đó (2003-2010). Sau nầy khi lên Đa Bảo tại vùng Blue Mountains tôi gặp Kangaroo hằng ngày 2 buổi sáng chiều ở trước sân của Tu Viện. Vì đây là rừng, cho nên nhiều Kangaroo và chim chóc tha hồ nhảy nhót, tìm mồi. Có lẽ chúng xem sự hiện diện của con người ở đây là thiểu số và xâm phạm vào rừng rậm của chúng, vốn là quê hương muôn thuở của những loại thú rừng, kể từ khi khai thiên lập địa đến nay vậy.

Còn Koala, tôi đã gặp chúng lần đầu tiên trong sở thú ở Brisbane vào năm 1979. Mắt chúng tròn như viên bi, lông cứng, hình cong, bám lên các nhánh cây bạch đàn để ăn lá và để ngủ. Con nào có con thì nó cõng con nó trên lưng, trông rất dễ thương. Đa phần Koala màu xám, đen; ít có con nào màu nâu hay đỏ như Kangaroo. Chưa nghe đến việc người ta ăn thịt Koala; nhưng nếu một ngày nào đó Koala sinh sản quá nhiều, không biết rằng chính phủ Úc sẽ tính sao đây! Thật là thảm thương cho số phận của những loài động vật không có quyền được sống; chỉ có con người ỷ mạnh hiếp yếu và ra sức đàn áp, giết chóc những đối tượng nhỏ hơn mình để phụng sự cho cái ước muốn của dạ dày, mà không hiểu rằng: Loài nào chúng cũng muốn sống, sợ chết. Nếu Koala băng qua đường, chắc chắn sẽ dễ gặp tai nạn nhiều hơn là con Kangaroo, vì Koala cũng như con Wombat di chuyển rất chậm chạp. Hiện ở Úc đã có nhiều Hội bảo vệ động vật được thành lập, nhằm tranh đấu cho quyền được sống của những loại sắp diệt chủng nầy.

Tại Úc có nhiều loại két đủ màu sắc sặc sỡ mà trên thế giới nầy ít thấy nước nào có. Lông màu trắng, xanh, vàng, đỏ, tím, đen v.v... đủ loại đủ màu. Có con chỉ một màu; nhưng nhiều con có cả 3 hay 4 màu. Chúng rất dạn dĩ; nhiều khi đậu sát bên hiên nhà để vòi vĩnh thức ăn. Chúng di chuyển từng đàn và mỗi lần cùng kêu tập thể, khi nghe thật là đinh tai nhức óc. Dĩ nhiên là còn rất nhiều loài thú thiên nhiên tiêu biểu nữa so với những động vật nuôi trong nhà như: Chó, mèo, họa mi, lạc đà, ngựa, cừu v.v... quý vị nào muốn tìm hiểu thêm thì xin tìm sách để nghiên cứu tiếp. Vì lẽ tôi không phải là nhà khoa học thực nghiệm về thú vật; nên không thể mô tả chi tiết hết được. Mong quý vị độc giả hoan hỷ cho điều nầy.

Nước Úc có một vị thế rất đặc biệt đối với thế giới và có nhiều ưu điểm về thiên nhiên cũng như biển cả hơn các lục địa như Châu Âu, Châu Mỹ. Vì Úc Châu được bao bọc chung quanh bởi biển, còn bình nguyên thì những rừng cây bạt ngàn; nên đất liền và một phần biển được đưa vào phần "bảo vệ thiên nhiên"; những nơi như thế chim muông, thú vật và cây cỏ tự do tăng trưởng và tồn tại, không ai được quyền xâm phạm đến chúng. Năm 1879 một vùng thiên nhiên rộng lớn được bảo trì từ miền Nam Sydney đến Yellowstone-Nationalpark có diện tích rộng thứ 2 trên thế giới của khu Royal-Nationalpark nầy. Ở đó gồm 12% đất đai thuộc vùng nghiêm cấm khai thác, được bảo vệ chặt chẽ cho thiên nhiên phát triển. Có 11 vùng như thế được liệt kê vào di sản văn hóa của thế giới thì tại Úc có 3 vùng tiêu biểu. Đó là: Nationalpark thuộc núi Uluru-Kata-Tjuta (Trung Úc); vùng Great Barrier Reef (Vịnh san hô tại Cains) và Blue Mountains tại New South Wales.

Còn về cây trái cũng có những rừng nho bạt ngàn của những người Đức di dân từ sau Đệ nhị thế chiến (1945) đến đây để định cư, trồng trọt và khai thác. Đa phần nằm ở vùng Adelaide thuộc Nam Úc. Táo, Anh đào, lê, mận v.v… những loại trái cây có gốc gác từ Âu Châu cũng rất được người Úc ưa chuộng. Kể từ khi người Việt có mặt tại xứ Úc từ năm 1975 đến nay, những nông trại trồng dưa leo, cà tím, hành Poireau, cải, đậu, bắp v.v… mọc lên nhan nhản khắp nơi. Từ miền Nam Sydney đến Adelaide; từ Brisbane đến Townsville hay Darwin… nơi nào cũng thấy những vườn rau xanh tươi của người Việt. Chính phủ khuyến khích những nông dân Việt Nam đến những vùng nầy để canh tác và cho lấy nước thiên nhiên dưới lòng đất dùng tưới cây; nên mặt đất trở nên xanh hơn, mà phần doanh thu, thuế má lại có lợi nhiều hơn là bỏ đất hoang phí, khiến cho cỏ dại mọc, chỉ làm mồi cho cháy rừng, khi mùa khô đến. Thật là tiện lợi cho cả hai mặt. Thế nhưng người nông dân Việt không dừng lại ở đó mà họ tìm cách di cư lên vùng Darwin; nơi có khí hậu gần đường xích đạo, nằm ở phía Nam, có độ ấm và nóng gần giống như Việt Nam, họ bắt đầu khai thác những vùng đồng bằng vốn khô cằn lâu nay để trồng những vườn xoài, mít, chôm chôm, long nhãn, xương rồng, thanh long v.v… quả là được mùa. Có những vườn xoài có cả hằng trăm mẫu, khi thu hoạch được cả hằng ngàn tấn, được xuất cảng sang Singapore hay các nước Á Châu lân cận. Những năm 1979, 1980 khi tôi đến Úc lần đầu; ngay tại Brisbane thấy người Úc chưa biết ăn xoài; xoài trái nặng trĩu cả cây, đến chín mọng, chúng rụng xuống đất, chỉ có chim chóc tranh nhau thôi. Còn con người thì làm ngơ bỏ mặc; nhưng bây giờ sau mấy mươi năm ở Úc, người Việt Nam đã là những di dân Á Châu khai thác cũng như tiêu thụ loại sản phẩm nầy và bây giờ người Úc cũng đổ xô đi mua xoài hay những loại trái cây khác được chuyên chở về Sydney hay những thành phố lớn khác để bán. Những chùm vải thiều, những trái thanh long đỏ mọng và ngay cả sầu riêng cũng được trồng, thu hoạch tại xứ Darwin nữa. Nên đây sẽ là vùng đất hứa cho những ai muốn canh tác, trồng trọt rau quả Á Châu tại xứ Úc vậy. Gần đây người Trung Hoa di dân qua Úc không ít và họ đã chọn nghề nông để sinh sống và phát triển. Từ đây, người Việt Nam đã có đối tượng để cạnh tranh sinh tồn cũng như phát triển; chứ trước đây Úc hầu như chưa có đối thủ thuộc lãnh vực trái cây Á Châu nầy.

Tại phi trường quốc tế Sydney và những phi trường quốc tế khác của Úc, đều có ghi bằng nhiều thứ tiếng khác nhau dán khắp đó đây, trước khi hành khách trình Passport cho nhân viên đóng dấu nhập cảnh là: "Không được mang trái cây vào Úc". Nếu ai lỡ quên hoặc cố tình quên thì sẽ bị loại chó nghiệp vụ tại phi trường đánh hơi phát hiện; lúc ấy sẽ bị phạt; đôi khi cả hằng mấy trăm đô la Úc. Thế mà cây hay hạt giống ở đâu mà người Việt Nam của chúng ta mang được vào đây như vậy? quả là điều khó hiểu vô cùng. Khi đã trồng trọt được tại Úc rồi, chúng thuộc loại rau quả nội địa, không bị kiểm dịch gắt gao như rau quả nhập cảng; cho nên người nông dân tại đây đã thở phào nhẹ nhõm không còn lo sợ gì nữa.

Tôi nhớ có lần đã ghé thăm vườn nhãn, vườn trầu, vườn mít, vườn bưởi của người Việt mình trồng tại Florida để cung cấp cây trái cho người Việt trong Tiểu Bang, ngay cả Canada hay California nữa; nên giá thành rất rẻ so với giá nhập từ ngoại quốc vào. Nếu giá thành một kí-lô gram mảng cầu hay mít, chuối cau tại Âu Châu vào mùa Đông là 12 USD thì ở Mỹ hay ở Úc người tiêu thụ chỉ trả một phần hai hay một phần ba giá thành của Âu Châu, mà người tiêu thụ lại được những cây trái tươi ngon, không thua gì những trái cây xuất xứ từ Á Châu mấy. Mới chỉ một thế hệ và đang bước qua thế hệ thứ hai thôi; những người Việt đã thành công rực rỡ ở mọi phương diện tại Mỹ và Úc như vậy, thì nay mai thị trường trái cây đó, biết đâu cũng có thể tái nhập cảng về lại Thái Lan, Việt Nam, Trung Quốc hay Nhật Bản; vốn là những xứ rất cần tiêu thụ cây trái nguyên chất, không bị tiêm kích thích tố hóa học cho trái cây đẹp hơn, tươi hơn, sớm chín hơn để bắt mắt người mua. Thế nhưng những loại thực phẩm như thế, khiến cho khách hàng cũng phải nghi ngờ không dám đụng đến. Từ điểm nầy của nông nghiệp, chúng ta có thể nghĩ xa hơn cho những phạm trù khác như: Khoa học, kỹ thuật, giáo dục, tôn giáo, ẩm thực v.v… nếu ở ngoại quốc người Việt thực hiện với độ tin cậy cao, thì có ngày sẽ được tái nhập cảng vào lại quê hương mình, mà vốn nơi đó đã sinh ra cũng như nuôi ta khôn lớn cho đến ngày từ bỏ quê mẹ ra đi để tìm hai chữ "Tự Do" cho cuộc sống. "Niềm hy vọng thì không bao giờ tốn kém" nói như câu tục ngữ Đức nói vậy, thì chúng ta chắc chắn sẽ có một ngày như thế.

Nhìn những líp trầu trồng thẳng tắp tại Florida, chúng cho ra rất nhiều lá xanh non mượt và trầu ở đây phải hái bằng máy, chứ không thể hái bằng tay; tôi có ý nghi ngờ và hỏi người làm vườn rằng: "Mấy bà cụ Việt Nam sang Mỹ vẫn còn dùng trầu sao?" - Thưa! "Đó là số tiêu thụ nhỏ. Đa phần là bán cho người Ấn Độ đang sinh sống tại đây!". Tôi "ồ" lên như một triết lý vừa được khám phá. Hóa ra người Ấn Độ cũng như người mình, dầu đi hay ở đâu cũng không bỏ những phong tục, tập quán cũ; trong đó có tập quán ăn trầu. Ở Việt Nam hay ở ngoại quốc ngày nay, người đàn ông ít ăn trầu, hình như hình ảnh nầy hoàn toàn không còn nữa; nhưng ở Ấn Độ hay người Ấn Độ ở Mỹ ngày nay người đàn ông, đa phần vẫn ăn trầu. Việt Nam mình nói: "Miếng trầu là đầu câu chuyện" của các ông các bà ngày xưa. Thế mà ngày nay ở xứ văn minh như Hoa Kỳ vẫn còn gìn giữ những phong tục ngoại lai như thế. Tôi viết điều nầy không liên quan đến Úc; nhưng tôi muốn mách bảo với những người nông dân Việt Nam tại Úc, có thể bắt chước người Việt tại Florida trồng trầu, để rồi chỉ một, hai thế hệ thôi, tại Darwin Úc Châu, người Việt sẽ có những vườn trầu xanh tươi như người Việt trồng tại Florida vậy. Có thể lúc ấy ít còn bà cụ người Việt Nam nào còn ăn trầu nữa trong hơn 300.000 người Việt Nam hiện sinh sống tại xứ Úc tiêu dùng; nhưng đa phần người Ấn Độ sẽ tiêu thụ cho nông dân Việt tại Úc, thì đây chỉ là một hiến kế nhỏ thôi, để ai đó chưa nghĩ đến thì cũng nên thử nghiệm xem sao.

Vào ngày 8 tháng 8 năm 2011, chính quyền liên bang Úc có số thống kê chính xác về dân số hiện đang sinh sống tại nước Úc là: 21.507.717 (hai mươi mốt triệu năm trăm lẻ bảy ngàn bảy trăm mười bảy) người. Với dân số như vậy họ chưa bằng một phần mười của Hoa Kỳ và chưa bằng một phần ba của Việt Nam; nhưng diện tích đất đai trồng trọt cũng như sinh sống của Úc lớn hơn 23 lần so với nước Việt Nam trong hiện tại. Hầu hết những người đến sinh sống ở Úc đều là những người di dân từ các nước khác. Có 92% là người đến từ Âu Châu; 7% là người gốc Á Châu. Dĩ nhiên trong đó có người tỵ nạn Việt Nam, người Trung Hoa và người Thái v.v... Trong họ cũng có độ 2,4% là người có xuất xứ từ Ấn Độ. Có 15% người da trắng thuộc thành phần của người Anh hay người Ái Nhĩ Lan. Trong đó có người Ý (916.121 người); người Đức

(898.674 người); người Hy Lạp (378.270 người); người Ba Lan (170.354 người); người Kroatien (126.270 người); người Mazedonien (93.570 người) và người Serbien (69.544 người). Họ sống chung với Thổ Dân ở đây vốn đóng vai trò là một dân tộc thiểu số.

Dân số Đức chính thức sống ở Úc là 898.674 người và ngày nay hầu như họ đã nhập quốc tịch Úc; nhưng nói rõ hơn có đến 1,3 triệu người Úc có xuất xứ từ Đức hay biết nói tiếng Đức như Ba Lan và các xứ Đông Âu v.v.... Tôi đã có dịp đi thăm những làng làm rượu nho của Đức tại Adelaide. Tôi rất vui khi đến đây, vì thấy các bảng quảng cáo đều viết bằng tiếng Đức; nhưng khi vào những nơi nầy dùng tiếng Đức để hỏi thăm, thì những cô, cậu bán hàng trẻ lắc đầu lia lịa và chỉ trả lời bằng tiếng Anh và họ chỉ cho cha mẹ họ tiếp tôi. Rõ ràng là một điều nghịch lý; trong khi tôi là người Á Châu mà biết nói tiếng Đức; còn họ hình dáng trông như người Đức tóc vàng, da trắng, mũi cao, mà chẳng nói được tiếng Đức nào, ngoại trừ hai tiếng cảm ơn. Nói và viết đến đây, tôi thầm nghĩ đến thân phận của những trẻ em Việt Nam sinh ra tại ngoại quốc từ 1975 đến nay, đa phần chúng sinh ra tại ngoại quốc, lớn lên học trường của các địa phương nơi chúng sinh ra; trong khi đó tiếng mẹ đẻ ít được dùng và được học tại nhà; nên bây giờ tiếng địa phương sở tại thay cho tiếng mẹ đẻ. Điều nầy buồn hay vui; lo hay phản đối thì nhơn duyên nó là vậy, hãy để như thế để cho "lá rụng về cội" như lâu nay ông bà mình vẫn hay nói, chắc cũng không sai quy luật của tự nhiên là mấy. Đối với những người di dân đến Úc như Pakistan, Tích Lan, Ấn Độ sinh sống tại Úc họ dùng tiếng Anh hay tiếng Anh của Úc mà tại đây có đến 79% dân chúng đang dùng để giao dịch hằng ngày. Có độ 2% số người nói tiếng Hoa và tiếng Ý.

Từ năm 1960 số người di dân từ Âu Châu ngừng lại, đặc biệt chính phủ Úc thâu nhận những người gốc Á Châu. Từ năm 1990 trở lại đây trung bình mỗi năm có 1,4% số di dân tính trên dân số hiện tại được di dân vào Úc. Hơn một phần tư dân số Úc không phải là những người sinh ra tại đây. Số sinh trung bình của mỗi gia đình là 1,8 người con. Điều ấy có nghĩa là mỗi gia đình có dưới 2 người con. Nam giới có tuổi thọ trung bình là 75 và nữ giới có tuổi thọ là 81. Theo tổ chức WHO (World Healthe Organisation) vào năm 1999 thống kê cho thấy thì người Thổ Dân có tuổi thọ ít hơn 20 năm so với những người định cư và có 4,7 phần 1.000 trẻ sơ sinh bị chết lúc mới vừa lọt lòng mẹ. Có đến 92% dân số Úc sống tại thành thị hay những trung tâm lớn ở các vịnh phía Đông Nam; trong khi đó ở trung tâm của nước Úc hầu như không có ai cư ngụ tại đó.

Đi trên máy bay từ Singapore hay Bangkok, hay Kuala Lumpur qua Sydney thấy trong máy bay hơn 90% là người da trắng. Lẽ ra người da vàng tóc đen đông hơn mới phải, vì lục địa Úc nằm gần Á Châu hơn. Thế nhưng người Á Châu đến sau người Âu Châu, đặc biệt là người Anh; họ vốn là những tù nhân từ Anh Quốc được đưa sang đây và sau nầy nước Úc trở thành cứ địa của họ. Điều nầy rất đúng với câu tục ngữ của Đức là: "Wer kommt zuerst, mahlt zuerst"; có nghĩa là: "Ai đến trước, người ấy sẽ xay [ngũ cốc] trước". Người Anh, người Ý, người Tây Ban Nha, người Hòa Lan, người Pháp vốn là những dân tộc sống gần bờ biển; nên ngành hàng hải của họ phát triển rất sớm. Họ đóng thuyền để đi thám hiểm ở những vùng đất xa xôi. Do vậy mà họ có cơ duyên sớm hơn những người Á Châu khác là vậy.

Mới đầu nhìn những ngôi nhà của người Úc, tôi thấy hơi lạ, vì nó không giống những ngôi nhà của người Đức hay người

Pháp được xây vào thời kỳ Trung Cổ, mà nhà của người Úc xây thấp hơn, vả lại kiểu mẫu cũng khác, so với các nước Trung Âu. Sau nầy khi qua Anh, lúc ấy tôi mới rõ là những nhà ở Úc, họ xây giống hệt như nhà cửa tại Anh. Bởi lẽ họ mang tất cả nền văn hóa của mẫu quốc vào đây; nên mới có kết quả như vậy. Lúc ấy tôi nghĩ: Đi Úc làm gì cho xa, qua Anh gần Đức, ta cũng có thể biết phần nào về văn hóa của dân tộc nầy rồi. Trong vô hình chung, hầu như tất cả các nước đi tìm thuộc địa để chiếm cứ hoặc giả để di dân v.v… thì đầu tiên là những thể hình văn hóa phải được cấy trồng tại các xứ bị chiếm đóng ấy; trong đó có vấn đề văn hóa của ngôn ngữ, kiến trúc, tôn giáo, ẩm thực v.v… Do vậy khi người Pháp có mặt tại Đông Dương và chiếm Đông Dương (Việt, Miên, Lào) làm thuộc địa từ những năm 1868 đến 1954; người Pháp đã cho xây dựng nhà cửa, nhà thờ, bưu điện của họ tại Sài Gòn hay Hà Nội, đâu có khác gì nhà thờ và những khu biệt thự tại Paris, Pháp quốc. Cho nên nhiều du khách Nhật Bản gọi Sài Gòn là thành phố Paris thu nhỏ cũng không sai mấy với ý nghĩa bên trên.

Người bản địa cũng còn được gọi là Thổ Dân; họ sống tại Úc trước khi nguòi Âu Châu đến. Theo tài liệu khảo sát Wikipedia viết bằng tiếng Đức về nước Úc năm 2014 thì những người Úc đầu tiên là những người từ Torres-Strait-Insulanern đến sống chung với dân địa phương giữa Queensland và Papua-Neuguinea. Trước khi người Âu Châu đến thì trên lục địa Úc Châu nầy họ đã có khoảng 300.000 đến một triệu người rồi. Họ không phải là một dân tộc thuần chủng và thuộc về nhiều bộ tộc văn hóa khác nhau và nói đến 200 ngôn ngữ, bên cạnh ngôn ngữ của Úc và Melanesischen. Hoàng gia Anh giải thích rằng: Úc Châu là một Terra Nullius (vùng đất không người); nơi ấy không phải để sinh sống mà là để dự trữ. Cho nên người Thổ Dân vẫn gọi là đất đai của họ. Bắt đầu từ năm 1965

Thổ Dân đã có quyền được bầu cử tại quốc gia nầy. Vào năm 1972 những người Thổ Dân đã dựng lều trước Quốc Hội cũ tại Canberra để đòi hỏi quyền lợi của họ đối với chính quyền đương thời. Năm 1992 Mabo-Urteil đã hiệu đính lại "đất không người ở" tại Úc và cho người Thổ Dân cũng như người Torres-Strait-Insulaner có nhiều cơ hội và quyền lợi hơn đối với đất nước nầy. Thế nhưng, dầu cho bản điều ước thay đổi đã được ký kết, mà quyền lợi của họ về bảo hiểm sức khỏe, thất nghiệp, tỷ lệ phạm tội v.v… vẫn còn là thành phần thứ hai trong dân chúng.

Khoảng giữa năm 1900 đến 1972 theo một chương trình của chính phủ, khoảng 35.000 trẻ em người Thổ Dân bị cưỡng bức rời khỏi gia đình và tập trung vào sống tại những cơ quan mà chính phủ xây dựng cũng như cho làm con nuôi, cốt làm mất đi nguồn gốc và những thế hệ kế tiếp. Chương trình nầy đã bị gặp rắc rối và vấn đề nhân quyền phải được bảo vệ; nên năm 1995 Mabo-Prozesses được chính thức công khai điều tra. Vào ngày 26.5.1997 kết quả của chương trình nầy đã được tường thuật đầy đủ với nhan đề tiếng Anh là: "Bringing Them Home – Report of the National Inquiry into the Separation of Aboriginial and Torres Strait Islander Children from Their Families"; nghĩa là: "Hãy mang những trẻ em trả lại cho cha mẹ chúng - Bản tường trình cuộc chất vấn thuộc quốc gia nhắm đến sự phân ly người Thổ Dân và người đảo Torres Strait về con cái đối với gia đình của chúng". Kể từ ngày hôm ấy (ngày xin lỗi), hằng năm đến ngày 26 tháng 5 là ngày Sorry Day của cả quốc gia Úc Châu và họ được tự do tụ tập cho ngày được hóa giải nầy.

Hầu hết các xứ Âu Châu như: Anh, Pháp, Hòa Lan, Tây Ban Nha, Bồ Đào Nha, Ý, Đức v.v… khi đi chiếm các thuộc địa ở các Châu Phi, Châu Á hay ngay cả Mỹ và Úc Châu, họ muốn đặt nền móng cai trị lâu dài tại các xứ họ chiếm đóng được, mà văn hóa, ngôn ngữ, thương mại vẫn là ưu tiên hàng đầu. Do vậy họ thay thế ngôn ngữ địa phương bằng ngôn ngữ của nước thuộc địa và bắt dân tộc sở tại ấy phải theo. Nếu không tuân hành, thì họ sẽ chia ra để trị, như trường hợp Việt Nam chúng ta dưới thời Pháp thuộc, họ đã chia đất nước Việt Nam ra làm 3 kỳ. Bắc Kỳ thuộc sự bảo hộ của chính quyền Pháp; Trung Kỳ thuộc vua chúa nhà Nguyễn cai trị và Nam Kỳ thuộc Pháp hoàn toàn. Có như vậy họ mới đỡ lo các mối họa nội loạn của các phong trào yêu nước. Từ đó chiến tranh đệ nhất (1914-1918) và chiến tranh đệ nhị (1939-1945) mới xảy ra khắp nơi tại Âu, Á, Phi; khiến cho mấy triệu người chết và sau đó nạn Cộng sản tại Nga, Trung Hoa, Việt Nam, Hàn quốc, Cuba v.v... đã có rất nhiều người chết oan cũng chỉ vì lý tưởng tự do và những người nầy họ chỉ muốn tranh đấu cho sự độc lập, công bằng cho tổ quốc họ. Tại Úc cũng thế, nếu không nhờ những người Thổ Dân biết đứng lên đòi hỏi quyền lợi của mình, thì đã không có những đạo luật đối xử công bằng và quyền bầu cử cũng như ứng cử. Nếu không có những người hiểu biết lập nên những Ủy ban để điều tra, thì ngày 26 tháng 5 năm 1997 đã không thể xảy ra. Nhờ vậy mà ngày nầy mỗi năm đối với Thổ Dân tại Úc là một ngày lịch sử nổi bật đáng ghi nhớ.

Nhìn lại lịch sử và thẩm định lại giá trị nhân bản của các nước đi chiếm các nước khác làm thuộc địa kể cả Anh và Pháp, thì Anh quốc còn khả dĩ tôn trọng một số điều khoản mà các hiệp ước đã ký kết trước đây như trả lại Macao, Hồng Kông cho Trung Quốc; hoặc giả trao quyền dân sự cho người Thổ Dân ở Úc vào năm 1997 v.v... thì đây là những quyết định khôn ngoan của Hoàng gia Anh; nếu không thực hiện được những nhu cầu căn bản như thế thì vị trí của nước Anh trong

Comnon Wealth hay trên chính trường thế giới sẽ không còn đứng vững nữa.

Vào năm 2001 theo thống kê chính thức của chính phủ Úc thì có tổng cộng là 410.000 Thổ Dân; điều ấy có nghĩa là chiếm 2,4% dân số Úc. Có 29% sống tại New South Wales, 27% sinh sống tại Queensland, 14% sống tại miền Tây nước Úc; 13% họ sinh sống ở vùng lãnh thổ phía Bắc. Những vùng lãnh thổ còn lại người dân chiếm khoảng 29%, miền Nam Úc và Tiểu Bang Victoria chỉ có một phần nhỏ Thổ Dân sống tại những nơi nầy. Những người Thổ Dân ngày nay không còn sống rời rạc trong những rừng núi nguyên thủy như ngày xưa nữa như hằng ngàn năm về trước, mà họ sống đa phần tại thành phố chiếm 70% số người đã nêu trên. Đây là kết quả điều tra của "Department of Immigration and Multicultural and Indigenous Affairs" (Bộ Di Trú và đa văn hóa cũng như kỹ nghệ sự vụ".

Người Thổ Dân đã có mặt tại lục địa Úc Châu nầy ít nhất là 50.000 hoặc 60.000 năm, trước khi người Âu Châu đến. Mặc dù lục địa nầy tách biệt với các nơi khác, nhưng những Thổ Dân Úc đã có liên hệ với những nền văn hóa khác. Cho đến khi chiếc cầu văn hóa được bắt qua từ xứ Neuguinea khoảng 6.000 năm trước, thì Thổ Dân tại đây đã có sự trao đổi giữa Neuguinea và miền Bắc của Úc Châu. Trước đây chừng 4.230 năm đã có cuộc di cư từ miền Nam Ấn Độ đến sống chung với Thổ Dân tại Úc. Thời kỳ nầy việc trồng trọt, canh tác cũng đã bắt đầu thay đổi và những dụng cụ bằng đồ đá đã xuất hiện, trao đổi và giới thiệu ở vùng Dingo. Sau đó, khoảng 1.000 năm trước, có người từ đảo Torres Strait, qua những thương gia tàu thủy người Melanesische, họ đã có sự liên hệ với Thổ Dân, đặc biệt là sự sống chung với những Thổ Dân miền Bắc Úc. Ngay cả những thương gia người Hoa, người Ấn Độ hay những người dân Nam Dương v.v... cũng đã đến những vùng vịnh của Úc để buôn bán, làm ăn cả hằng mấy trăm năm trước đây. Ảnh hưởng văn hóa của những người ở xa đến nẩy về đồ đá cũng như đồ da thuộc đối với Thổ Dân tại Úc rất rõ ràng.

Những người Âu Châu đầu tiên đặt chân đến xứ Úc vào thế kỷ thứ 16 là Bồ Đào Nha, Pháp, Tây Ban Nha, đặc biệt là người Hòa Lan, đã đến những vùng vịnh của Úc rồi tiến dần vào đất liền. Người khám phá đầu tiên ra nước Úc là ông Willem Jansz người Hòa Lan vào năm 1606 và Kap-York-Halbinsel là địa điểm đầu tiên được phát hiện. Vào năm 1616 Dirk Hartog đã đến vịnh miền Tây Úc và nay gọi là đảo Dirk Hartog. Năm 1619 có Frederick de Houtman qua một chuyến đi nghiên cứu đã thám hiểm dọc theo vùng vịnh nẩy; nên được gọi tên là: Houtman Abrolhos. Đến năm 1629 thì có chiếc thương thuyền Batavia của Hòa Lan đến miền Đông nơi có Thổ Dân ở với Thuyền trưởng FranÇois Pelsaert. Cũng giống như Hartog vào năm 1696 Willem de Vlamingh và 1699 William Dampier đã tiếp tục tiếp cận phát hiện ra những vùng nằm sâu tại miền Tây Úc. Hai người sau cùng nẩy cũng đã vẽ nên họa đồ của vùng Vịnh và sau nẩy Dampier gọi là Sharh Bay.

Những chiếc tàu cũng như những thuyền trưởng đầu tiên của Hòa Lan đã khám phá ra vùng đất nẩy, rất có ý nghĩa; nhưng vì đất đai của những vùng vịnh ở phía Tây khô cằn, không trồng trọt được gì cả, nên họ không còn thích thú ở đây nữa; nên vào năm 1642 những người Hòa Lan đã nghiên cứu thêm những vùng khác thích hợp hơn. Từ đó, những người Hòa Lan như Abel Tasma von Mauritius đã di chuyển từ miền Nam qua miền Đông. Chính ông là người đã thất bại hoàn toàn trên lục địa của nước Úc và ông cũng là người đã tìm ra đảo Tasmania. Vào năm 1644 Tasman đã đặt cho danh hiệu đảo nẩy là "Tân Hòa Lan". Cho đến năm 1824 vẫn còn dùng đến tên nầy, rồi thì người Anh đã dùng tên Tasmania từ đó đến nay.

Vào năm 1688 nhà hàng hải người Anh tên là William Dampier lần đầu tiên cập bến King Sound ở cửa sông Fritzroy trên vịnh phía Bắc của Úc, đến năm 1699 ông đã phát hiện ra những địa điểm của phía Tây Úc Châu. Cả hai lần du hành và hải hành Dampier đã thực hiện xong công việc của mình về việc mô tả để vẽ nên những chim thú, hoa lá và dân cư sống trên những vùng vịnh mà ông ta đã đi qua. Người Tây Phương vẫn chưa dừng lại tại đây và họ tiếp tục thêm những trinh sát mới cũng như sắp đặt chủ nghĩa thực dân tại xứ Úc.

Ở đây cũng nên ghi lại những người đầu tiên đến Úc như sau:

1606	Willem Jansz
1606	Luiz Váez de Torres
1616	Dirk Hartog
1619	Frederick de Houtman
1644	Abel Tasman
1696	Willem de Vlamingh
1699	William Dampier

Họ đa phần là những người Hòa Lan và lúc ấy việc thăm viếng lục địa nầy chỉ có tính cách khám phá. Còn việc chính thức tạo ra miền đất nầy như của thực dân bắt đầu từ:

1770 James Cook

1797-1799 George Bass

1801-1803 Mathew Flinders

Vào ngày 28 tháng 4 năm 1770 Thuyền trưởng James Cook chính thức đã cập bến vào Vịnh miền Đông của Úc. Ông ta đã chính thức vẽ họa đồ và dùng vùng New South Wales làm trụ sở của Hoàng gia Anh, như là hình thức của thực dân địa người Anh có mặt tại đây. Ông ta cũng đã cho biết thêm về chuyến lữ hành là qua sự chuyển hướng của sao mai, vào ngày 3 tháng 6 năm 1769 từ Tahiti ông quan sát qua ống kính bí mật nằm phía Nam độ 40 ở biển thì ông đã phát hiện ra lục địa nầy. Sau khi nước Mỹ đã được độc lập, người Anh tìm cách mới hơn cho những thuộc địa của mình. Do vậy mục đích ấy đã được cải tổ bằng thuyền bè để chiếm cứ Úc Châu làm thuộc địa. Ngày 26.01.1788 chiếc tàu thứ nhất trong 11 chiếc của Arthur Phillip đã cập cảng Port Jackson gọi là: First Fleet và nơi đến đầu tiên được gọi là Sydney, để ghi lại tên tuổi của Bộ Trưởng Nội Vụ của Anh lúc bấy giờ là Lord Sydney. Cho đến năm 1868 đã có 160.000 tù nhân từ Anh quốc được dẫn độ về đây. Từ năm 1801 đến năm 1803 nhà hàng hải Matthew Flinders lần đầu tiên đã vẽ hoàn thành lục địa Úc Châu nầy.

Nhìn lại lịch sử Việt Nam ở vào thời điểm nầy, chúng ta thấy được gì? Họ, những người Âu Châu có một mục đích giống nhau là đi tìm đất đai ở khắp các châu Mỹ, Á, Úc, Phi để khai thác vàng bạc, kim cương, sau đó tiến đến vấn đề chủ nghĩa thực dân, có nghĩa là chủ nghĩa xâm lược từng phần, rồi chiếm trọn, cho đến khi nào các dân tộc bị trị ấy nổi lên giành lại chủ quyền của quốc gia và sự độc lập của dân tộc. Lúc ấy họ mới chịu nhượng bộ. Đó là nguyên tắc chung của những chủ nghĩa thực dân Âu Châu kể từ thế kỷ thứ 16 cho đến nay. Ở đây chỉ giới hạn nước Việt Nam và so sánh với một số nước lân cận để chúng ta thấy rõ được đâu là nguyên nhân mà các nước nhỏ phải chịu thống trị của các nước Âu Châu. Thuở ấy, từ thế kỷ thứ 16 đến 18 các nhà truyền giáo Âu Châu đã có mặt ở Nhật Bản, Việt Nam, Ấn Độ v.v... nhưng đến 1868 thì vua Minh Trị (Meiji) có chính sách cởi mở, đón nhận các giá trị phương Tây vào nước Nhật và người Nhật đã rõ biết được phải đối xử như thế nào đối với các nền văn hóa Âu Châu. Do vậy mà họ không bị thực dân Âu Châu nào xâm chiếm. Có thể đây là một trong nhiều lý do thôi. Tôi chỉ thử nêu ra một ví dụ như vậy. Người Thái Lan ở sát nách nước Việt Nam; nhưng từ vua chúa đến toàn dân đều có niềm tin mãnh liệt vào Phật Giáo; nên không có tôn giáo nào có thể xen lấn vào quốc gia nầy, ngay cả ngày nay cũng vậy. Do vậy Âu Châu phải kiêng dè. Trong khi đó vào cuối thế kỷ thứ 18, đầu thế kỷ 19 đất nước chúng ta bị phân tranh và chia đôi lãnh thổ ở sông Gianh. Miền Ngoài do vua Lê chúa Trịnh cai quản trị vì và bị lệ thuộc Trung Quốc. Đàng Trong do chúa Nguyễn và Tây Sơn tung hoành ngang dọc, thì đây là cơ hội để người Pháp nhảy vào Việt Nam và Đông Dương. Khi nội bộ yếu, thì người ngoài có thể lợi dụng thế nầy để tấn công vào mọi mặt của một dân tộc.

Nước Úc ở thời điểm nầy cũng không khác gì các nước Á Châu mấy. Tuy lúc ấy chưa có chính quyền nào cai trị, vì người Thổ Dân chỉ sống theo từng bộ tộc riêng lẻ và khi người Tây Phương đến, họ chỉ ngơ ngác đứng nhìn, trong khi vũ khí rất thô sơ, cốt cho việc săn bắn để nuôi thân; chứ ít ai nghĩ về việc chiến tranh mà phòng thủ. Cho nên những người Hòa Lan, Pháp, Ý, Tây Ban Nha và người Anh đến Úc vào cuối thế kỷ thứ 18 như là đi vào nhà hoang, chẳng có ai cai trị và không ai có quyền đại diện để nói lên tiếng nói của người Thổ Dân cả, và việc ấy hẳn là nguyên nhân chính dẫn đến thuộc Anh trong từng giai đoạn, mãi cho đến bây giờ.

Năm 1792 một chiếc tàu buôn của người Pháp cập bến đảo Tasmania để thám hiểm vùng đất nầy. Với lý do đó cho nên người Anh quyết định gấp rút trong điều kiện có thể, thành lập chủ nghĩa thực dân tại đây. Vào năm 1803 họ kiến tạo con sông Risdon Cove ở Derwent; một năm sau xây cảng Hobart Town. Cả cảng ở sông Derwent và Gorge Town đều nằm cạnh sông Tamar. Đến năm 1813 Gregory Blaxland, William Lawson và William Charles Wentworth đi ngang qua dãy Blue Mountains và đã trải qua cả miền Tây rồi. Cho đến năm 1825 mới được giải thích đây là vùng đất thuộc địa của Van-Diemen thuở ấy. Năm 1824 những tù nhân cập cảng sông Brisbane. Với vị trí yên ổn nầy đã nâng cao tính cách thực dân tại đây và từ đó có rất nhiều cuộc di cư tự do vào phía Bắc Úc; cho đến năm 1842 thì hoàn toàn đã trở thành thuộc địa. Năm 1859 cả Queensland cho đến vùng New South Wales được tranh đấu để trở thành thuộc địa độc lập.

Vào năm 1835 những thương nhân đã thương lượng qua mua bán 240.000 mẫu đất với người Thổ Dân cho tới tận Melbourne và thành lập cảng Port Phillip. Mặc dầu sự mua bán nầy không chính thức, nhưng cũng đã làm cho chính quyền thực dân chống lại sự nổi dậy của dân chúng. Do vậy mà phải trả lại đất nầy chính thức cho thực dân. Đến năm 1851 thì chính sách thực dân mới của Victoria đã sát nhập cả New South Wales vào. Thực dân mới ở New South Wales đã thâu nhận thêm phần đất ở miền Đông của lục địa nầy; chỉ một phần ba ở phía Tây thuộc về Neuholland, không ảnh hưởng tới người Anh. Để tạo nên sự nguy hiểm trong chính sách thực dân ở miền Tây Úc Châu của người Pháp, thì năm 1827 người Anh đã tạo ra con sông Swan cho thuộc địa ở đây. Chủ nghĩa thực dân nầy xây dựng con sông Swan Colony là nguyên nhân chính. Miền Tây Úc được thiết lập ở Perth vào năm 1829. Mặc dầu ở đây chẳng có một tù nhân nào được gởi đến; nhưng những người di dân tự do vào năm 1850 đã đòi hỏi ngưng sự thực hiện ở đó để thành lập những lực lượng thợ thuyền rẻ hơn do chủ nghĩa thực dân mới chủ trương.

Dẫu sao đi nữa thì miền Nam Úc được hoạch định cho một chủ nghĩa thực dân không có tù nhân; nhưng trên những chuyến tàu "Systematischen Kolonisierung" đã có chương trình của Edward Gibbon Wakefield đã bán đi đất nầy rồi; để thoát ra khỏi sự liên hệ kia mà người di cư tự do mang đến cho thực dân ở đây. Năm 1836 Adelaide được hình thành và cũng chính trong năm nầy miền Nam Úc chính thức là một Tỉnh của Anh Quốc. Từ thời điểm nầy đã có sự xung đột giữa người di dân và Thổ Dân và đã trở thành phức tạp có sự giết hại lẫn nhau.

Vào ngày 22 tháng 8 năm 1851 Victoria Gold được tìm ra ở vùng Đông Bắc của Melbourne mà theo lịch sử Úc vùng nầy đã hết vàng ở những năm sau đó. Vào khoảng tháng 11 năm 1854 những người thợ mỏ ở Ballarat đã nối kết với mặt trận tại Eureka – Stockade. Những người trong mặt trận này đòi hỏi sửa đổi dân chủ và cuối cùng vào ngày 3 tháng 12 năm 1854 họ đã bị lính Anh cũng như cảnh sát địa phương tiêu diệt. Từ đó mọi người đều tự do đi đến Úc và vì đất nước nầy không thể chỉ để làm thuộc địa cho những tù nhân mãi, nên con đường đi đến một chủ nghĩa dân tộc được hình thành.

Giữa năm 1855 đến 1890 nhận từ "Responsible Government" (chính quyền trách nhiệm) cũng như Hoàng gia Anh một đặc quyền độc lập rất lớn lao. Tuy nhiên London vẫn còn kiểm soát nền ngoại giao quân sự và thương mại của Úc.

Sau cuộc đình công rất lớn của những người chăn cừu vào năm 1898 gọi là "Waltzing Matilda", cuối cùng quốc ca của Úc

Châu hình thành và chính quyền thực dân đã bắt đầu công nhận Úc là một quốc gia độc lập.

Vào ngày 1 tháng 1 năm 1901 chính quyền thực dân đã chính thức hình thành một Commonwealth of Australia. Đầu tiên thủ đô của Úc lập tại Melbourne và vào ngày 26 tháng 9 năm 1907 Liên Bang Úc Châu chính thức trở thành thể chế Dân Chủ và độc lập từ mẫu quốc Anh. Đến năm 1911 thủ đô của Úc được dời về vùng lãnh thổ và lấy Canberra làm thủ đô. Melbourne vẫn tiếp tục là thủ đô cho đến năm 1927 trong khi Canberra đang xây dựng. Cùng với vùng lãnh thổ phía Bắc được thành lập năm 1863, đặc khu Nam Úc cũng nhập chung vào Commonwealth (Liên Hiệp Anh).

Với thể chế Westminster vào năm 1931 của đế quốc Anh độc lập; nhưng Quốc hội Úc mãi đến năm 1942 mới hình thành.

Người Anh thất bại ở Á Châu vào năm 1942, đặc biệt là việc mất Singapore và do sự đe dọa của Nhật Bản về quân sự; nên từ năm 1942 trở đi Úc Châu được xem là một lục địa đối với người Âu Châu. Úc đã liên hiệp với Mỹ để trở thành một lực lượng đồng minh mạnh và năm 1951 họ đã ở trong hiệp ước ANZUS với nhau.

Sau đệ nhị thế chiến (1945) vì lý do chính trị, có nhiều người Âu Châu và cả Á Châu tìm cách di dân đến Úc; nên trong một thời gian ngắn, vị thế của nước Úc đã thay đổi ở nhiều lãnh vực, ngay cả kinh tế cũng vậy.

Năm 1986 Hoàng gia Anh đã công nhận Hiến Pháp của Úc. Vào năm 1988 cả 200 ngày trong năm nầy những người di cư da trắng đã ăn mừng, có cả những người Thổ Dân theo cùng. Năm 1999 toàn dân trưng cầu dân ý với 554 phần trăm chống lại đảng Republik (Cộng Hòa) vì họ vẫn muốn giữ nguyên thể chế của Nữ Hoàng Anh như trong hiện tại.

NHỮNG THÀNH PHỐ LỚN CỦA ÚC

Như phần trước chúng ta đã rõ, nước Úc có 7.692.024 km2 lớn hơn nước Việt Nam của chúng ta 331.690km2 đến 23 lần và lớn hơn nước Đức 357.340.08km2 21 lần. Do vậy chúng ta khó hình dung được vị trí của nước Úc nó lớn là bao nhiêu. Nói một cách tổng quát là cả Âu Châu nầy bỏ lọt vào trong nước Úc, dĩ nhiên là trừ đi phần đất của Nga và nước Úc lớn gần bằng nước Mỹ; nhưng dân số chỉ bằng một phần mười của Hoa Kỳ. Do vậy lục địa nầy tương lai còn nhiều hứa hẹn lắm.

Một diện tích đất đai rộng lớn như thế; nên họ đã chia ra làm nhiều Tiểu Bang và vùng lãnh thổ tự trị như sau. Họ có 6 Tiểu Bang tất cả. Đó là: New South Wales, Queensland, South Australia, Tasmanie, Victoria, Western Australia. Có 3 vùng lãnh thổ tự trị. Đó là: Australia Capital Territory, Jeris Bay Territory và Northern Territory cùng với 7 vùng bên ngoài nước Úc.

Mỗi Tiểu Bang, kể cả những vùng tự trị đều có 2 Viện của Quốc hội và nguyên tắc của Viện nầy bầu cử theo quá bán và quyền bầu cử theo lối đơn lẻ để chọn ra Dân biểu hay Nghị sĩ cả

2 viện. Người đứng đầu của Quốc hội được gọi là Thủ Tướng và theo luật định thì chính quyền liên bang có trách nhiệm về những vấn đề như: Giáo dục, y tế, cảnh sát và giao thông.

Sau đây chúng ta có thể tham cứu thêm về thủ phủ của các Tiểu Bang cũng như các vùng tự trị của nước Úc để chúng ta có được một cái nhìn tổng quát hơn.

• Western Australia (WA) có thủ phủ là Perth, có vùng phụ thuộc là Indischer Ozean và vùng khác là đảo Ashmore và Cartie (ACI).

• Northern Territory (NT) có thủ phủ là Darwin và vùng lãnh thổ bên ngoài là đảo Kokos (CCK).

• South Australia (SA) có thủ phủ là Adelaide cùng Queensland (QLD) có thủ phủ là Brisbane và đảo Torres-Strait (QLD) đều có chung vùng bên ngoài là đảo Weihnacht (CXR)

• New South Wales (NSW) có thủ phủ là Sydney và có vùng Pafizifischer Ozean lẫn vùng đảo Korallemeer (CSI). Đảo Lord-Howe cũng thuộc NSW và có vùng đất bên ngoài là đảo Norfol (NFK).

• Australia Capital Territory (ACT) có thủ phủ là Canberra, vùng phụ thuộc là Antarktis và vùng bên ngoài là Australischer Antarktis-Territory 1.

• Jervis Bay Territory (JBT) cùng chung thủ phủ Canberra và Victoria (VIC) có thủ phủ Melbourne cũng như Tasmania (TAS) đều có chung vùng lãnh thổ khác bên cạnh là đảo Heard và đảo Mc Donald (HMD).

Mỗi Tiểu Bang đều có cờ riêng và ngay cả các vùng nằm bên ngoài nước Úc cũng có cờ riêng như: Đảo Kokos, đảo

Weihnacht và đảo Norfol. Dĩ nhiên toàn liên bang họ có chung một lá cờ; mới trông giống như là lá cờ của Anh; nhưng hãy nhìn kỹ lại để phân biệt, như phần nhận xét bên trên đã đề cập đến.

Ở đây tôi xin đề cập đến Tiểu Bang New South Wales trước. Vì lẽ Tiểu Bang nầy gần gũi với tôi hơn trong suốt 35 năm qua.

Diện tích của Tiểu Bang New South Wales rộng 800.642 km2 và có dân cư cư ngụ trong toàn tiểu bang là 7.544.500 người. Đây là số thống kê chính thức từ chính phủ Úc vào tháng 9 năm 2014. Nếu đem làm một sự so sánh thì ta sẽ thấy như sau: Diện tích chỉ Tiểu Bang nầy thôi đã lớn gấp 2 lần rưỡi nước Việt Nam rồi (331.690 km2) và dân cư cả Tiểu Bang nầy ít hơn 14 lần so với nước Việt Nam (93.421.835 người - nguồn của chính phủ Việt Nam ngày 20.7.2014). Bình quân cứ 9,42 km2 mới có một người sinh sống. Đây là Tiểu Bang lý tưởng, vì có nhiều vùng đồng bằng và có thủ phủ thương mại nổi tiếng Sydney, có phi trường quốc tế; nên có nhiều người biết đến. Đất đai rộng rãi để sinh sống như vậy, cho nên người Việt, người Hoa và người Nhật khi đến đây, quả là thiên đàng đối với họ. Tiểu Bang nầy có ngọn núi Kosciuszko cao 2.228 mét. Thống Đốc Tiểu Bang trong hiện tại là ông David Hurley và Thủ Hiến New South Wales là ông Mike Baird, thuộc đảng LP. Quốc Hội Hạ Viện có 50 ghế và Thượng Viện có 12 ghế.

Nếu chia đều số dân cư sinh sống trong các thành phố tại Tiểu Bang New South Wales thì ta sẽ được con số như sau:

1- Sydney	3.673.000	người
2- Newcastle	523.700	“
3- Central Coast	308.800	“

4- Wollongong	232.800	“
5- Tweed Heads	60.600	“
6- Mailand	59.200	“
7- Port Macquare	46.300	“
8- Wagga Wagga	42.900	“
9- Alburg	42.800	“
10- Queenbegan	37.800	“
11- Orange	33.400	“
12- Richmond-Windsor	33.300	“
13- Tamworth	32.900	“
14- Dubfo	31.700	“
15- Bathurst	28.600	“

Tại Tiểu Bang New South Wales có những Đại Học như sau:

Australian Catholic University (ACU) và Brisbane, Sydney, Canberra, Ballarat, Melbourne.

Charles Sturt University (CSU) Bathurst.

Macquare University (Maquare) Campus North Ryde.

Southern Cross Unisversity (SCU) Coff Harbour.

University of New England (UNE) Armidale.

University of New South Wales (UNSW) Sydney.

University of Newcastle (New castetl) Callaghan.

University of Sydney (USYD) Sydney.

University of Technology Sydney (UTS) Sydney.

University of Western Sydney (UWS) Sydney.

University of Wollongong (UoW) Wollongong.

Khi nhìn vào sự phát triển của một đất nước, người ta hay đánh giá qua nền giáo dục sở tại của xứ đó. Với 7.554.500 người hiện cư ngụ tại New South Wales mà có đến 11 Đại Học lớn, danh tiếng và mỗi Đại Học có nhiều ngàn sinh viên theo học như vậy; quả là một đất nước phát triển quá tuyệt vời.

Tiểu Bang kế tiếp là Victoria, có thủ phủ là Melbourne; nơi đây cũng là cố đô của nước Úc cho đến năm 1901 và chính thức năm 1927 thì thủ đô mới của nước Úc được dời về Canberra cho đến nay. Tuy diện tích đất đai của Victoria không lớn hơn những Tiểu Bang khác; nhưng dân số rất đông và sau đây là những điều chúng ta cần nên lưu tâm đến.

Diện tích toàn Tiểu Bang Victoria là 227.420 km2 và dân số 5.866.300 người. Chia đều cho số người sinh sống trong Tiểu Bang nầy thì có 25,79 người sống trên một cây số vuông. Nghĩa là dân số của Tiểu Bang nầy sinh sống trên 25 lần của đất đai so với Tiểu Bang New South Wales. Thống Đốc của Tiểu Bang hiện thời là ông Alex Chernow và Thủ Hiến của Tiểu Bang là ông Daniel Andrews, đảng ALP. Hạ Viện có 37 ghế và Thượng Viện có 12 ghế.

Melbourne có khoảng 3,7 triệu người đang sinh sống và các thành phố khác như: Geelong có 154.150 người; Ballarat có 80.330 người; Bendigo có 75.857 người là những thành phố lớn nằm bên cạnh Melbourne; còn những thành phố khác nhỏ hơn, có số dân cư ít hơn trong số 5.866.300 người ấy.

Tiểu Bang Queensland là Tiểu Bang có diện tích lớn hơn cả New South Wales và Victoria. Tổng cộng diện tích của Tiểu Bang là 1.730.650 km2 mà chỉ có 4.740.900 người sinh sống tại đây. Đây là thống kê chính xác của chính phủ Úc vào tháng 9 năm 2014. Như vậy mỗi cây số vuông chỉ có 2,74 người ở. Quả là rộng thật. Nơi đây khí hậu rất tốt, trông na ná giống Việt Nam và như bên trên chúng ta đã biết Tiểu Bang nầy cũng là cửa ngõ của những người Tây Phương đầu tiên đặt chân vào nước Úc cũng như những người ở đảo Torres-Strait di dân đến Tiểu Bang nầy sinh sống, trước người Âu Châu đến cả 1.000 năm. Thống Đốc Tiểu Bang trong hiện tại là ông Penelope Wensley. Thủ Hiến Tiểu Bang là ông Annastasia Palaszezul thuộc Đảng ALP. Hạ Viện có 28 ghế và Thượng Viện có 12 ghế. Tại Tiểu Bang nầy có đến 8 Đại Học danh tiếng và gồm có các thành phố lớn với dân cư như sau:

Brisbane	1,73 triệu	người
Gold Coast/Twe ed	527.660	"
Townville	145.099	"
Cairm	111.916	"
Toowoomba	95.262	"
Rockhampton	64.437	"

Ngoài ra còn cộng thêm dân số ở các đảo nhỏ bên cạnh Tiểu Bang nữa. Đây cũng là Tiểu Bang có diện tích rộng thứ hai ở Úc; chỉ nhỏ hơn Tiểu Bang miền Tây mà thôi.

Tiểu Bang có diện tích đất đai rộng nhất nước Úc là Western Australia. Đất đai được đo đạc là 2.529.880 cây số vuông. Lớn gần 9 lần nước Việt Nam; nhưng dân số chỉ có 2.589.100 người. Trung bình mỗi cây số vuông chỉ có 1,02 người ở. Tiểu Bang nầy phần nhiều là sa mạc và Thổ Dân ở; đất đai ít canh tác, không trồng trọt gì được. Thủ phủ là Perth. Thống Đốc Tiểu Bang trong hiện tại là ông Malcolm Mc Cusker; Thủ Hiến là ông Colin Barnett thuộc Đảng LPB. Quốc Hội có 15 ghế ở Hạ Viện và 12 ghế ở Thượng Viện.

Tại Perth có 1,7 triệu người tập trung sinh sống ở thành phố thủ phủ của Tiểu Bang nầy. Phần còn lại 800.000 người sống rải rác ở các thành phố nhỏ khác trong Tiểu Bang. Thành phố lớn thứ 2 tại Tiểu Bang nầy là Bunbury có khoảng 64.000 người. Thành phố nầy nằm phía Nam của Perth và cách nhau khoảng 175 cây số.

Tại Perth nói riêng và Tiểu Bang nói chung có 5 Đại Học danh tiếng; không những chỉ có những sinh viên bản xứ học tập, mà còn có nhiều sinh viên ngoại quốc đến đây du học nữa.

Tiểu Bang South Australia có diện tích là 983.480 cây số vuông; lớn gấp 3 lần nước Việt Nam; nhưng dân số tại đây chỉ có 1.688.700 người. Như vậy cứ mỗi cây số vuông chỉ có 1,72 người cư trú. Thủ phủ của Tiểu Bang là Adelaide. Như trước chúng ta được biết, Tiểu Bang nầy trước khi độc lập từ Anh, nó trực thuộc trực tiếp với nước Anh, như Nam Kỳ Lục Tỉnh của Việt Nam thuộc Pháp vào thế kỷ thứ 19 vậy. Thống Đốc của Tiểu Bang nầy là ông Lê Văn Hiếu. Ông là người Việt Nam đầu tiên được bầu làm Thống Đốc tại nước Úc, kể từ khi người Việt di cư đến ở Úc từ năm 1975 đến nay. Thủ Hiến là ông Jay Weatherill thuộc Đảng ALP. Quốc Hội có 11 ghế ở Hạ Viện và 12 ghế ở Thượng Viện.

Tiểu Bang nầy rất hãnh diện là dân chúng cư ngụ tại đây hầu hết là những người di dân tự do; chứ không phải là Tiểu Bang có những tù nhân đến trước đó. Tiểu Bang có 3 Đại Học như:

Flinders University ở Adelaide.

University of Adelaide ở Adelaide.

University of South Australia cũng nằm tại Adelaide.

Tasmania cũng là 1 trong 6 Tiểu Bang khác. Tuy là một hòn đảo lớn nằm rời khỏi lục địa Úc; nhưng có diện tích lớn như Đài Loan, có thủ phủ là Hải cảng Hobart. Diện tích đất đai của đảo là 68.400 cây số vuông và cư dân cư ngụ tại đây 515.000 người. Thống Đốc của Tiểu Bang là ông Vakant. Thủ Hiến là ông Will Hodgman thuộc Đảng LP. Quốc Hội có 5 ghế tại Hạ Viện và 12 ghế tại Thượng Viện.

Tasmania là nơi Thổ Dân sinh sống. Năm 1803 người Anh cho biết tại đây có khoảng 3.000 đến 5.000 người địa phương; năm 1865 người Anh chính thức kiểm soát ở đảo nầy và ngôn ngữ của Thổ Dân cũng bị tiêu diệt. Tuy vậy vẫn còn có nhiều người Âu Châu bí mật liên hệ với những Thổ Dân nầy. Vào năm 2013 theo thống kê chính thức của chính quyền Úc là tại đây có 514.000 người đang sinh sống và chia bình quân ra thì cứ mỗi cây số vuông có 7,5 người. Tuy là một đảo nhỏ như vậy; nhưng tại đây cũng có một Đại Học, gọi là University of Tasmania.

Australia Capital Territory chính là Thủ đô của Úc trong hiện tại, mới hình thành cách đây gần 100 năm (1927) về trước. Vùng tự trị nầy có diện tích là 2.358 cây số vuông. Dân số tại đây có 387.100 người. Như vậy cứ mỗi cây số vuông có 164,2 người cư ngụ. Chủ Tịch chính phủ vùng tự trị nầy là ông Andrew Barr thuộc Đảng ALP. Quốc Hội có 2 Đại biểu của Hạ Viện và 2 Đại biểu của Thượng Viện. Tại đây có đến 5 Đại Học như:

Australia National University (ANU) Canberra.

University of Canberra (UC) Canberra.

Australia Catholic University (ACU) Signadon Campus, Canberra

Charles Sturt University, Canberra Campus, Canberra.

Australia Defence Force Academy (ADFA) Canberra.

Vì đây là thủ đô của nước Úc, có nhiều Tòa Đại Sứ và dân ngoại giao lui tới làm việc; nên Canberra tuy nhỏ so với các vùng tự trị khác, mà lại có số Đại Học lại nhiều.

Một vùng tự trị khác nữa mang tên là Jervis Bay. Vùng nầy chỉ có 75 cây số vuông và nằm ở phía Nam của bán đảo Jervis Bay. Tại vùng tự trị nầy theo thống kê của năm 2009, chỉ có 400 người đang sinh sống tại đó. Đảo nầy nằm gần Tiểu Bang New South Wales và Thái Bình Dương. Tại đây không có Chủ tịch cũng như Quốc hội giống như vùng tự trị Canberra.

Vùng tự trị thứ 3 của nước Úc có diện tích đất đai rất lớn. Đó là Northern Territory. Có thủ đô là Darwin. Diện tích đất là 1.349.130 cây số vuông. Dân số có 246.300 người đang sinh sống tại vùng tự trị rộng rãi nầy. Bình quân có 9,18 người sống trên một cây số vuông. Người đứng đầu vùng tự trị nầy là ông Sally Thomas, đứng đầu chính phủ là ông Adam Giles. Hạ viện có 2 ghế đại diện và Thượng viện có 2 ghế.

Dân số tại vùng tự trị nầy được chia ra như sau:

Darwin có 120.900 người (thống kê cuối năm 2008)

Palmerston	28.030	người
Alice Springs	27.481	"
Lichtfield	18.277	"
Katerine	9.912	"
East Arnhem	9.653	"
Barkly	7.924	"

Mac Donnell	6.999	“
Roper Gulf	6.718	“
Victoria River-Daly	6.699	“

Tại vùng tự trị chỉ có một Đại Học duy nhất tại Darwin, đó là Đại Học Charles Darwin University.

Trên đây là 6 Tiểu Bang và 3 vùng tự trị. Ngoài ra nước Úc còn có thêm các đảo ở ngoài khơi như: Đảo Aschmore-and Cartier; đảo Heard and Mc Danal; đảo Kokos; đảo Korallenmeer; đảo Norfolk và đảo Weihnacht.

THỔ DÂN TRÊN XỨ ÚC

Theo tài liệu bằng tiếng Đức đăng tải trên trang mạng Wikipedia (Tự Điển Toàn Thư mở) về người Thổ Dân tại xứ Úc, ta có thể tóm lược lại như sau:

- Khoảng 40.000 đến 60.000 năm về trước, họ là những người di dân từ những đảo ở miền Bắc Úc để vào định cư tại lục địa nầy. Những Thổ Dân nầy không phải là một dân tộc thuần chủng, mà nguồn gốc của họ khác nhau hoàn toàn về phong tục cũng như ngôn ngữ xử dụng hằng ngày. Theo nhiều nguồn dữ liệu khác nhau của người Anh cho biết thì trước năm 1788 những Thổ Dân ở đây có từ 400 đến 700 loại có nguồn gốc xuất xứ khác nhau. Cũng năm 1788 nầy người Anh thống kê được họ có tất cả là 300.000 đến 1.000.000 người và cho đến năm 1920 chỉ có 60.000 người, đa phần họ bị chết non và các bệnh tật, cũng như sự tranh đấu nội chiến với người di dân. Ngày nay có ba phần tư số Thổ Dân ấy sống tại thành thị và người ta đoán chừng có 464.000 người như vậy. Họ cũng đã thích nghi với môi trường mới nầy; bởi vì chính quyền Úc trong hằng chục năm trời đã có chính sách đồng hóa như thế. Chỉ còn những Thổ Dân ở vùng tự trị Northern Territory là còn giữ được những truyền thống cũ của họ; nơi mà người

Âu Châu đến vào thời điểm sau nầy. Ở đó họ sống thành từng nhóm với nhau và có cả 60% người của họ sống quanh quẩn trong nhà, dùng ngôn ngữ xưa cổ của họ.

Theo truyền thuyết thì tổ tiên của họ (qua sự thử nghiệm DNA) đầu tiên từ lục địa Phi Châu cả 100.000 hay 130.000 năm về trước họ đã rời bỏ quê hương của họ để sang Âu Châu, Á Châu; rồi từ đây họ di chuyển lần xuống vùng vịnh của Đông Nam Châu Á và tiến về đất nước Úc Châu. Thuở ấy, Úc Châu được gọi là Lục địa Sahul và có sự kết liền với Neuguinea. Đây là cửa ngõ của biển cả và họ lần hồi dùng thuyền hay bơi lội để tiến đến lục địa nầy.

Khi người Anh chính thức lấy nước Úc làm một thuộc địa vào năm 1788 thì người Thổ Dân bị đồng hóa ở nhiều phương diện như văn hóa, ngôn ngữ v.v… Cho đến năm 1850 thì người Anh đã có tiếng nói chính thức ở xứ Úc. Những Tiểu Bang như Queensland năm 1885, Western Australia năm 1893 và vùng tự trị Northern Territory năm 1922 tất cả những người Thổ Dân đều có quyền đi bầu cử và ứng cử như người da trắng di dân. David Unaipon là một Thổ Dân, đồng thời là nhà văn đã tranh đấu cho quyền lợi của Thổ Dân cho những vấn đề nầy. Ngày nay chúng ta thấy hình ảnh của ông trên tờ giấy bạc 50 Dollars của Úc. Tuy nhiên, vùng South Australia mà cho đến năm 1856 mới được đi bầu và năm 1895 người Anh mới đồng ý cho nữ Thổ Dân có quyền đi bầu cử. Đến năm 1967 trong Hiến Pháp của Úc có ghi rõ là những Thổ Dân không phải chỉ có quyền đi bầu cử không, mà tất cả những nhóm nhỏ Thổ Dân khác cũng được bình đẳng như vậy.

Vào năm 1920, người Anh đã thống kê chính thức về Thổ Dân ở Úc chỉ còn 60.000 người; nhưng năm 1991 thì tăng lên 265.000 và năm 2006 chính phủ Úc thống kê lại một lần nữa thì số lượng Thổ Dân đang sinh sống tại các Tiểu Bang trên nước Úc là 464.000 người, được phân phối như sau:

New South Wales	có 140.000 người, chiếm 2,1% dân số
Queensland	113.000 người, chiếm 2,7% dân số
Western Australia	75.000 người, chiếm 3,8% dân số
Northern Territory	64.000 người, chiếm 31,5% dân số
South Australia	24.000 người, chiếm 2,4% dân số
Victoria	28.000 người, chiếm 0,6% dân số
Tasmanien	15.000 người, chiếm 3,1% dân số
ACT	4.000 người, chiếm 1,2% dân số

Như trên đã cho biết là người đứng đầu việc tranh đấu cho quyền lợi của Thổ Dân là ông David Unaipon, ngày nay được in hình trên tờ giấy bạc 50 đô-la của Úc; từ năm 1995 hình của Thổ Dân Gwoya Jungarai in trên tiền kẽm 2 đô-la từ năm 1987; từ năm 1995 hình của Len Waters, một Thổ Dân làm phi công trong đệ nhị thế chiến và Cathy Freeman khi người nầy còn sinh tiền, đã được in hình lên tem thư từ năm 2000, mà luật ấy đã bị cấm cho đến năm 1997 là những người còn sống không được in hình lên tem thư; ngoại trừ những người của Hoàng Gia.

Trên thực tế những vấn đề căn bản của Thổ Dân vẫn chưa được giải quyết trọn vẹn như: Vấn đề đất đai, giàu nghèo chênh lệch giữa người da trắng và Thổ Dân. Nạn thất nghiệp của Thổ Dân lên đến 20%; nghĩa là cao gấp 3 lần khi chia bình quân với dân số. Học vấn và cuộc sống của họ tính trung bình là sau 10 năm so với người da trắng. Nạn tử vong của trẻ con cũng gấp đôi và có đến 20% người Thổ Dân bị liên quan về luật pháp. Những điều nầy được giải thích là họ không còn chỗ đứng trong xã hội và bị nền chính trị đương thời cô lập họ. Vả lại, những nhu cầu căn bản cho việc làm và y tế tại các vùng có Thổ Dân không được chăm lo đầy đủ.

Có nhiều Thổ Dân ở vùng Northern Territory và Western Australia họ vẫn còn sống trong các hang núi và dụng cụ săn bắn cũng như lo cho việc ăn ở còn thô sơ lắm. Chủ yếu họ sống với nghề săn bắn cũng như ăn uống tập thể. Cũng có những người sống gần sông thì sống bằng nghề bắt cá, rùa hay tôm, cua v.v... Trước khi người Âu Châu đến, họ nói đến gần 300 ngôn ngữ khác nhau; nhưng hơn phân nửa số ấy đã bị mất hẳn và ngày nay người ta tính được chỉ còn 20 ngôn ngữ chính thức mà Thổ Dân họ chính thức dạy cho con cái của họ. Khoảng 100 ngôn ngữ còn lại chỉ có những người lớn tuổi và những người trung niên dùng đến. Ví dụ như tiếng Arrernte có 2.800 người nói; tiếng Djambarrpuyngu của ngôn ngữ Yolngu có 2.700 người nói và tiếng Pitjuntjatgara có 2.600 người nói. Đa phần những người nói những ngôn ngữ nầy đang sinh sống tại vùng tự trị Northern Territory.

Có nhiều người Âu Châu ngày nay đang nghiên cứu về đời sống của những Thổ Dân nầy; nên họ đã đến tận nơi để ở chung và sinh hoạt với họ. Dĩ nhiên là ngôn ngữ, phong tục, tập quán cũng phải tuân theo. Từ đó họ có những bài tường thuật phong phú và nhờ vậy chúng ta dầu sống cách xa cuộc sống hiện tại của họ; nhưng chúng ta vẫn biết được bên cạnh mình, còn có những Thổ Dân như thế.

ULURU
VÙNG THÁNH ĐỊA CỦA THỔ DÂN

Muốn đi đến vùng nẩy có nhiều cách như đi bằng máy bay hay xe hơi. Từ Syney có thể đi đến Alice Spring bằng máy bay nhỏ và từ phi trường nẩy dùng xe hơi để đi đến núi Uluru. Hoặc giả từ Darwin thuộc miền Bắc nước Úc, chúng ta có thể lấy xe hơi đi thẳng đến Alice Spring và từ đó cũng đi xe hơi tiếp tục đến ngọn núi Uluru linh thiêng nẩy. Ở chương trước tôi đã có tường thuật về chuyến đi quanh núi Uluru của tôi và bây giờ tôi muốn giới thiệu ngọn núi nẩy tỉ mỉ hơn, để quý vị ở xa ngoài nước Úc, hay cả những người đang ở tại nước Úc cũng nên có một lần đến đây để thăm viếng và chiêm nghiệm những việc hy hữu của đất trời vạn vật nơi đây.

Núi Uluru hay còn gọi là Ayers Rock đứng sừng sững như một sơn đảo ở trung tâm nước Úc. Núi nẩy theo Thổ Dân là một Thánh Địa của họ và nhiều người Úc biết đến; nên hằng năm có rất nhiều người đến đây để thăm viếng. Tên Uluru là do Thổ Dân gọi cho đến năm 1990 và với người Âu Châu ở ngoài nước Úc hay gọi đây là ngọn Ayers Rock (hòn đá Ayers).

Núi Uluru có 3 cây số chiều dài và 2 cây số chiều ngang và tổng diện tích khoảng 9 cây số. Đỉnh cao nhất của núi là 863 mét và chỗ thấp nhất là 348 mét kể từ mặt đất bằng. Núi Uluru nằm trong Nationalpark Uluru – Kata-Tjuta, gần địa phương Yulare, cách 340 cây số đường bay phía Tây Nam của Alice Spring và nằm ở Đông Tây của vùng tự trị Northern Territory. Với diện tích Nationalpark là 1.325 cây số vuông và cạnh Uluru cũng có dãy Kata Tjuta và cả 2 đã được UNESCO công nhận là di sản thiên nhiên cũng như văn hóa của thế giới.

Mới từ xa ta nhìn ngọn núi nầy rất đặc biệt, vì trên sườn núi hầu như không có một cây nào được mọc lên cả và cả núi đá Uluru toàn là một màu nâu sáng rực, nhất là khi ánh mặt trời về chiều tỏa sáng khắp đó đây trên những tảng đá của núi; vì lẽ giữa đồng bằng nổi lên một hòn núi cao đến 863 mét. Do vậy nhiều người nghĩ rằng: Đây là một thiên thạch từ cõi nào rơi vào và dừng lại nơi đây và người Thổ Dân tại núi Uluru nầy có lẽ họ cũng dễ tin vào truyền thuyết nầy lắm; nhưng những nhà địa chất học thì cho rằng sự hình thành của ngọn núi Uluru nầy không phải mới đây mà cả hằng tỷ năm về trước. Ngày ấy quả đất nầy không có sinh vật ở được vì quá nóng và nước biển bốc hơi phủ kín bên trên. Khoảng 200 triệu năm về trước nơi nầy gọi là biển Amadeus, mà nền của biển là cát và bùn. Sau đó do sự kết hợp của carbonne cùng với đá vôi phân tán để trở thành thạch. Vì ánh sáng mặt trời nóng, khí hậu khô; nên nước biển rút và một số nước biển còn đọng lại để tạo nên hòn núi nầy. Đây có thể là lý do chính, mà các nhà địa chất học đã cho rằng 700 hay 600 triệu năm về trước núi Uluru nầy đã là như vậy. Đây có thể là nguyên nhân chính để chúng ta tin và hiểu theo điều của khoa học thực nghiệm chứng minh; nhưng việc tin tưởng như người Thổ Dân cũng không phải là không được đề cập đến.

Từ năm 1920 một phần của Nationalpark ngày nay được dành làm nơi cư ngụ của Thổ Dân. Năm 1936 những người du lịch Âu Châu đầu tiên khám phá ra núi nầy và từ năm 1940 đã có những người di cư từ Âu Châu đến đây cư ngụ. Con đường đầu tiên để xe du lịch và xe Bus chạy thẳng vào đây được thành hình từ năm 1948. Kể từ đó những nhà trọ hay Hotel được dựng lên cạnh vùng nầy để phục vụ cho khách du lịch từ phương xa đến thăm. Nếu ai muốn đi dã ngoại thì có thể thăm những nơi như: Mala Walk và Kantju Gorge dài 2 cây số; Base Walk dài 10 cây số, Karnija Walk dài 4 cây số và Lungkata Walk dài 4 cây số.

Trên đây là tất cả những gì căn bản về nước Úc mà tôi đã tham cứu trên trang Tự Điển Toàn Thư Mở Wikipedia bằng tiếng Đức để tường thuật sơ qua về khí hậu, con người, thiên nhiên, cây cỏ và muông thú cũng như các thành phố lớn tại xứ Úc, đồng thời cũng đã tìm kiếm sơ qua về Thổ Dân đang sinh sống tại lục địa nầy. Đọc sách vở hay nghe người khác sau khi đi du lịch về, kể lại cho ta nghe, ta thấy xứ sở kia sao mà hay quá, đẹp quá, giàu mạnh quá. Điều nầy nó cũng chỉ giống như là ta thấy những món đồ ăn tuyệt đẹp, tuyệt khéo và có vẻ ngon lành kia đang bày biện trên bàn; nhưng chỉ mới trải qua cảm giác của thị giác mà thôi. Vì lưỡi ta chưa nếm, răng ta chưa nhai đến những thức ăn kia, thì chúng ta chưa cảm nhận được cái ngon như thế nào? mặn hay ngọt, chua hay đắng? v.v… tất cả đều phải qua sự trải nghiệm mới có thể cảm nhận rõ ràng từng chi tiết một được. Ở đây sự du lịch tâm linh hay du lịch trải nghiệm; hoặc du lịch thám hiểm v.v… cũng sẽ giúp cho chúng ta có được những trải nghiệm của lục căn của mỗi người. Ví vụ như mắt ta có thể trực tiếp tiếp xúc với những cảnh vật thiên nhiên tại đó. Tay ta có thể vùi chiếc lá bạc hà để cảm nhận được mùi thơm từ cây cỏ ra sao? Hay ta cũng có thể cắn quả ớt, xước mấy lóng mía mưng, ăn trái xoài hay múi mít trực tiếp tại xứ Úc thì chúng ta mới cảm nhận được rằng: Ở xứ Nam Bán Cầu mà cũng có những rau quả như vậy.

Không đến Úc thì sẽ không cảm nhận được tia nắng mặt trời chiếu thẳng vào da thịt của ta như thế nào, khi thực sự là mùa hè của Úc. Vì những tia hồng ngoại tử của Âu Châu hay Á Châu khác xa những tia sáng mặt trời tại Sydney hay Darwin rất nhiều. Do vậy "trăm nghe không bằng mắt thấy". Mong rằng quý vị ở ngoài Úc Châu, nên có một lần đến thăm nước Úc và hãy trải nghiệm những phong thái bên trên, mà một người ngoại quốc nên tìm hiểu, thì những nhận định mới đúng một phần nào chăng?

TÔN GIÁO, VĂN HÓA, NGHỆ THUẬT, KIẾN TRÚC CỦA ÚC

Kể từ khi khai thiên lập địa cho đến nay chẳng biết là mấy triệu năm, khi mà con người đã có mặt trên quả địa cầu nầy từ thuở ban sơ ấy. Đã có nhiều giả thuyết khác nhau, đứng từ Tôn giáo nầy hay Tôn giáo khác để giới thiệu qua triết học của mình và hầu như Tôn giáo nào cũng cho rằng lập luận của mình là đúng. Vậy thì Tôn giáo nào hay hơn Tôn giáo nào đây? Nếu trả lời một cách đơn giản và không mất lòng ai như Đức Đạt Lai Lạt Ma thứ 14 đã trả lời cho các ký giả hiếu kỳ ấy rằng: "Tôn giáo nào mà bạn ưa chuộng nhất, thì Tôn giáo ấy tốt nhất".

Nhiều khi trong bài giảng của tôi bằng tiếng Đức tôi cũng đã trình bày quan điểm của mình như sau: "Mỗi Tôn giáo đều tượng trưng cho một loài hoa mà nhiều người ưa thích. Ví dụ như Thiên Chúa giáo giống như bông hoa hồng tuyệt đẹp; Tin Lành tựa như hoa Cẩm Chướng; Hồi giáo như hoa Vạn Thọ; còn Phật giáo tượng trưng cho hoa Sen. Lâu nay mỗi loài hoa ấy mọc và nở riêng lẻ trong các vườn hoa văn hóa Tôn giáo của mình cũng đẹp đấy! nhưng nếu chúng ta ngày nay có thể đem tất cả chúng trồng chung vào một vườn, thì khi chúng nở hoa, chúng ta xem lại càng đẹp mắt hơn". Đó là quan niệm về Tôn giáo của tôi, khi thực hành giáo pháp của Đức Phật gần 40 năm qua tại xứ Đức nầy. Ngoài ra, tôi còn có những nhận định khác nhau như sau:

"Bởi lẽ quý vị sinh ra tại Âu Châu; nên quý vị không sớm biết về Phật giáo. Nếu quý vị sinh ra tại Á Châu, thì quý vị đa phần là Phật tử rồi; còn chúng tôi đến thế kỷ thứ 16, 17 đã bắt đầu biết đạo Thiên Chúa qua các nhà truyền giáo từ phương Tây và ngày nay chúng tôi đang chung sống cũng như làm việc với quý vị chẳng qua cũng là một "nhân duyên" mà thôi. Không ai muốn điều ấy mà được. Cũng chẳng có ai mong cầu mà thành. Thôi thì hãy quán "như thị" rằng: Việc gì đến hãy để cho nó đến và việc gì đi hãy để cho nó đi. Vì là duyên kết hợp, nên lúc này lúc khác, không bao giờ cố định cả. Vì bản chất căn bản của thế gian nầy là "không thực tướng" và "không chắc thật"; nên hãy để cho duyên thành tựu và duyên ly tán". Chúng ta không nên quá buồn hay quá vui về việc nầy và chúng ta cũng không nên trách cứ là: Tại sao như vậy? tại sao nó không là như thế kia? v.v...

Khi nghe những lập luận như vậy, những người Đức đa phần gật đầu; nhưng có lẽ cũng khó hiểu, vì Đạo họ theo lâu nay hướng dẫn cho họ cách nhìn khác về nhân sinh quan cũng như vũ trụ quan về con người và muôn vật đang sinh sống trên quả địa cầu nầy. Đúng hay sai, tốt hay xấu, tùy theo sự thực hành của mỗi người theo Tôn giáo ấy mà thôi. Vì "chẳng ai có thể giàu đến ba họ và không người nào cứ bị khó khăn cả ba đời liên tục". Đó là tục ngữ ca dao của Việt Nam; nhưng tiếng Pháp cũng có câu "Sau cơn mưa, trời lại sáng" cũng diễn tả được những thay đổi cần có khi con người và muôn vật luôn chịu sự chi phối bởi xuân, hạ, thu, đông và bởi ngày đêm của tạo hóa.

Thổ Dân ở Úc cho đến ngày nay họ vẫn còn tin vào các vị Thần thiên nhiên, vì đời sống của họ còn rất hoang dã. Họ gần gũi với đất trời, vạn vật, cỏ cây; nên thần sông, thần núi, thần sấm sét, thần cây, thần đá v.v... đối với họ là chuyện bình thường; chỉ những người nào bị chính sách cô lập của người Anh tại xứ Úc thì họ mới thay đổi đạo. Từ đó họ có thêm đạo mới và kể từ thế kỷ thứ 17 đến nay, trên 300 năm như vậy, tại xứ Úc có thêm những Tôn giáo mà theo sự khảo sát của chính quyền Úc vào năm 2011 thì có kết quả như sau: Đa phần người Úc đều theo Thiên Chúa giáo; trong đó có 25,3% thuộc Thiên Chúa La Mã, 17,1% thuộc Anh giáo, còn lại 18,7% là con chiên theo Thiên Chúa thuộc các chi nhánh khác. Phật giáo chiếm 2,5% số người theo. Hồi giáo có 2,2%, Ấn giáo có 1,3%. Khoảng 22,3% không thuộc Tôn giáo nào và trong số người được hỏi có 9,4% không trả lời. Điều ấy có nghĩa là họ không tin theo một Tôn giáo nào cả.

Có nhiều người trẻ cho rằng: "Họ không cần Tôn giáo". Mới nghe qua, thấy cũng lạ; nhưng suy nghĩ kỹ, họ cũng có lý thôi, Vì họ còn trẻ, dễ kiếm ra tiền, đang sống hạnh phúc với vợ con, nhà cao cửa rộng v.v... họ chưa thất bại lần nào; nên họ quan niệm như vậy, nó chỉ đúng nhất thời, chứ không là vĩnh viễn. Vì họ có việc làm; nên ngân hàng cho họ vay tiền để mua xe, xây nhà; nhưng nếu rủi, một mai đây hãng kia phá sản, họ sẽ bị thất nghiệp, thì tiền nợ ngân hàng ai trả đây? Bây giờ họ đang có hạnh phúc tràn đầy với vợ đẹp con ngoan, nhưng ai dám bảo đảm rằng những mối tình ấy luôn luôn vĩnh viễn và không có sự đổi thay từ người chồng hay người vợ? Do vậy tôi hay trả lời cho những người trẻ rằng: "Việc bạn quan niệm và nhìn về cuộc đời đối với Tôn giáo không sai trong lúc bạn còn trẻ và không bệnh hoạn; nhưng bạn có chắc rằng suốt đời bạn vẫn trẻ, khỏe và không bệnh hoạn chăng? Ta có thể ví dụ chùa chiền, nhà thờ hay nói chung là các Tôn giáo giống hệt như những nhà thương dùng để chữa lành tâm bệnh, còn quý Thầy, Cô, quý Linh mục, Dì Phước giống hệt các Bác sĩ và y tá trong những nhà thương; nhưng ở đây họ chữa tâm bệnh của chúng sanh, thay vì những thân bịnh như các Bác sĩ ở nhà thương thường. Nếu bạn còn trẻ và khỏe, có ai đó đem thuốc đau đầu, kháng sinh đến bảo bạn uống, chắc chắn rằng bạn sẽ từ chối ngay, vì bạn nghĩ rằng mình đang khỏe mạnh tại sao phải uống thuốc? Nhưng bạn có bao giờ nghĩ rằng suốt cả đời mình không cần đến thuốc, Bác sĩ và nhà thương chăng? Nếu bạn trả lời được những câu hỏi nầy thì chắc rằng bạn sẽ không cần đến Tôn giáo.

Tôn giáo giống như một chiếc phao mà người chết đuối rất cần đến khi lỡ bị chìm thuyền. Tôn giáo giống như là một vị lương y chữa lành tinh thần của bạn khi bạn cần đến. Tôn giáo giống như một chiếc bè giúp bạn qua khỏi dòng sông chảy xiết, khiến bạn an tâm và cuối cùng những gì mà người ta không thể chứng minh bằng khoa học qua niềm tin của bạn, thì Tôn giáo có thể đáp ứng cho những nhu cầu của bạn vậy.

Ở Úc có 17,1% dân chúng theo Anh giáo, vì họ là những người có nguồn gốc từ xứ Anh di dân đến Úc và lập nghiệp ở đây. Tôn giáo nầy cũng là từ Thiên Chúa tách ra; nhưng quyền uy của vua chúa, của Nữ Hoàng đứng bên cạnh, hay nhiều khi ngang hàng hoặc qua khỏi sự hiện hữu của Chúa nữa. Nó cũng giống như Orthodox (Chính Thống Giáo) ở Nga và Thần Đạo (Shinto) ở Nhật vậy. Tại các xứ nầy từ xưa đến nay, các Vương triều đều là những người tượng trưng cho Thần Thánh và đứng đầu cai trị cả quốc gia; nên họ đã lập ra những Tôn giáo như vậy để cho dân chúng tôn thờ, mặc dầu họ cũng chỉ là những con người bình thường; nhưng nhờ phước báu nhiều đời mà họ đã tu tạo được, theo như kinh Phật dạy, để đời nầy họ trở thành Vua chúa lãnh đạo quốc gia, hay những Chuyển Luân Thánh Vương có nhiều quyền uy trong năm châu bốn bể.

Phật Giáo ngày nay chiếm 2,5% dân chúng trong xứ Úc, là con số đáng kể. Đa phần là những người Á Châu theo Tôn giáo nầy như: Trung Hoa, Việt Nam, Thái Lan, Tích Lan, Lào, Cam Bốt và dĩ nhiên cũng còn có rất nhiều nhà trí thức học giả Úc Châu đã trở thành những người Phật tử thuần thành, hay cũng có nhiều người đã xuất gia đầu Phật, để trở thành những vị Tăng Sĩ nổi tiếng tại xứ Úc ngày nay (xem thêm sách "Phật Giáo Úc Châu" của Thượng Tọa Thích Nguyên Tạng dịch).

Sau khi thăm viếng Trung Quốc và Hoa Kỳ nhiều lần, tôi tạm có kết luận rằng: "Ở Trung Quốc, một xứ sở có nền văn hóa lâu dài; nhưng nhiều chỗ kém văn minh khoa học; còn ở Mỹ nền văn minh khoa học hiện đại rất cao; nhưng không có văn hóa". Nhiều người vặn hỏi tôi và xin trả lời rằng:

Trung Hoa có 5 hay 6.000 năm về trước đã có chữ viết. Con người sống theo phong tục tập quán của từng bộ lạc và dần dà đi đến chỗ quốc gia thống nhất; nhưng ngày nay hơn một tỷ người Trung Hoa sống trên quê hương của họ còn rất lạc hậu trong những nơi mà vệ sinh công cộng không được giữ gìn, ý thức trách nhiệm cá nhân rất ít và dĩ nhiên là còn nhiều việc khác nữa.

Trong khi ở Mỹ bạn có thể đi trên những xa lộ rộng thênh thang, mỗi bên 6 hay 8 lines như ở California hay Houston, có những nhà lầu cao tầng và hiện đại nhất thế giới về mọi phương diện. Có những sân bay có nhiều máy bay như những cách chuồn chuồn đậu dày đặc, mà thế giới chẳng nơi nào có được. Hay đến NASA tại Houston; Texas để thấy rằng người Mỹ đã đi ra khỏi vũ trụ nầy bằng những phi thuyền con thoi từ hơn nửa thế kỷ trước. Thật ra trên thế giới nầy chẳng có nước nào có thể sánh được như Hoa Kỳ vậy. Nhưng nhìn lại gần 300 năm phát triển về bề dày văn hóa và lịch sử của nước nầy thì phải thành thật nói rằng: Hoa Kỳ là một quốc gia có nền văn hóa đa dạng, đa chủng tộc, đa ngôn ngữ và còn son trẻ lắm so với nhiều nước khác trên thế giới như: Ấn Độ, Trung Quốc, Ai Cập, Hy Lạp v.v…

Úc cũng thế thôi! Đây là một lục địa mới, đa phần do người Âu Châu mới tìm ra từ thế kỷ thứ 17 và từ ấy đến nay hơn 200 năm lịch sử, nước Úc chưa có được một nền văn hóa có chiều dày như những quốc gia Á, Âu khác. Nếu có, chúng cũng chỉ do người Âu người Á mang đến; nhưng còn rất khiêm nhường so với sự hình thành lục địa nầy cả hơn 5 triệu năm về trước.

Về nghệ thuật kiến trúc tại Úc cũng rất mới mẻ. Những gì có được từ Anh quốc, những người di dân mang qua đây để cấy ghép nghệ thuật tại quốc gia mới nầy; chỉ có nhà con sò "Opera House" tại Sydney là một kiến trúc lạ mắt và có thể xếp vào hàng kỳ quan của thế giới được chăng?

Đây là một Tòa Nhà đặc biệt được xây dựng trên cảng Sydney. Hơn 2 phần 3 của tòa nhà nằm trên mặt biển; chỉ có một phần ba gá vào đất liền của công viên. Nhìn tổng quát thấy như những cánh sen úp xuống; nhưng thật ra đây là hình ảnh của những con sò mà Kiến trúc sư người Đan Mạch tên là Jorn Utzon đã vẽ nên.

Nhà hát lớn được xây dựng trong vòng 14 năm (1959-1973) và cũng được UNESCO công nhận là di sản văn hóa của thế giới. Phòng Concert Hall có thể chứa được 2.688 người và các nhà kịch hát khác như: Sutherland Theatre 1.547 ghế; nhà kịch Drama Theatre 544 ghế; nhà hát Playhouse 398 ghế; Studio Theatre 364 ghế. Tổng cổng có tất cả là 5.541 ghế ngồi và 100 phòng lớn nhỏ khác dùng để làm nhà hàng, chỗ hóa trang cũng như chỗ tập dượt v.v…

Bất cứ du khách nào khi đến Úc sẽ được thân nhân đưa đến xem nhà hát Opera House nầy. Vì đây là niềm tự hào của nước Úc hay nói chung là cho tất cả mọi người. Bởi lẽ Úc là xứ di dân; nên ai cũng muốn mình đóng góp một phần nhỏ sự hiện hữu của họ vào đó như học thuật, nghề nghiệp v.v… Vì vậy cũng không thiếu những người tự hào rằng: "Nước Úc của chúng tôi" hay "Nước Mỹ của chúng tôi" là vậy. Một hôm Đạo hữu Nhật Phật Hoàng Khôi đưa tôi và một vài Phật tử nữa đi cùng đến thăm nhà hát nầy. Nếu tôi nhớ không lầm năm ấy là năm 2012. Lúc đó tôi đã 63 tuổi. Người bán vé khi nhìn chúng tôi và hỏi bằng tiếng Anh rằng: Trong quý vị có ai trên 60 tuổi không: Tôi nhìn anh Khôi và trả lời rằng: Cả 4 người chúng tôi đều trên 60 tuổi cả rồi. Người bán vé niềm nở trao cho chúng tôi 4 vé đặc biệt của những người tuổi trên 60 để vào bên trong nhà hát tham quan mà không cần giấy tờ chứng minh gì cả. Thật ra trên thế giới nầy có rất nhiều người tốt. Vì nếu không là như vậy thì người ta sẽ không xây dựng được những xã hội dân sự lành mạnh được. Nếu đất nước nào mà buôn lậu, trộm cướp, xã hội hạ tầng kém mở mang hẳn ở đó khó thực hiện tự do dân chủ được. Vì lẽ ý thức cá nhân còn quá kém. Chúng ta không trách họ, vì nếu chúng ta lỡ sanh vào những xã hội như thế, cũng sẽ bị như vậy thôi. Ngược lại ngày nay đang sống trong những xã hội Âu Mỹ lành mạnh về nhiều phương diện, chúng ta nên thâm tạ ơn quốc gia và những người lãnh đạo đất nước tại nơi đó. Nếu đời sống và công ăn việc làm của họ không được ổn định, thì quả thật có không biết bao nhiêu là vấn nạn của xã hội sẽ được đặt ra. Ở đây ngược lại, khi người dân sống dưới xã hội được cơm no áo ấm rồi, người ta còn nghĩ đến người khác nữa, mà quyền lợi ấy nếu không được đề cập đến, thì người đối diện cũng sẽ không được hưởng như luật định.

Từ đó chúng ta có thể kết luận rằng: Cái nhân bản của một dân tộc nằm sâu tận tâm thức của mỗi con người và nó chỉ được đánh thức dậy khi hoàn cảnh chung quanh thích hợp và từ đó cái an lạc hay hạnh phúc của mỗi con người sống trong xã hội lại có ảnh hưởng dây chuyền với nhau, mà xứ Úc có được những hình ảnh đẹp nầy, chúng ta nên trân quý.

CÁC VỊ TĂNG SĨ PHẬT GIÁO VIỆT NAM CÓ MẶT TRÊN XỨ ÚC XƯA VÀ NAY

Hôm nay là ngày 28 tháng 6 năm 2015 kỷ niệm lần sinh thứ 66 năm của tôi trước đây, mà cha mẹ tôi đã mang tôi vào đời. Ở Á Châu người ta còn dùng tuổi gọi theo âm lịch nữa; nên tuổi ta, tôi đã ở con số 67 rồi. Nếu sống được đến 70 tuổi, tôi chỉ còn 3 đến 4 năm nữa để ở lại với đời nầy; nếu sống được 75 tuổi như Hòa Thượng Minh Tâm thì tôi còn 8 đến 9 năm nữa và nếu sống được 80 tuổi thì tôi còn đến 13 đến 14 năm nữa. Đó là chưa kể đến chuyện vô thường có thể xảy đến bất cứ lúc nào như lúc đi xe hơi, máy bay hoặc xe lửa gặp tai nạn chết người. Ai biết được điều nầy thì quả là bậc Thánh.

Tôi chỉ là một phàm Tăng, được cái duyên nương vào cửa Phật từ thuở tóc còn xanh, ý nghĩ còn nông cạn ở cái tuổi 15. Thế mà chỉ thoáng chốc thôi đã hơn 51 năm ở chùa rồi còn gì? Trong 51 năm ấy tôi đã làm được gì? Và so với thời gian 4, 9, 13 hay 14 năm còn lại của cuộc đời nầy, phải nói là quá ngắn phải không quý vị? Do vậy chúng ta phải làm một cái gì đó cho thật có ý nghĩa để đáp đền ân Cha Mẹ, Thầy Tổ, bạn bè, tử đệ; để rồi một ngày nào đó ta cũng phải nhắm mắt xuôi tay thôi! Do vậy hãy trân quý trong từng phút giây của cuộc sống, để nhận chân ra giá trị thật của cuộc đời về hạnh phúc, khổ đau, an lạc, tự tại, giải thoát, chướng duyên, nghịch cảnh v.v... Tất cả là những giá trị miên viễn của cuộc đời, mỗi người chúng ta nên tự quán chiếu lấy, thì ý nghĩa lại cón có nhiều giá trị thực tiễn hơn.

Ngày sinh nhật mỗi năm tôi thường hay nhận được thiệp chúc mừng từ các nơi gởi về; trong đó có quà cáp và tịnh tài nữa. Nhiều người đến tận nơi để chúc mừng, trên tay cầm những bó hoa tươi, với nụ cười hoan hỷ để mừng tôi thêm một tuổi thọ. Có nhiều Đệ Tử xuất gia và tại gia ở xa không về được thì điện thoại hay E-Mail để chúc mừng. Đây là những nét đẹp Đông Phương mà chúng ta nên gìn giữ, mặc dầu Á Châu chúng ta không trọng sự sinh ra đời hơn sự mất đi; nhưng dẫu sao đi nữa, với tôi – đây là những hình ảnh đẹp khi còn sống và tôi sẽ ghi rõ nét vào lòng mình dầu cho còn ở đây hay ở một cõi xa xăm nào đó, khi ngày sinh nhật hiện về.

Hình ảnh đẹp nhất của người xuất gia là biết gìn giữ giới hạnh. Cái đẹp nhất của loài hoa là màu sắc, vì hoa biết hướng đến mặt trời để đón nhận những tia sáng tốt mới tạo thành diệp lục tố nuôi dưỡng cho lá và hoa. Cái đẹp nhất của người phụ nữ không phải sự trang sức, mà là đức hạnh của con người đó. Cái đẹp nhất của người đàn ông là sự trong sáng, quyết định rõ ràng v.v... Nếu con người hay muôn loài có tâm hướng đến cái gì thì việc ấy sẽ quyết định cho hành trình sinh tử của mình. Người xuất gia với mục đích luôn cầu thoát ly sanh tử luân hồi chẳng ai dại gì để cho tình yêu, tiền bạc, danh vọng và địa vị cám dỗ. Nếu người xuất gia ấy suốt đời vẫn gìn giữ tâm niệm trong sáng. Câu Phật hiệu Nam Mô A Di Đà cũng có một giá trị miên viễn luôn ngã bóng về Tây Phương là vậy, nếu ai thành tâm niệm đến danh hiệu của Ngài.

Trong đoạn đường đời suốt 66 năm của tôi cũng không phải là không có chông gai và không phiền não. Tuy nhiên tôi có một cách sống rất đơn giản và luôn quan niệm rằng: "Nếu mình không chấp nhận được người khác, thì người khác cũng khó lòng mà chấp nhận mình"; hoặc giả: "Trong thân thể của chúng ta luôn luôn có vi trùng và độc tố; chính những thứ nầy ở một phương diện nào đó, nó lại có hại; nhưng đồng thời nó cũng sẽ bổ sung để nuôi dưỡng cho những tế bào khác, nhờ vậy các sinh tố A, B, C, D, mới có thể chuyển tải và tiêu thụ thành máu huyết cho con người. Trong cái nầy phải có sự hiện hữu của cái kia và trong cái kia phải có sự tồn tại của cái nầy? Do vậy tôi chấp nhận cuộc đời nầy một cách rất dễ dàng, dầu cho người đối diện với tôi có khó tính đến mấy đi chăng nữa cũng không sao cả. Tôi không có tay trồng cây; nhưng có tay trồng người. Một điều rất lạ là nếu có ai đó cho tôi một cây thật đẹp, có hoa lá rạng ngời; nhưng nếu để trong phòng tôi chừng một tuần lễ là hoa lá sẽ úa tàn, mặc dầu tôi cũng cố gắng săn sóc, tưới nước kỹ lắm. Ngược lại, người nào dầu hư đốn đến thế mấy, mà qua sự chăm sóc, trợ duyên của tôi, đa phần họ sẽ thành người hữu dụng. Rõ ràng là phải có duyên với nhau mới được. Đó là duyên cây cỏ, duyên với vạn vật và duyên với con người nữa.

Từ nhỏ tới bây giờ tôi không có tình yêu riêng cho một người đàn bà nào cả; nhưng tôi tin chắc rằng có nhiều người đã thương và yêu mình; nhưng tôi thì không đáp lại được. Vì họ hướng đến hướng khác và tôi luôn hướng về hướng khác; nên không bao giờ gặp nhau. Tôi xin lỗi và cảm ơn tất cả những người đàn bà nào đã lỡ thương yêu tôi mà không nói được nên lời, hay đã viết thư cho tôi và tôi không bao giờ đọc, đã điện thoại cho tôi và tôi không bao giờ nghe. Có lẽ họ thất vọng lắm; nhưng đường tôi đã dọn sẵn, không thể quay bước, khi chuyến đăng trình về cõi giải thoát chưa kết thúc. Cảm ơn họ, vì đó là điều mà tôi biết để cần phải tránh xa, vì chính nhờ họ mà tôi biết mình là ai và phải làm gì trong hiện tại. Có nhiều người xem sách và DVD về "Chuyện tình Liên Hoa Hòa Thượng" do soạn giả Giác Đạo Dương Kinh Thành viết lại thành tuồng cải lương và các nghệ sĩ ưu tú như: Út Bạch Lan, Tô Châu, Thoại Mỹ v.v... đã diễn và lột tả hết được cốt lõi của câu chuyện và họ cho rằng tôi gởi gắm tâm sự của mình vào Hòa Thượng Liên Hoa không ít. Tôi chỉ mỉm cười thôi và vẫn luôn thầm nghĩ rằng: "Mình vẫn là người nông dân của xứ Quảng, làm sao có chỗ cao sang quyền quý như thế; nhưng không sao, quý vị muốn nghĩ như thế nào cũng được cả". Vì cuộc đời luôn luôn có hai mặt tốt và xấu, phải và trái, ác và thiện, từ bi và ích kỷ v.v... ai dám nói hết ra được mặt trái của mình? Nếu có chăng chỉ sám hối trước bàn Phật hay những ngày tụng giới và có ai trong chúng ta dám nói và viết ra hết sự thật hay không? Tôi tin rằng có; nhưng quả rất hiếm. Vì sự thật thì bao giờ nó cũng sẽ là sự thật; nhưng khi biết hết sự thật rồi thì nó quá phũ phàng. Vậy hãy xem tuồng hay khi ngắm nhìn nghệ sĩ hát, chứ đừng đi sâu vào cuộc đời riêng tư của họ; hoặc nhìn kỹ vào bên trong hậu trường của sân khấu hay bên trong cuộc đời của họ. Hãy nhìn ngắm sắc hoa tươi thắm kia, chứ không nên đào bới tận rễ gốc của nó, thì phải thấy phân bón dơ nhớp, đâu có gì sạch sẽ. Chúng ta hãy cảm nhận sự chuyển hóa của vạn vật, của con người để trở thành một cái gì đó, cốt làm đẹp cho cuộc đời. Đó mới là giá trị miên viễn đích thực của việc tu học của chúng ta.

Viết về người đã quá vãng, rất là dễ viết, kể cả việc hay việc đẹp của người kia. Khi nắp quan tài đã đậy lại rồi thì viết có quá lời đi chăng nữa, cũng chẳng có ai nói gì. Còn viết về người đang sống, thú thật rất là khó viết. Nếu ta nói hay nói đẹp về người đó, thì người ta bảo rằng ton hót, nịnh bợ. Còn viết về cái không đẹp của người ấy, chắc gì ai dám viết; nhưng biết đâu là đúng hay sai. Vì sai hay đúng cả hai việc nầy đều có tính cách tương đối mà thôi. Thí dụ như người thích ăn sầu riêng thì cho rằng sầu riêng thơm; còn người không thích thì ngược lại. Kẻ thích ăn dừa, ăn bắp lại cho rằng đó là những thức ăn ngon; nhưng người không thích cho rằng dở. Như vậy, nó chỉ đúng với cái gì mình cho là đúng và nó sẽ sai với cái gì mình cho là sai. Tất cả chỉ do việc chấp ngã của mình mà ra. Do vậy tôi chọn cách viết về những kỷ niệm đã qua trong suốt một lộ trình dài hơn nửa thế kỷ ấy với những vị Tăng Sĩ hiện đang hành đạo tại Úc và chỉ giới hạn có hai vị. Đó là Hòa Thượng Phương Trượng Thích Như Huệ chùa Pháp Hoa ở Nam Úc và Hòa Thượng Phương Trượng Thích Bảo Lạc chùa Pháp Bảo Sydney. Những vị khác còn rất nhiều; nhưng tôi không dám viết, vì lỡ sai, thì đó là điều đáng trách vô cùng.

Ở đây cũng xin đề cập đến "cái ngã" và "ngã sở" một chút, để chúng ta nhẹ nhàng đi vào những câu chuyện mà tôi sắp kể ra đây.

Một hôm Ngài A Nan chắp hai tay lại và bạch Phật rằng:

- Kính bạch Thế Tôn! Thế nào là ngã và ngã sở?

- Ngươi hãy nghe đây! Đầu tiên con hãy dùng hai bàn tay vỗ vào nhau và ta sẽ hỏi. Con có nghe gì không?

- Bạch Thế Tôn! Con có nghe.

- Nghe gì?

- Bạch Thế Tôn! Con nghe âm thanh của tiếng vỗ do hai bàn tay vỗ vào nhau.

- Con hãy quan sát kỹ rằng: Trước khi có âm thanh và sau khi nghe âm thanh, âm thanh ấy sẽ đi về đâu?

- Bạch Thế Tôn! Rõ ràng là trước và sau đó không có.

- Ngã cũng như thế đấy! Ta cho rằng cái ngã của ta mới đáng nói; nhưng ngã ấy có có thật tướng đâu! Nó cũng giống như là là âm thanh có từ tiếng vỗ của hai bàn tay mà thôi.

- Còn ngã sở?

- A Nan thấy ở kia là một bó củi và nếu ta đem lửa đốt bó củi thì sẽ có còn nữa không?

- Bạch Thế Tôn! Không còn. Nếu có, chỉ là đống than vụn mà thôi!

- À! Cũng như thế, có nhiều loại ta chấp thủ và cho rằng: Đây là của cải của ta, tài sản của ta dựng nên. Đây là vợ ta, con ta, xe của ta, cái nhà của ta v.v... nhưng trên thực tế, tất cả những điều nầy là do vô thường biến đổi, đâu có gì là thật tướng của nó đâu. Hãy tự quán chiếu như vậy.

Đây là những lời dạy của Đức Thế Tôn cho Ngài A Nan mà trong kinh Tạp A Hàm có ghi lại rất đầy đủ.

Hòa Thượng Thích Như Huệ.- Tôi được biết Ngài tại quê hương Quảng Nam cách đây 51 năm về trước. Lúc ấy Ngài trên dưới 30 tuổi, cái tuổi thật đẹp của cuộc đời; nhất là đời của một Tăng sĩ trẻ trung đẹp trai với giọng tụng kinh, tán trống hay hô canh tọa thiền và giảng pháp... phải nói là tuyệt vời nhất trong Tứ Trụ của xứ Quảng Nam lúc bấy giờ. Vào thời điểm 1964, khi tôi mới tuổi 15, ngỡ ngàng bước vào cửa chùa, chưa qua một ngưỡng cửa nào của cuộc đời; nên thấy cái gì cũng đẹp, cũng hay và đẹp nhất là màu áo nâu mà những Tăng sĩ đang mặc. Dầu cho đó là của vị Hòa Thượng Cao Tăng hay của một chú Tiểu đang quét lá đa quanh chùa đâu đó. Hình ảnh đưa vào đầu đời của tôi là chiếc áo màu nâu ấy. Ngày xưa Ngài A Nan mê sắc đẹp của Phật mà đi xuất gia, sau đó bị Ma Đăng Già dùng chú thuật Ta Tỳ Ca La Phạm Thiên để chiêu dụ vào phòng dâm và nhờ Phật dùng thần chú Thủ Lăng Nghiêm để giải trừ; nên mới ra khỏi được nghiệp báo chướng của nhiều đời oan oan tương báo. Từ đó Đức Phật mới chỉ rõ cái chấp thấy của Ngài A Nan không đúng và Đức Phật đã chỉ cho Ngài A Nan cái chân tâm diệu hữu, cái Phật tánh thường hằng để tấn tu đạo nghiệp và Ngài A Nan cuối cùng đã ngộ ra được điều ấy. Còn tôi, thân phận một chú học trò vừa xong Tiểu Học ở miền quê Xuyên Mỹ, quận Duy Xuyên chỉ đơn thân độc mã trực chỉ Hội An với chỉ một tấm lòng cầu đạo xuất gia. Nó chỉ đơn thuần có thế và ngày nay với ý chí nầy nó đã mang tôi đi khắp vạn nẻo đường trần. Ân ấy xin kính cẩn dâng lên 4 vị Thầy của Tứ Trụ tại quê hương xứ Quảng như sau:

Cố Hòa Thượng Thích Như Vạn, Ngài trụ trì chùa Phước Lâm từ cuối thập niên 60 cho đến ngày viên tịch vào năm 1977. Trong thời gian ấy Ngài đã xây dựng Tổ Đình Phước Lâm tại Hội An có một vị trí rất vững vàng, xứng đáng là ngôi chùa Tổ đời thứ 2, sau Tổ Đình Chúc Thánh.

Tôi vào chùa Phước Lâm năm 1964 và ở đó cho đến năm 1966 về lại chùa Viên Giác của Thầy tôi để đi học. Trong thời gian nầy tôi làm Thị Giả cho cố Hòa Thượng Thích Như Vạn và thời gian nầy đang xây cất lại Tổ Đình Phước Lâm nên chúng lý rất bận rộn cho mọi công việc hằng ngày. Ban ngày đi học, ban đêm đi chở cát, chở gạch về xây chùa. Cuối tuần giúp thợ trộn hồ, vác ngói v.v... Thế mà cái tuổi hồn nhiên mới lớn ấy đã làm cho tôi vượt qua không biết bao nhiêu cái thử thách lúc ban đầu. Trong những ngày như thế, thỉnh thoảng Hòa Thượng Như Huệ từ chùa Tỉnh Hội hay lái xe hơi ra Phước Lâm để thăm Thầy trụ trì và chúng điệu của chúng tôi. Thỉnh thoảng Ngài ở lại chùa và chỉ cho chúng tôi tán tụng, lắc linh, đánh trống v.v... Hồi đó chỉ có những cây đèn dầu leo lét về đêm. Đèn sáp hay còn gọi là Bạch Lạp, chỉ dùng để cúng Phật. Thỉnh thoảng lắm mới có ngọn đèn măng-xông có ánh sáng mạnh tỏa chiếu ra khắp nơi để cho thợ trộn hồ, đúc gạch, lúc ấy chúng tôi có cơ hội được học bài ké dưới ánh sáng nầy. Thật là hạnh phúc vô biên; chẳng bù lại như ngày nay, ánh sáng đèn điện chói chang ở khắp mọi nơi, từ trong nhà ra tới ngoài đường lớn; nhưng nào ai có rõ biết chân thật về giá trị chiếu sáng của nó là gì; quả là có nhiều điều để phải nhắc lại chuyện xưa tích cũ như thế.

Thời đó còn nhỏ, nhìn cái gì cũng thấy to lớn và vĩ đại quá. Ví dụ như từ nhà quê xuống Hội An, thấy Hội An đẹp quá; sau đó ra Đà Nẵng, thấy Đà Nẵng to lớn và đẹp hơn Hội An nhiều. Khi vào Sàigòn, thấy Đà Nẵng không là gì cả. Cho đến khi sang Tokyo, thấy Sàigòn cũng chẳng có gì. Đến khi thấy mọi vật, mọi việc bình thường, không lớn hay không nhỏ theo cái thấy biết của mình, thì trên đầu đã có hai thứ tóc rồi. Quả thật thời gian qua nhanh thật!

Làm Thị Giả được nhiều ưu tiên lắm. Ví dụ như được gần Thầy, được đi xa để hầu Thầy và lo cho Thầy tất cả những việc cần thiết như: Ăn, uống, ngủ, nghỉ v.v... Nhờ dọn dẹp trong phòng của Thầy, tôi thấy được cả một tủ kinh sách, được đóng bằng bìa cứng mạ vàng và trên tất cả các gáy sách, tôi đều thấy có in tên "Thích Như Vạn" và bên giữa có tên của kinh sách ấy. Tôi ngưỡng mộ vô cùng, sao mà Thầy giỏi quá! Viết chừng ấy sách đâu phải dễ. Sau nầy tôi mới biết được rằng: Đó chỉ là cái vỏ bọc bên ngoài, minh thị sách ấy thuộc về chủ quyền của ai, còn nội dung bên trong là của tác giả khác. Rõ ràng là tuổi thơ có cái gì đó thật là dễ thương và ngơ ngác.

Lúc tôi sang thăm Canada năm 1979 mới biết được tin Thầy đã quá vãng tại Hội An từ năm 1977 do Đạo Hữu Hồ Ngọc Tuấn là Đệ Tử tại gia của Thầy, đã thờ bài vị của Thầy tại chùa Tam Bảo của Hòa Thượng Thích Thiện Nghị ở Montréal lúc bấy giờ. Tôi ngậm ngùi để hồi tưởng về vị Thầy ở vào giai đoạn mới xuất gia của mình. Quả thật trái đất nầy tròn thật! Đi đâu rồi cũng sẽ gặp lại, nếu chúng ta có duyên trùng phùng tao ngộ, dầu cho trong khi sống, hay khi đã thất lạc ở một nơi chốn nào. Tôi kể về Thầy cho hai ông bà cựu Quận Trưởng quận Duy Xuyên nghe và từ đó tôi liên lạc về chùa Phước Lâm ở Hội An đều hơn.

Sư Phụ tôi, **Cố Hòa Thượng Thích Long Trí**, trụ trì chùa Viên Giác tại Hội An là người tôi mang ơn nặng trong đời sống tại gia cũng như xuất gia nhiều nhất về sau nầy. Thỉnh thoảng đâu đó tôi vẫn đã viết về Ngài; nhưng theo Trần Trung Đạo, tác giả của "Dưới Bóng Đa Chùa Viên Giác" thì tôi viết về Thầy mình hơi ít. Có lẽ đúng mà cũng chưa hẳn là hoàn toàn. Vì có nhiều điều muốn viết; nhưng khó viết quá! biết viết làm sao đây! Cách hay nhất, thôi thì đừng viết vậy. Ai hiểu cho tôi điều nầy đây? Chắc tôi xin tạ lỗi với Thầy mình là hãy để cho dòng đời luôn trôi chảy như vậy hay hơn là tán dương hay chê bai về những gì đã thuộc về dĩ vãng, mà dầu cho mình sinh ra vào thuở ấy, cũng như tướng hảo như Thầy mình, thì phải xử sự ra sao cho bao nhiêu việc cay đắng của cuộc đời đã đổ dồn lên hai vai nặng trĩu của Thầy? Thôi thì cứ quán "như thị" và tạ ân Thầy; chứ biết nói sao hơn. Tôi có thể biện minh cho mình rằng: Mình vẫn còn "tôn sư trọng đạo" đấy chứ! Vì lẽ dầu xa quê tôi vẫn luôn nhớ về quê hương trong muôn vạn dặm và ngôi chùa Viên Giác tại Hannover, tôi đã thành lập từ năm 1978, tính đến nay 2015 cũng gần 40 năm rồi; vốn vẫn mang tên ngôi chùa mà tôi đã xuống tóc tại Hội An thuở nào. Đó cũng là một cách đền ơn đáp nghĩa chứ gì? Năm 1991 khi Sư Phụ tôi qua tham dự lễ Khánh Thành muộn của chùa Viên Giác Hannover, Ngài đã ở lại đây một tháng và mỗi ngày tôi đều có một tiếng đồng hồ để hầu Ngài. Có lẽ đây là thời gian mà tôi được nói và được nghe nhiều nhất từ Ngài, kể từ khi xuất gia đến ngày về ở Viên Giác tại Hội An chăng (1964-1968). Đó có thể là một niềm hạnh phúc mà tôi đã bắt gặp. Thế nhưng tôi chưa tận hưởng hết, để đến khi Thầy viên tịch vào bảy, tám năm sau đó mới biết mình quả là bây giờ mọi chuyện đã vượt khỏi tầm tay với rồi. Nếu quý vị muốn rõ thêm về cuộc đời hành đạo của Thầy tôi, cố Hòa Thượng Thích Long Trí ở Hội An thì xin xem thêm quyển "Châu Ngọc Hồi Ký" để thấu rõ ngọn ngành.

Vị Thầy thứ ba trong Tứ Trụ tại Hội An mà tôi hằng mang ơn giáo dưỡng. Đó là **Hòa Thượng Thích Chơn Phát**. Ngài năm nay cũng đã trên 80 và hiện là Viện Chủ của Tổ Đình Long Tuyền tại Hội An, Quảng Nam. Từ năm học Đệ Thất đến Đệ Tứ (1964-1967) tôi đã học giờ giáo lý Phật Pháp với Ngài tại trường Trung Học Bồ Đề Hội An. Mỗi tuần 1 giờ, đều đặn như vậy trong suốt 4 năm học của bậc Trung Học Đệ Nhất cấp thuở ấy. Sau nầy có thêm Hòa Thượng Như Huệ và Hòa Thượng Như Luận dạy nữa; nhưng chúng tôi học nơi Hòa Thượng Chơn Phát nhiều hơn hai vị kia. Việc thọ giới Sa Di năm 1967 của tôi cũng đã được Ngài trợ duyên rất nhiều. Việc học giỏi, lãnh nhiều phần thưởng ở trường Đời hay tại trường Đạo ở các khóa An Cư Kiết Hạ mùa hè và ngay cả trước khi tôi đi Nhật Bản du học (cuối năm 1971), tại chùa Hưng Long ở Sàigòn, Ngài đã động viên tôi không ít; nên ân nghĩa nầy con sẽ nhớ mãi về Sư Bá (Ngài vốn là anh em đồng sư với Thầy của tôi. Cả hai Ngài và Trưởng Lão Thích Chân Điền hiện ở Houston, Texas Hoa Kỳ cùng là Đệ Tử xuất gia của cố Hòa Thượng Thích Phổ Thoại chùa Long Tuyền, Tổ là một bậc Long Tượng của Phật Giáo Quảng Nam vào thế kỷ thứ 19 và tôi phải gọi bằng Sư Ông. Tôi kể cho có đầu có đuôi như vậy để sau nầy có ai đó trong Đệ Tử của tôi muốn truy nguyên tìm về chốn Tổ thì cũng không khó khăn vất vả mấy.

Tôi có nhiều kỷ niệm đặc biệt với Hòa Thượng Thích Như Huệ từ khi còn ở quê nhà. Ví dụ vào mùa hè của năm 1966, lúc ấy tôi đã từ chùa Phước Lâm trở về lại chùa Viên Giác ở Hội An để tiếp tục con đường tu học của mình. Vào lúc giữa trưa có một quân nhân mặc toàn đồ trắng, đầu đội mũ, trên 2 cầu vai và trước ngực đeo rất nhiều huy hiệu, mà tôi chẳng biết thuộc cấp bậc nào, vì tôi rất dốt về những quân hàm của lính. Vả lại theo tôi nghĩ rằng nó không phải là chuyên môn của mình, nên chẳng tìm hiểu làm gì. Người ấy diện mạo rất đẹp trai, đi giày nhà binh nhưng đánh bóng rất sáng, tôi đang quét dãy hành lang nhà Tây của chùa Viên Giác, thấy người sĩ quan ấy vào, bước đi một cách ngang nhiên chẳng chào hỏi ai cả, trông ra quấc thước lắm. Tôi dừng quét chùa, hai tay chắp lại và thưa:

- Nam Mô A Di Đà Phật, xin chào.... Thưa có cần gì không?

Người ấy không trả lời, mà từ từ gỡ cặp mắt kiếng ra và lấy mũ xuống, tôi thấy cái đầu không có tóc, nhìn kỹ gương mặt phúc hậu và "Ồ" lên.

- Thầy đây rồi! Thế mà con tưởng là ai.

Đó chính là kỷ niệm vui, khi Hòa Thượng còn là Tuyên Úy Phật Giáo và hình như cuối năm 1966 nhân vụ "Bàn Phật xuống đường" và "Phong trào Thanh Niên Quyết Tử" nên Thầy và Thầy Hành Đạo hay Thầy Minh Chiếu ở Đà Nẵng đã giải ngũ cùng lúc và Hòa Thượng Thích Như Huệ trở về lại Hội An, sống tại chùa Tỉnh Hội (nay gọi là chùa Pháp Bảo). Từ năm nầy đến năm 1968, tôi cũng có nhiều kỷ niệm đáng ghi lại nơi đây.

Niên khóa 1966-1967 và 1967-1968 Hòa Thượng Thích Như Huệ làm Giám Đốc Trường Trung Học Bồ Đề tại Hội An, thay cho Hòa Thượng Thích Chơn Phát. Lúc ấy tôi học lớp Đệ Ngũ và Đệ Tứ. Thông thường những lớp học của Việt Nam thuở đó bắt đầu sau mùa nghỉ hè và Lục cá nguyệt thứ nhất của năm học đó nằm bên nửa năm nầy và Lục cá nguyệt sau lại nằm ở nửa năm kia. Mùa hè đến cũng là mùa chấm dứt một năm học. Thời gian nầy tôi học rất chăm chỉ và học rất giỏi. Tôi nhớ rằng trong lớp Đệ Ngũ và Đệ Tứ thuở ấy có chừng 10 chú Tiểu và 60 đến 70 nam nữ học sinh ngoài đời học chung lớp với nhau. Những môn học như: Giáo lý, toán, vật lý, sử địa, vạn vật, công dân giáo dục, âm nhạc, ngoại ngữ v.v… chúng tôi đều phải học như những học sinh khác và dĩ nhiên là chúng tôi cực hơn nhiều. Vì sau khi học ở trường về, chúng tôi còn phải đi công phu chiều, gánh nước tưới rau, sáng sớm phải dậy đi công phu khuya và mỗi tháng hai lần phải làm nhang hay làm đậu hũ để phát hành, tạo thêm kinh tế tự túc cho chùa. Một đứa trẻ ở đời, ngồi học bài không thôi, thấy đủ mệt; còn chúng tôi cũng tuổi trẻ như họ; nhưng bận rộn hơn nhiều và chúng tôi cố gắng phải học giỏi hơn những học sinh nầy, nếu không sẽ bị chúng chê cười là "Thầy chùa học dốt" thì mình bị mang tiếng cả đám. Cùng bàn với tôi ngồi có Thầy Giải Trọng, Như Hoàng (nay đã hoàn tục), chú Tuất, chú Thị Điểm (đã qua đời). Ngồi phía trên có chú Chín (Hòa Thượng Như Phẩm ngày nay). Bên học sinh có Dương Hứa Nguyên, Nguyễn Văn

Hùng, Huỳnh Nam Quế, Huỳnh Thị Xuân Hương v.v… Chú Chín học rất giỏi và tôi cũng không kém; nên tháng nào chúng tôi vẫn đứng đầu danh sách trong số 70 hay 80 học sinh ấy. Nếu chú Chín đứng nhất thì tôi đứng thứ nhì hoặc ngược lại. Suốt cả 4 năm Trung Học Đệ Nhất cấp như vậy, chưa bao giờ Huỳnh Thị Xuân Hương đứng lên trên vị trí của tôi và Hòa Thượng Như Phẩm cả. Sau niên học 1967-1968 (Đệ Tứ) chúng tôi 5 người đứng đầu lớp được trường Trung Học Công Lập Trần Quý Cáp tại Hội An tuyển qua, giống như là một phần thưởng cho những người học giỏi, để học Đệ Tam tại đó. Trong đó có tôi, chú Chín, Dương Hứa Nguyên, Phùng Rân và Huỳnh Thị Xuân Hương. Trong 5 người ấy chỉ có tôi và Dương Hứa Nguyên cùng Phùng Rân thì học chung một lớp buổi chiều Ban A thuộc môn Vạn Vật; sau nầy tôi đi vào Sàigòn học tiếp, thì còn lại Dương Hứa Nguyên và Phùng Rân vẫn tiếp tục học ở lớp nầy. Sau nầy Dương Hứa Nguyên đã trở thành Bác Sĩ; còn Phùng Rân nghe nói đã qua đời? Còn Huỳnh Thị Xuân Hương ngại không học chung với chúng tôi nữa, nên đã ghi danh vào một lớp Đệ Tam Ban A khác và bây giờ cô ta là một Dược Sĩ danh tiếng tại Sàigòn, còn chú Chín (Như Phẩm) cũng học lớp khác. Sau nầy tôi mới biết rằng Thầy ấy không thành công khi đi thi Tú Tài I và Tú Tài II. Con đường học tập, thi cử bắt đầu lận đận từ lúc ấy.

Ở đây tôi phải niệm ân Hòa Thượng Thích Như Huệ rất nhiều ở cái mốc thời gian nầy. Nguyên là Giám Đốc cũng như các giáo viên trường Trung Học Bồ Đề Hội An rất khó xử là cả 3 giải thưởng đứng đầu toàn trường và toàn lớp Đệ Tứ năm ấy đều lọt vào tay tôi. Đó là:

- Phần thưởng hạng nhất lớp
- Phần thưởng hạng nhất trường

- Hạnh kiểm toàn trường.

Các giáo viên khác chỉ đồng ý cho tôi nhận hai giải thưởng bên trên; còn phần thưởng hạnh kiểm toàn trường họ muốn trao cho một học sinh khác và lý luận rằng: "Đã là một người tu thì hạnh kiểm phải tốt; nên không nhất thiết phải phát cho tôi". Lúc ấy Hòa Thượng Như Huệ đang làm Giám Đốc và ý kiến của Ngài rằng: "Điều ấy hẳn không sai; nhưng nhiều em có hạnh kiểm tốt, học không học giỏi. Vả lại chú nầy vừa học giỏi, chuyên cần hầu như không nghỉ một ngày nào trong niên học. Do vậy tôi đề nghị cả 3 giải thưởng ấy đều nên trao cho chú Điển". Cuối cùng mọi người thấy có lý; nên ngày phát chứng chỉ cũng như phần thưởng của năm ấy, tôi phải thuê xe xích-lô đạp, chở về chùa Viên Giác.

Thật ra đó là một niềm vui khó tả và suốt đời tôi không quên. Dĩ nhiên là phải học giỏi mới được như vậy; nhưng nếu tôi không nhờ lập luận sắc bén của Hòa Thượng Thích Như Huệ, Giám Đốc Trường Trung Lập Bồ Đề Hội An lúc bấy giờ thì làm sao tôi có được vinh dự lãnh cả 3 phần thưởng như vậy. Ân ấy, con xin niệm ơn Thầy. Nên khóa 1968-1969 tôi học tại Trần Quý Cáp Hội An, tiếp theo 1969-1970 tôi học lớp Đệ Nhị tại Trường Trung Học Cộng Hòa của Giáo Sư Phạm Văn Vận ở Sàigòn và năm nầy tôi đã đậu Tú Tài I, đến niên khóa 1970-1971 tôi đổi sang Trường Trung Học Văn Học của Giáo Sư Trần Bích Lan và Cô Nga, cuối năm ấy tôi đậu Tú Tài II và con đường đi du học Nhật Bản của tôi đã mở ra một cánh cửa khác nữa (xin xem thêm quyển Hương Lúa Chùa Quê). Từ đó đến trước 1975 và sau 1975 tôi hầu như không có liên lạc nào trực tiếp với Hòa Thượng Thích Như Huệ nữa. Tôi không biết là Thầy đang ở đâu và làm gì? vì thuở ấy việc liên lạc về Việt Nam từ ngoại quốc; kể cả Nhật Bản hay Âu Châu nó nhiêu khê lắm; không phải như bây giờ. Nếu tính cho đủ năm tháng ngày giờ thì phải nói là 15 năm (1969-1983). Trong 15 năm ấy tôi đã không có liên lạc với Ngài, bỗng một hôm tôi nhận được thư và điện thoại của Ngài từ Nhật Bản gởi đến. Lúc đó tôi xa Nhật đã được 7 năm rồi. Tôi vui mừng vì sẽ có duyên gặp lại vị ân sư mà ngày xưa ở quê hương xứ Quảng tôi đã thọ nhận và Thầy viết rằng: "Thầy được tàu Na Uy vớt đưa vào Nhật, đang ở tại trại tạm cư gần Tokyo, đang chờ xin đi định cư một đệ tam quốc gia". Cũng có khi trao đổi qua điện thoại, Thầy bảo tôi rằng:

- Thầy muốn qua định cư và tỵ nạn tại Đức.

Tôi thưa:

- Bạch Thầy không nên.

- Vì sao vậy?

- Vì Đức có những điều khó khăn hơn các nước khác. Ví dụ như rất lạnh vào mùa Đông, có khi nhiệt độ bên ngoài xuống thấp còn trừ 27°C và nhất là tiếng Đức khó lắm; Thầy học sẽ không được dễ dàng đâu.

Bên kia đầu dây điện thoại như có ý ngần ngừ và Thầy hỏi rằng:

- Vậy thì nên đi đâu?

- Bạch Thầy! Con xin đề nghị là Thầy nên đi Úc.

- Đi Úc? ở đó có gì? và ai lo bảo lãnh?

Lần nầy tôi thuyết phục Hòa Thượng Thích Như Huệ cũng giống như năm 1980 tôi đã thuyết phục Hòa Thượng Thích Bảo Lạc vậy.

- Bạch Thầy! Ở Úc có nắng ấm quanh năm, có trái cây Việt Nam mình và nhất là có một Cộng đồng người Việt đông đúc lắm. Nếu Thầy đồng ý thì con sẽ gọi cho Bác Hội Trưởng Nguyễn Văn Tươi ở Adelaide làm thủ tục để đón Thầy sang Úc.

- Ừ! Thôi thì như vậy đi.

Kể từ đó tôi liên lạc với Đạo Hữu Nguyễn Văn Tươi đang làm Hội Trưởng tại Hội Phật Giáo Nam Úc và sau khi có 300 chữ ký yêu cầu của Phật tử để bảo lãnh một vị lãnh đạo tinh thần Phật Giáo Việt Nam từ Nhật Bản qua lãnh đạo, họ đưa hồ sơ ấy lên Bộ Ngoại Giao và Sứ quán Úc tại Nhật Bản qua sự hướng dẫn của Giáo sư Nhật Phật Hoàng Khôi tại Sydney, độ chừng 3 tháng sau thì Hòa Thượng Thích Như Huệ sang được Úc rồi. Nếu kể từ đó cho đến nay (1983-2015) Hòa Thượng cũng đã định cư tại Úc trên 32 năm. Ngài đã sáng lập, xây dựng và làm Trụ trì chùa Pháp Hoa trong 25 năm như thế, sau đó trở về ngôi Phương Trượng và giao chùa lại cho Thầy Viên Trí điều hành. Về phía hành chánh của Giáo Hội, Ngài đã từng là giảng sư, Hòa Thượng Đàn Đầu của các giới đàn và Hội Chủ của Giáo Hội Phật Giáo Việt Nam Thống Nhất tại Úc Châu kể từ khi thành lập 1999 cho đến năm 2015.

Tôi nghĩ là Ngài không buồn tôi, vì lời giới thiệu lúc ban đầu không đúng. Nếu không là như vậy thì Ngài đã không trụ tại Úc suốt hơn 30 năm như thế. Bây giờ Ngài đã trên 80 tuổi, nhận được tiền hưu trí hằng tháng của chính phủ Úc và hưởng các điều phúc lợi của xã hội nầy trao cho như: Tiền già, thuốc men, sự di chuyển v.v…

Với tôi, không biết có phải là một ân huệ hay một đặc ân không? Vì lẽ những gì tôi đã làm cho hai chùa tại Úc như Pháp Bảo (Sydney) và Pháp Hoa (Adelaide) suốt từ trong hơn 30 năm qua; nên trong Nội Quy của chùa, Hòa Thượng Thích Như Huệ và Hòa Thượng Thích Bảo Lạc đều công cử tôi vào chức vụ Cố Vấn của hai chùa và hai Hội nầy. Nếu có gì cần đến sự hiện diện của tôi, thì tôi sẽ hỗ trợ.

Từ năm 1983 đến bây giờ (2015) trên 30 năm như vậy, hầu như năm nào tôi cũng gặp Ngài ở đâu đó trên các châu lục như: Tại Úc, Mỹ, Âu Châu hay Á Châu v.v... Lúc nào Ngài cũng từ tốn nhoẻn miệng cười mỉm chi và hỏi rằng: "Có khỏe không? Tôi đáp lại:

- Bạch Thầy! Con vẫn bình thường.

Ngài tuy không là Bổn Sư truyền giới và quy y cho tôi trong các giới đàn; nhưng tôi vẫn luôn xem Ngài như Thầy của mình; một vị Thầy có đầy đủ ý nghĩa của nó. Hôm chúc thọ 80 tuổi của Ngài tại chùa Pháp Hoa ở Adelaide, Nam Úc, tôi đã muốn nói thật nhiều; nhưng vì thời gian giới hạn; nên đã chẳng nói lên được ý chính. Bây giờ qua những sự kiện lịch sử của Phật Giáo Việt Nam tại Úc; nơi mà con đã có nhân duyên từ hơn 30 năm qua, xin tuyên dương và niệm ân Thầy, vì nếu như không có sự hiện diện của Thầy ngay từ buổi ban đầu tại Nam Úc, thì đã không có chùa Pháp Hoa và một Cộng đồng Phật Giáo Việt Nam như ngày hôm nay.

Người xưa nói rằng: "Cái quan luận sự"; có nghĩa là: Khi nào nắp quan tài đậy lại thì người ta mới luận được thành bại của anh hùng (hay của một người). Do vậy con không và chưa trình bày hết tất cả những gì tốt đẹp mà Thầy đã đóng góp cho quê hương xứ Quảng nói riêng và Phật Giáo Việt Nam tại Úc cũng như ngoại quốc nói chung; đặc biệt là Môn Phái Lâm Tế Chúc Thánh, mà con chỉ xin ghi lại một vài kỷ niệm đáng nhớ, để Thầy đọc cho vui khi Thầy còn hiện hữu trên cõi đời nầy và nếu có gì không đúng, kính mong Thầy chỉ giáo cho. Đa phần một người khi đã sẽ ra đi, các bài điếu văn đều ca tụng những cái tốt và đức hạnh của người ấy; nhưng theo con, lúc đó người mất đâu có còn lưu tâm những việc ấy làm gì. Nay có những dòng chữ thô thiển như trên, con xin ghi lại những kỷ niệm đáng nhớ trong đời học Tăng của mình khi còn sống tại chùa Viên Giác, Phước Lâm tại quê hương xứ Quảng hay một ít kỷ niệm ở ngoại quốc ngày nay, để Thầy nhiều khi còn có thể nhớ lại một người, không phải là Đệ Tử xuất gia của mình; nhưng cũng đã hỗ trợ cho mình và niệm ân mình như thế, thì chắc rằng Thầy sẽ an vui hơn khi nghĩ và nhớ về những người Đệ Tử thân thương khi đang ở bên cạnh mình.

Hòa Thượng THÍCH BẢO LẠC.- Gia đình tôi có tất cả 8 người, gồm 5 trai và 3 gái. Mỗi người sinh ra trước sau, cứ cách nhau 3 hay 4 năm như thế, lại có một thành viên ra đời. Năm nay (2015) tôi đã 66 tuổi, cứ tính về trước thì biết rằng chị Cả của tôi hơn tôi đến 22 hay 23 tuổi. Khi tôi sinh ra chị Cả đã đi lấy chồng và chị mới mất cách đây 2 năm khi tuổi đời 86. Cha tôi sinh năm 1898; nghĩa là vào cuối thế kỷ thứ 19, thuộc đời vua Thành Thái nhà Nguyễn năm thứ 9 và ông cụ mất vào năm 1986, thọ 89 tuổi. Mẹ tôi nhỏ hơn cha tôi 10 tuổi và đến 58 tuổi (1966) bà chết vì bom đạn (xin đọc quyển Giọt Mưa Đầu Hạ) cùng với Bác của tôi tại quê nhà. Năm ấy tôi đã xuất gia được 2 năm rồi. Nhà tôi không giàu mà cũng không nghèo, vì có ruộng vườn, đất đai, quanh năm trồng khoai, cấy lúa. Không bao giờ tôi nghe mẹ tôi bảo thiếu cơm gạo, mà lúc nào cái ăn cũng "giáp hạt"; có nghĩa là không bao giờ đói hay chạy cơm từng bữa như nhà thơ Tú Xương đã diễn tả về tình trạng nhà con cái đông đúc của ông. Nói giàu thì không giàu, vì nhà nông đâu có tiền bạc của cải gì nhiều và để dành như ở thành thị; còn nghèo xơ nghèo xác thì không, vì các anh chị tôi đều có nhà cửa và con cái tuy không ăn học cao như những người ở thành thị; nhưng hầu như trong gia đình không có thành viên nào mù chữ; ngoại trừ Mẹ tôi, vì những năm ở đầu thế kỷ thứ 20, người ta ít cho con gái đi học. Thế nhưng việc gì cũng thông cả, nếu qua sự quyết định của bà.

Hòa Thượng Thích Bảo Lạc sinh năm Nhâm Ngọ (1942) nếu tính tuổi ta năm nay (2015) Thầy ấy đã 74 tuổi và đi xuất gia cũng đã gần 60 năm rồi (1957-2015). Thầy Bảo Lạc lớn hơn tôi 7 tuổi và trên tôi, còn một người anh nữa; nhưng nghe đâu hồi Đệ nhị thế chiến (1945) anh tôi đã bị mất khi còn nhỏ, vì sau khi chạy loạn về, bị bệnh đậu mùa gì đó, rồi qua đời. Tôi là người sinh ra cuối cùng (1949) trong đại gia đình họ Lê ấy. Từ nhỏ Hòa Thượng Bảo Lạc đã đi sinh hoạt với Gia Đình Phật Tử Hà Linh và có chơi thân với một vài người bạn trong làng. Thầy ấy làm nông, phụ cha mẹ và các anh chị của tôi. Trước khi đi xuất gia (1957) nếu tôi nhớ không lầm, Thầy có nuôi một bầy vịt. Dĩ nhiên là bầy vịt ấy được bán trước khi Thầy đi ra chùa Non Nước để xin xuất gia với Cố Hòa Thượng Thích Trí Hữu.

Tôi không còn có ấn tượng gì ở trong gia đình với Thầy Bảo Lạc từ khi tôi sinh ra cho đến khi Thầy đi xuất gia cả. Lúc Thầy Bảo Lạc đi tu tôi cũng đã 9 tuổi rồi. Thế mà tôi chẳng còn lưu lại một kỷ niệm gì đặc biệt cả; chỉ nhớ hình ảnh của Thầy ấy cầm một cây sào để chăn vịt lúc ngoài đồng; lúc ấy tôi cũng vừa chăn trâu cho thân phụ và thường bị chúng lôi chạy có cờ khi chúng muốn tìm những món cỏ non hơn ở nơi khác. Ngoài ra, Thầy còn làm nghề đan rổ, đan thúng và chằm nón lá nữa. Tôi nhớ trước ngày xuất gia của Thầy có mấy anh chị em trong Gia Đình Phật Tử Hà Linh đến thăm và tụng một thời kinh. Hôm ấy có đủ tất cả những thành viên trong gia đình và sáng ngày hôm sau (có thể là ngày mồng 8 tháng 2 năm 1957), cũng là ngày xuất gia của Đức Phật, Thầy đã từ bỏ gia đình ra đi rất sớm, để lại nhiều bức thư cho các thành viên trong gia đình. Khi mọi người thức giấc dậy; không thấy Thầy ở đâu; nên người anh thứ tư của tôi chạy đi kiếm và cuối cùng được biết là Thầy ấy đã leo lên xe Phi Long - Tiến Lực trực chỉ Đà Nẵng và núi Non Nước để xuất gia học đạo. Cả những thành viên trong gia đình tụ tập lại để đọc những lá thư của Thầy ấy đã để lại. Lúc đó Mẹ tôi và các chị là những người nhạy cảm nhất, đã òa lên khóc, trong khi cha tôi vẫn từ tốn khuyên: "Không sao đâu! Nó đi tu thì còn đó, chứ có mất gì đâu mà khóc". Dần dà rồi không khí gia đình cũng nguôi ngoai và cả gia đình chúng tôi tìm cách đi ra chùa Non Nước để thăm Thầy. Nếu tôi nhớ không lầm là từ những năm 1957, 1958, 1959 và 1960 năm nào gia đình của chúng tôi cũng đều đặn ra thăm Thầy khi Thầy còn tu học tại đó. Lúc thì Mẹ tôi quảy bí đao, bí rợ, bầu, mướp; lúc thì các anh chị tôi quảy gạo, thức ăn đem cúng chùa Linh Ứng nơi Hòa Thượng Thích Trí Hữu trụ trì lúc bấy giờ.

Tôi cũng theo gia đình cùng đi thăm Thầy. Những lần như thế tôi rất vui, vì được đi xa và thuở ấy ngồi trên xe đò "Phi Long - Tiến Lực" chạy đường xa, tôi cứ thấy người dưới đất chạy ngược mình, còn mình thì ngồi yên trên xe. Đúng là cảm giác của trẻ con. Đến chùa Linh Ứng phải leo lên cả mấy chục bậc cấp mới vào cổng Tam Quan được. Cổng và mặt tiền xoay về hướng biển, nên gió mát vô cùng, nhất là buổi trưa, sau khi dùng cơm xong, ngồi hay nằm bên hiên chùa để hóng gió và được thiu thiu ngủ thì quá tuyệt vời. Cơm tương và rau của chùa sao mà ngon chi lạ. Có lẽ tôi thấm mùi tương chao của chùa từ đó. Tôi yêu thiên nhiên cây cỏ, đồng thời tôi cũng rất quý mến đời sống đạo hạnh của chư Tăng trong chốn Thiền Môn. Thấy họ mặc những chiếc áo màu nâu, tôi lại có cảm tình ngay. Có nhiều chú Tiểu đầu vẫn còn để chóp, trên tay cầm một quyển kinh dày và nặng, đọc ê a những câu kinh, lời kệ rất hay, tôi nghe nhưng chẳng hiểu ý nghĩa gì. Năm 1958, 59 chùa còn nghèo lắm, các Chú không có tiền mua giấy để viết; nên Hòa Thượng Thích Trí Hữu cho quý Chú lấy lá chuối non làm giấy và lấy cọ để viết chữ Hán lên đó. Học xong đem bỏ vào thùng rác. Như vậy cũng tiện. Cảm tưởng tôi lúc ấy không vui, không buồn, không hỏi, cũng chẳng tự trả lời và khi rời chùa về lại nhà hồi tưởng lại những hình ảnh ấy; bao giờ nó cũng in đậm nét lại trong tâm hồn trẻ thơ của mình.

Tôi nhớ lúc nhỏ mình học dốt lắm. Vì đi học về phải lo chăn trâu, chằm nón, giúp cha mẹ công việc đồng áng; nên bài vở chẳng chu toàn; nên cuối năm học 1960-1961 của bậc Tiểu Học, tôi đứng hạng thứ 35 trên 36 học sinh. Lúc ấy Thầy Phan Thế Tập làm Hiệu Trưởng và bây giơ mỗi năm Thầy ấy vẫn còn giúp cho Hòa Thượng Bảo Lạc và tôi phát học bổng cho các học sinh nghèo, học giỏi của mấy trường Tiểu Học tại Xuyên Mỹ nhân ngày giỗ Mẹ 27.3 âm lịch và 28 tháng 6, ngày sinh nhật của tôi, tôi vẫn thường hay nhắc lại kết quả học dở của mình. Thầy Tập vui và nói: "Đó là chuyện của ngày xưa, còn bây giờ Hòa Thượng đâu phải là người như vậy". Hiền thê của Thầy quy y với tôi tại chùa Viên Giác Hannover, tôi cho Pháp danh là Thiện Tánh; còn Thầy thì quy y với Sư Phụ tôi, có Pháp danh là Như Thể. Cái duyên mà Thầy trò gặp lại nhau là do bức tường Bá Linh sụp đổ vào ngày 9 tháng 11 năm 1989. Nếu không có ngày ấy thì Phan Quốc Bửu, con của Thầy đang du học tại Tiệp Khắc cũng không có cơ hội sang Tây Đức và tôi cho Pháp danh là Thiện Kim. Từ đó đến nay hơn 25 năm như thế, tôi đã liên lạc với Thầy, để nhớ lại ơn xưa của Thầy hơn nửa thế kỷ trước, Thầy ấy đã dạy tôi năm cuối bậc Tiểu Học (1960-1961).

Do học như vậy cho nên nhiều khi tôi bị Thầy Bảo Lạc cú đầu và nói rằng: "Mầy sau nầy lớn lên thì làm được cái gì?" - Lời nói đó không sai với lúc ấy; nhưng "sông có khúc, người có lúc" phải không quý vị? Tôi cũng đâu có ngờ, tôi là một người nông dân của xứ Quảng mà trở thành một người xuất gia, sau đó học giỏi cả trường Trung Học Bồ Đề Hội An ai cũng biết, rồi đi du học, biết nhiều thứ tiếng, viết trên 60 tác phẩm, dịch kinh, xây chùa, độ Đệ Tử v.v... quả là những công việc quá tầm tay, ngoài sự mong muốn. Tôi không buồn Hòa Thượng Bảo Lạc, tôi chỉ nhắc lại những kỷ niệm đầu đời như vậy để quý vị dạy con, dạy cháu của mình. Vì lẽ cuộc đời nầy không có gì là nhất định cả. Hôm nay thế nầy, mai sẽ thế khác. Hãy đừng trụ vào đó, là tâm ta an vui rồi.

Điều đặc biệt hơn nữa là tôi đã được phép của cha mẹ tôi cho đi xuất gia, tôi quá mừng, nên chẳng quan tâm đến ai bên cạnh nữa và cũng không hỏi ý kiến của Thầy Bảo Lạc luôn, cho nên Thầy viết cho tôi một lá thư gởi từ Sàigòn về chùa Phước Lâm Hội An năm 1964 với nội dung đại khái như sau:

"Chú đâu có biết được rằng cuộc sống tu hành ở chùa khổ cực ra sao không? Trong nhà đã có một người chịu khổ rồi, bây giờ chú vào chùa làm gì nữa? Nếu chú muốn ở lại chùa tu thì tôi sẽ về lại nhà và không nên giữ chí nguyện xuất gia ấy nữa..."

Tôi đọc thư Thầy Bảo Lạc, tôi không cảm thấy buồn và nghĩ rằng: Thầy ấy lo cho mình, sợ không chịu cực được đấy thôi! Tôi đọc xong cũng chẳng trả lời lại Thầy, vì biết rằng nếu có nói gì lúc ấy đi nữa, thì Thầy làm sao hiểu được tâm trạng của tôi khi đã được thế phát xuất gia ở cái tuổi 15 vào năm 1964 ấy. Thầy ấy dọa tôi thôi. Thế mà bây giờ sau hơn 50 năm tu học, cả hai anh em đều đã được xuất ngoại du học Nhật Bản, đã xong Cử Nhân, đã xây chùa, độ chúng xuất gia cũng như tại gia hằng trăm hằng ngàn người ở khắp nơi trên các Châu Lục. Cả hai đã được tấn phong lên Hòa Thượng và Thầy Bảo Lạc cũng như tôi đã viết cũng như dịch, hai anh em cộng chung lại cũng đã trên 100 tác phẩm rồi. Điều ấy đâu có ai biết được, khi mà hơn 50 năm về trước, chúng tôi chỉ là những người xuất thân từ gia đình nông dân xứ Quảng. Đã có lần mấy đứa cháu từ Việt Nam sang Thái Lan thăm Hòa Thượng Bảo Lạc và tôi thưa rằng:

"Kính bạch quý Thầy và thưa quý vị trong thân tộc họ Lê. Chúng ta là những người có phước báu hơn ai hết, vì trong gia đình mình có được cả hai vị Hòa Thượng. Vì nếu muốn mơ làm triệu phú thì dễ; chứ làm Hòa Thượng thì không dễ chút nào. Người nào muốn thành triệu phú thì hôm nay hãy mua vé số đi, ngày mai mình có thể trúng số để trở thành triệu phú. Còn muốn thành Hòa Thượng, đâu phải chỉ một đêm, một ngày, một tháng, một năm, mà phải trên 50 năm; nghĩa là trên nửa thế kỷ, gia đình chúng ta mới được vinh dự đó".

Mọi người vỗ tay cho việc Lê Văn Sinh đã phát biểu không sai; nhưng tôi lại có ý dò xét rằng trong gia tộc có ai muốn đi xuất gia không, thì rõ ràng chưa thấy có cháu trai nào, ngoại trừ một vài cháu gái đang tu tập đâu đó ở Việt Nam. Ngày xưa Đức Phật sau khi thành đạo, độ được một số Đệ Tử xuất gia, Ngài liền nghĩ về vua Tịnh Phạn và gia đình; nên Ngài đã cho người đi báo trước việc ấy. Dĩ nhiên là vua Tịnh Phạn rất vui và cho sửa lại Hoàng Cung để đón mừng ngày gặp lại. Sau khi dùng ngọ xong, theo như trong kinh Tạp A Hàm có ghi lại rằng: Ngài bảo những người trong Hoàng Thân đến thăm Ngài hôm đó là: "Nếu gia đình nào có hai người con trai, thì nên cho bớt một người đi xuất gia". Có lẽ do ý hướng của Ngài mà sau nầy Ngài A Nan, Nan Đà, La Hầu La, Đề Bà Đạt Đa đều đi xuất gia theo Phật. Nói thì đơn thuần như vậy, nhưng độ người trong gia đình không phải dễ đâu; ngay như Hòa Thượng Bảo Lạc và tôi đã đi xuất gia trên 40 năm mới độ được hết cả gia đình và 53 người quy y cùng lúc với Sư Phụ của tôi khi Ngài còn tại thế. Ở Việt Nam có một bậc chân Tăng, suốt đời tận tụy với Phật Pháp, độ được rất nhiều người và trước khi Ngài lâm chung tại Đức, có than rằng:

"Thật ra độ người rất dễ; nhưng độ cho người thân rất khó. Tôi có chú em rất thông minh (đang ở Đức), làm thơ, viết văn, vẽ tranh Phật rất đẹp; nhưng bảo nó quy y Tam Bảo thì nó lắc đầu. Chẳng biết tại sao? Nó đâu phải là người chống đối gì Đạo Phật; nhưng đây là điều mà tôi áy náy vô cùng".

Nói xong Thầy ấy tắt thở. Điều nầy cũng minh chứng cho rằng: Dẫu cho là người đã đi xuất gia đi chăng nữa, nhưng cũng luôn quan tâm đến gia đình và nhất là mong họ sớm kết duyên với Tam Bảo, khuyên họ ăn chay niệm Phật, lánh dữ làm lành. Thế nhưng phải cần có thời gian và cơ duyên lành đến, mới có thể thành tựu được những ước mơ nhỏ nhoi như vậy.

Hòa Thượng Bảo Lạc rất siêng học, siêng tu và sau khi đậu Tú Tài thì Thầy ấy đi dạy học tại các trường Trung Học Bồ Đề như: Hạnh Đức, Huỳnh Kim hay dạy cho Tăng Ni tại Phật Học Viện Giác Sanh v.v… Còn tôi vẫn tiếp tục con đường học vấn cũng như tu học tại chùa Hưng Long ở Sàigòn. Trước đó tôi có nhờ Thầy liên lạc với Thầy Lâm Như Tạng để hỏi thăm về việc đi du học tại Nhật ra sao, và cuối cùng tôi đã được toại nguyện. Đến năm 1974 tôi trở về lại Việt Nam thăm Thầy và các chùa cũng như đi thăm một vài nơi như: Hội An, Huế, Đà Lạt, Cần Thơ, Sàigòn v.v… cùng đi với tôi có 4 người Nhật. Hai Tăng Sĩ cùng ở chùa Honryuji với tôi là Nakatomi và Matsugara, cả hai ông bà Takada nữa. Sàigòn năm 1974 vẫn còn đẹp lắm. Tự do đủ mọi bề; nhưng đâu đó không khí chiến tranh vẫn chực chờ sẵn để phục kích con người. Bom, súng đạn, hỏa châu v.v... vẫn ầm ì nổ hằng đêm... Chúng tôi thăm Lưu Học Xá Huyền Trang; nơi Thầy Bảo Lạc, Hòa Thượng Như Tín và quý Thầy khác đang trú ngụ. Trong và sau bữa tiệc, tôi làm thông dịch cho những người Nhật nầy. Lúc ấy tiếng Nhật tôi đã khá vững vàng, vì đang ở chùa Nhật và học năm thứ II ở Đại Học Teikyo. Có lẽ Hòa Thượng Bảo Lạc thấy tôi nói tiếng Nhật rành quá, mới chỉ đi xa Việt Nam có hơn 2 năm rưỡi thôi. Do vậy khi tiệc tan, Thầy ấy bảo tôi rằng: "Tôi đã xong Tú Tài rồi, Thầy có thể lo cho tôi sang Nhật Bản du học được không?". Tôi trả lời: "Dĩ nhiên là không có gì trở ngại. Nếu Thầy muốn thì hãy chuẩn bị hồ sơ".

Một lời hứa như thế và chỉ sau một tháng ở Việt Nam tôi trở về lại Nhật để tiếp tục việc học của mình và chừng 3 tháng sau hồ sơ của Hòa Thượng Bảo Lạc đã xong, Thầy ấy chuẩn bị lên đường sang Nhật vào cuối năm 1974. Thời gian mới đó mà đã 41, 42 năm rồi. Nhiều lúc tôi tự nghĩ rằng: Nếu ngày đó không có nhân duyên như vậy, thì ngày nay chắc cũng không có nhân duyên nầy. Cái nầy đến, cái khác đi. Đúng là "trùng trùng duyên khởi" như trong kinh Hoa Nghiêm, Đức Phật đã dạy như thế.

Tôi lo cho Thầy vào ở Tín Tùng Viện (Shinshoin) tu theo Thiền Tào Động, còn Thầy Minh Tuấn vào ở Kongoin (Kim Cang Viện) và Như Mẫn, tức Thầy An Thiên vào ở chung chùa Honryuji với tôi. Cả ba ngôi chùa Nhật nầy đều ở tại thành phố Bát Vương Tử (Hachioji) gần Tokyo. Năm đầu tiên Thầy nào cũng phải đi học tiếng Nhật, sau đó thi vào Đại Học. Hòa Thượng Bảo Lạc đậu vào Đại Học Komazawa, Thầy Minh Tuấn thì học ở Đại Học Kozasan của Chơn Ngôn Tông, Thầy An Thiên thì học Cao Học ở Đại Học Risso (Lập Chánh). Càng ngày càng quen dần với đời sống tại Nhật; nên mỗi Thầy tự lo cho con đường tu học của mình. Hòa Thượng Bảo Lạc, như tôi đã viết phần trên, năm 1980 sau khi xong chương trình Đại Học Komazawa thì năm 1981 Thầy ấy sang định cư tại Úc cho đến bây giờ. Mới đó mà đã 35 năm rồi, còn gì nữa.

Thầy An Thiên sang Úc định cư do Thầy Bảo Lạc bảo lãnh và về ở chùa Pháp Bảo 6 năm, sau ra thành lập chùa Minh Giác tại Sydney lại tự thiêu trong sự ngỡ ngàng của mọi người. Vì trong chúc thư của Thầy ấy không nói rõ mục đích của sự tự thiêu ấy. Thầy ấy đã sống chung với tôi ở chùa Bổn Lập (Honryuji) tại Hachioji từ năm 1974 đến 1976; nên cũng hiểu biết nhau tương đối khá nhiều. Thế mà Thầy ấy đã ra đi, khi tuổi đời chưa đến 60 và dĩ nhiên là có nhiều người nuối tiếc. Phần tôi không qua Úc được lúc đó, vì lẽ Phật sự chùa Viên Giác tại Hannover thuở ấy rất bề bộn. Vả lại tôi cũng đã rõ tánh của Thầy ấy trong mấy năm ở chung tại Nhật; nên tôi chỉ viết một bức thư dài gởi qua đi điếu Thầy mà thôi.

Còn Thầy Minh Tuấn sau khi ở Nhật lại sang Hoa Kỳ, sống một cuộc đời thầm lặng với gia đình và sau nầy sang Làng Mai của Hòa Thượng Nhất Hạnh để nhập chúng tu học tại đó. Quả là cuộc đời có muôn vạn nẻo, chẳng biết đâu cho cùng và nói sao cho hết.

Tôi biết tánh của Hòa Thượng Thích Bảo Lạc rất cứng rắn, khi đã quyết định việc gì rồi, thì hầu như ít khi nào thay đổi. Tôi cũng vậy, chứ không vừa. Vì là anh em cùng cha mẹ và gốc xứ Quảng Nam nữa; nên nơi chúng tôi thể hiện tất cả những việc nầy cho công việc làm chùa cũng như độ chúng. Nhiều lúc thấy cũng hay, mà đôi khi cũng tệ không ít. Vì lẽ trên đời nầy đâu có cái gì miên viễn, không thay đổi đâu, ngay cả quan niệm về sự sống hay tư tưởng của mình cũng như vậy nữa. Tôi nhớ có lần khi sang thăm Úc, dĩ nhiên là lần nào tôi cũng có ghé Pháp Bảo, ít nhất là một tuần, đôi khi nửa tháng hay một tháng. Tôi hay đi quan sát quanh vườn chùa để thăm vườn hoa Anh Đào của Thầy trồng và cất công chăm bón mấy năm nay; đến xem hồ sen trông thấy một tượng Quan Âm không hảo tướng mấy, tôi có hỏi mấy Phật tử trong chùa về nhân duyên có tượng nầy, và tại sao lại thờ tượng Bồ Tát không giống ai hết vậy? Mọi người chỉ lặng thinh, không dám trả lời, vì sợ Hòa Thượng Bảo Lạc buồn. Vả lại có đưa ra ý kiến gì, thì chắc gì Hòa Thượng đã chấp nhận. Tôi biết ý Thầy rồi, nên âm thầm điện thoại và viết thư liên lạc với Ni Sư Huệ An tại Việt Nam và mong Ni Sư giúp đỡ thỉnh cho một tượng Quan Âm lộ thiên cao chừng 3 mét, sau khi xong Ni Sư cho gởi qua chùa Pháp Bảo tại Sydney bằng đường thủy, còn việc giá cả tôn tượng cũng như việc chuyên chở do Phật Tử Việt Nam bên Đức cúng. Ni Sư thuận lời và giúp cho tôi việc đó.

Một hôm nọ, cách đây chừng 20 năm về trước, Hải quan Úc thông báo cho Hòa Thượng Bảo Lạc biết là có một kiện hàng như thế, gởi đến từ Việt Nam, xin Thầy làm thủ tục để nhận. Hòa Thượng nghe mà chẳng biết là thứ hàng gì? Vì Thầy ấy đâu có đặt hàng tại Việt Nam? cuối cùng Hòa Thượng gọi điện thoại qua Đức cho tôi và tôi đã thưa tự sự như trên và nói rằng:

- Thầy cứ cho người lên bến cảng để thỉnh Ngài về, nếu Thầy thấy được. Ngược lại, nếu tượng gởi từ Việt Nam không có hảo tướng và xấu hơn tượng cũ thì xin Thầy cho gởi lại Việt Nam.

Đúng là “chiếc cày đã đặt trước con trâu rồi”. Lúc ấy chắc Thầy không vui gì; nhưng khi lên bến cảng Sydney, Thầy trò của Hòa Thượng Bảo Lạc thấy tượng quá đẹp, nên đã cung thỉnh tượng Ngài về chùa Pháp Bảo và thờ tượng ấy lộ thiên trong hồ sen từ ấy đến nay. Tôi làm em, nhiều lúc nghĩ lại không nên xử sự như vậy; nhưng tánh Hòa Thượng tôi biết rõ, chỉ chấp nhận cái gì, mà cái đó phải có lý và vượt trội hơn cái cũ mới thôi. Làm huynh đệ trong một gia đình ắt hẳn cũng đã có nhân duyên nhiều đời nhiều kiếp, mà lại còn đi xuất gia, rồi du học và ở ngoại quốc nhiều năm nữa, thì quả thật, không phải gia đình nào mong cầu mà có được điều nầy. Tôi muốn nói điều nầy vì muốn nói; chứ trước sau gì Hòa Thượng và tôi cũng sẽ ra đi, ra đi thật xa như Hòa Thượng Minh Tâm lúc gần đây, thì có nói bao nhiêu đi chăng nữa, đâu có ai nghe giùm được cho mình. Thôi thì chọn giải pháp nói ra, hơn là cứ để mãi trong lòng. Nói ra những điều bên trên không phải là việc bất kính, mà nó minh chứng cho một sự thật, cũng có thể là nó không hoàn toàn đúng theo lối nhìn của mỗi người; nhưng nó đã là một sự kiện có thật trong khoảng thời gian cũng như không gian như thế.

Năm 1983 lần đầu tiên Hòa Thượng Thích Đức Niệm, Giám đốc Phật Học Viện Quốc Tế tại Los Angeles, Đại diện cho Giáo Hội Phật Giáo Việt Nam Thống Nhất tại Hoa Kỳ tổ chức Đại Giới Đàn Thiện Hòa và nhân đó có 5 vị Đại Đức được tấn phong lên hàng Thượng Tọa như sau:

- Đại Đức Thích Minh Tâm, Pháp Quốc
- Đại Đức Thích Bảo Lạc, Úc Châu
- Đại Đức Thích Nguyên Đạt, Hoa Kỳ
- Đại Đức Thích Thiện Trì, Hoa Kỳ
- Đại Đức Thích Tín Nghĩa, Hoa Kỳ

Trong 5 vị nầy bây giờ là Hòa Thượng và đã có 2 vị ra đi về với Phật. Đó là Hòa Thượng Thích Thiện Trì và Hòa Thượng Thích Minh Tâm. Thuở ấy tôi rất vui, vì anh ruột của mình, một người xuất gia gương mẫu được tấn phong lên hàng Thượng Tọa là quý hóa vô cùng và giới đàn đó, tôi cũng được

Cố Hòa Thượng Thích Đức Niệm mời làm Tuyên Luật Sư. Một giới đàn rất trang nghiêm, có rất đông giới tử xuất gia; nhưng sau hơn 30 năm cũng không còn được mấy vị giữ lại niềm tin với Phật Pháp và gìn giữ nếp sống tu hành của mình. Tại sao vậy? thì đây là một câu hỏi rất lớn, có nhiều câu trả lời khác nhau và đại để là như thế nầy.

- Vì không kham nhẫn nổi đời sống tương chao đạm bạc trong chùa, trong khi đó ở phía bên ngoài song cửa chùa kia có quá nhiều thứ họ bị cám dỗ, mà tâm không làm chủ được, khi họ chưa được huấn luyện kỹ càng lúc ban đầu. Ở chùa phải thức khuya dậy sớm, phải lo cho bá tánh chung quanh mình, trong khi kẻ mới vào chùa không được một quyền lợi nào cả. Ở ngoài đời họ muốn làm cái gì thì làm, khi vào chùa họ bị bó buộc hạn chế bởi oai nghi tế hạnh của một người xuất gia nghiêm ngặt quá.

- Vì danh và lợi, sắc và tài của thế gian cuốn hút quá mạnh, mạnh hơn cả niềm tin của họ đang có đối với sơ tâm xuất gia; nên bị kéo lê vào trong guồng máy chạy đều và nhanh chóng của xứ Mỹ ấy; nên buộc họ phải tự hủy bỏ đời sống phạm hạnh của mình để trở về đời sống thế tục dễ dãi hơn, muốn ăn lúc nào thì ăn, muốn ngủ lúc nào thì ngủ, muốn đi đâu và làm gì, chẳng ai cấm ngăn được cả. Trong khi đó ở chùa thì ngược lại.

- Vì có nhiều tín nữ trẻ dụ dỗ và chính họ cũng thấy rằng: những Tăng Sĩ trẻ sao mà dễ thương quá, đạo hạnh quá dưới những chiếc áo nâu sòng, cái đầu không tóc. Thật là đạo đức. Điều đó họ đã lầm. Sau khi dụ dỗ được các Chú hay các Thầy nhẹ dạ về lại thế tục rồi, duyên tình chưa bén, đã sớm tan vỡ rồi. Vì lẽ những người Tăng Sĩ không có kinh nghiệm về đường đời, không lịch lãm về đường tình, không tiền và không địa vị trong xã hội; nên khó tạo được một tình yêu lâu dài được. Thỉnh thoảng mới có vài Thầy có bằng cấp, khi ra đời nhờ vậy mà nuôi thân, nuôi gia đình được; nhưng nên biết rằng nợ của Tam Bảo ấy trả bao giờ mới hết, nếu không lo vun bồi quả phúc về sau, thì chắc rằng cũng không tránh khỏi nhân quả vậy.

- Vì ở ngoại quốc, không nhất thiết là ở Hoa Kỳ, mà Âu, Úc, Canada hay bất cứ đâu đâu, nếu người tu không tự làm chủ mình thì Ma Vương sẽ ngự trị trong tâm mình, khiến cho mình phải đầu hàng nó. Do vậy, từ năm 1975 đến nay, tôi quan sát kỹ có bao nhiêu Thầy, Cô đã đến Hoa Kỳ cũng như ngoại quốc và sau hơn 40 năm còn lại được bao nhiêu phần trăm, cũng như tại ngoại quốc nầy có bao nhiêu người xuất gia và còn lại bao nhiêu để biết mà cảm nhận. Tôi không trách việc nầy do ai gây ra, mà chỉ hiểu rằng nhân duyên nó là vậy. "Cái gì đến, hãy để cho nó đến. Cái gì đi hãy để cho nó đi". Có gì đâu mà mình phải bị buộc ràng và bi lụy. Nếu làm một con số thống kê thì ta sẽ thấy hơn phân nửa cho đến hai phần ba là hoàn tục. Con số còn lại đang đảm trách nhiệm vụ lãnh đạo tinh thần của đồng bào Phật Tử Việt Nam tại ngoại quốc ngày nay rất khiêm nhường so với nhu cầu của chùa chiền hiện có trên 5 châu lục nầy. Đây là điều đáng lo? hay Phật Giáo cần phải thay đổi cách nhìn, cách đi vào đời và cách thể hiện niềm tin?

- Vì nhiều người sau một thời gian ở chùa thấy rằng trong chùa không đáp ứng được như cầu cho họ; nên họ đã trở lại đời sống bình thường, nhằm dễ tu học với cương vị của một người cư sĩ tại gia hơn. Đó cũng là người còn lý tưởng; nhưng đa phần ít ai quay lại chùa với một niềm tin khá hơn trước khi xuất gia cả. Đây là kinh nghiệm của tôi sau hơn 51 năm hiện diện trong chùa.

Trên đây có thể là ý kiến cá nhân của mình. Hy vọng là không làm phật lòng vị nào cả. Từ đó ta mới kính trọng hơn, những vị suốt cả cuộc đời đã gắn bó với Đạo và phục vụ Đạo Pháp, phục vụ Giáo Hội không bao giờ biết mỏi mệt; nhất là những vị có phẩm vị cao như: Hòa Thượng, Thượng Tọa, Ni Trưởng hay Ni Sư v.v...

Ở Úc hai vị Trưởng Thượng Lão Tăng Hòa Thượng là Cố Hòa Thượng Thích Phước Huệ cũng như Hòa Thượng Thích Huyền Tôn là những người đặt chân đến Melbourne, Úc Châu, đầu tiên từ những năm 1980, 1981. Sau đó là Hòa Thượng Thích Bảo Lạc. Như vậy Hòa Thượng Thích Bảo Lạc, Phương Trượng chùa Pháp Bảo tại Sydney, Úc Châu, là người đến Úc thứ 3 từ năm 1981. Sau đó có rất nhiều vị nữa như: Hòa Thượng Thích Như Huệ, Hòa Thượng Thích Quảng Ba, Hòa Thượng Thích Trường Sanh, Thượng Tọa Thích Nhật Tân, Thượng Tọa Thích Như Định v.v... nhưng như trên đã thưa, trong sách nầy tôi chỉ đề cập đến hai vị Hòa Thượng Thích Như Huệ và Hòa Thượng Thích Bảo Lạc mà thôi. Kính mong quý Ngài khác hoan hỷ cho việc nầy.

Ở đây tôi xin tuyên dương và tán thán những đức tính tốt, dĩ nhiên là một phần nhỏ thôi, của Hòa Thượng Thích Bảo Lạc như: Đúng giờ, đúng hẹn, kiên nhẫn, giữ gìn của Tam Bảo thật chu đáo v.v... Dĩ nhiên tôi không làm cái việc mà "mèo khen mèo dài đuôi"; nhưng là để biểu tỏ một số điểm đồng tình với Hòa Thượng Thích Bảo Lạc vậy. Hòa Thượng vốn đã được đi du học tại Nhật và ở đó sống trong chùa cũng như học hành và làm việc với người Nhật bao giờ cũng không được phép trễ giờ. Với người Nhật, trễ giờ là việc tối kỵ. Vì họ nghĩ rằng: Chỉ có việc hẹn nhau giờ giấc mà còn trễ nải như thế, thì làm việc gì trên đời nầy cho xong được. Cho nên hầu như họ không trễ giờ. Nếu có chăng, chỉ chừng 3 phút; chứ suốt trong thời gian ở Nhật, chưa bao giờ tôi thấy người Nhật trễ hẹn 5 phút. Ứng dụng cho việc nầy trong các khóa lễ hằng ngày của buổi sáng công phu khuya hay buổi tối, cũng như giờ giấc cho các buổi ăn sáng, trưa, tối hay các khóa lễ hằng tuần, đám cưới, đám giỗ v.v… tất cả đều phải đúng giờ. Già, trẻ, lớn, bé gì cũng phải tuân theo quy luật bất thành văn nầy; nhưng rất đẹp, mà Thầy đã ứng dụng được tại chùa Pháp Bảo cũng như ở các phiên họp của Giáo Hội.

Thầy lúc nào trước khi ăn đều giữ phép "tam đề ngũ quán" dầu cho đó là việc ăn bánh mì đi nữa, cũng phải vậy. Nếu không, đại chúng sẽ bị Thầy nhắc khéo. Đây là một đặc tính hay, không phải ai cũng thực hành được trong suốt cả cuộc đời hành đạo của mình. Thầy giữ chữ tín, hầu như không bao giờ thất hứa, nếu đã hẹn hay hứa làm một điều gì, dầu điều đó nhỏ hay lớn, Thầy đều hoàn tất. Ví dụ như việc cấp phát học bổng cho học sinh nghèo học giỏi tại Xuyên Mỹ, Duy Xuyên, Quảng Nam chẳng hạn. Mỗi năm gần Tết, đã 20 năm qua như thế, Thầy không bao giờ quên, mà còn động viên tôi cùng gởi nữa để lo cho hai lần học bổng của tháng 3 và tháng 6 mỗi năm. Một lời hứa, dầu không có ai ràng buộc mình cả; nhưng mình phải tôn trọng bởi chính mình và việc nầy Hòa Thượng đã thực hiện trọn vẹn. Từ đó ta có thể thấy rằng những lời hứa khác đối với mọi người Hòa Thượng Bảo Lạc cũng đã xử sự như vậy.

Về gia đình, như đầu để bên trên mà quý vị đã đọc, chúng tôi có nhiều anh chị và các cháu; nhưng mỗi năm gần Tết chỉ giúp cho mỗi gia đình của các anh chị 100 US đô-la mà thôi. Trong những trường hợp ngặt nghèo nào đó bên nhà có gọi thì chúng tôi chia nhau để giúp. Thật sự ra trong luật Phật và chư Tổ có dạy rằng: Việc báo hiếu cho Cha Mẹ khi còn sanh tiền hay đã qua đời, không có gì lỗi đạo hết. Thế nhưng Hòa

Thượng Bảo Lạc vẫn quan niệm rằng: Tiền ấy là tiền của Tam Bảo; nếu cho con cháu trong nhà; không quý trọng công sức của người khác thì thay vì phước, lại sinh tội. Cho nên Thầy giới hạn tối đa cho khoản chi nầy. Từ đó nhìn vào bản thân của Hòa Thượng cũng vậy, chưa bao giờ nghĩ cái gì cho riêng mình cả. Ví dụ như không có điện thoại cầm tay, không máy vi tính, không xe hơi, không áo mới v.v... tất cả đều chỉ mang một ý nghĩa là tiết kiệm tối đa việc cá nhân để lo cho Tam Bảo mà thôi. Áo quần không bao giờ ủi, mà cũng ít làm phiền Đệ Tử giặt giũ, mà chính tự mình lo. Đôi dép, đôi giày mòn hết gót; nhưng có bao giờ Thầy quan tâm? Làm việc thì trì chí, tận tâm, quyết không bao giờ bỏ cuộc. Nuôi dạy Đệ Tử thì miệt mài, không lo cho sức khỏe của mình, mà miễn sao Chúng Tăng tiến bộ. Một chiếc áo nghiệp sạch sẽ về đường tình cho đến tuổi ngoài 70. Sự thanh tịnh ấy là cái gương lành để nhiều người đời sau soi lấy. Dầu cho sống trong xã hội vật chất tại Nhật Bản hay Úc Châu đã hơn 40 năm như vậy; nhưng con đường Đạo vẫn thênh thang và bụi đường không vướng bận hay làm cho bước chân của Hòa Thượng chùn bước, dầu cho việc ấy là việc gì, lúc nào cũng phải cố gắng giải quyết cho xong. Nhiều khi Đệ Tử ở gần, thấy Thầy mình tận tâm quá, chu đáo quá ở mọi khía cạnh trong sự giáo dục, xây dựng, ngoại giao v.v... nên nghĩ rằng tại sao Thầy mình cứ bôn ba như vậy, mà không nghỉ ngơi cho khỏe, tịnh dưỡng lúc tuổi về già? Thông thường thì ở gần núi làm sao thấy núi cao được. Chỉ khi nào đứng ở xa, tầm nhìn ấy mới thấy núi là cao. Lúc cảm nhận được điều ấy thì muộn quá rồi. Con cái đối với Cha Mẹ; học trò, Đệ Tử đối với Thầy mình đa phần là như vậy; chẳng nên trách móc làm chi, đến khi nào người Đệ Tử ấy có Đệ Tử và phải lo cho ngôi Tam Bảo như thế nào, thì mới cảm nhận được lời của Thầy mình dạy năm xưa là đúng. Một đặc điểm nổi bật khác nơi Hòa Thượng Bảo Lạc là quyết định không nhận tiền già của chính phủ Úc từ gần 10 năm nay rồi. Đây quả là việc hiếm thấy và cao quý biết bao! Thầy ấy nghĩ tiền trợ cấp là tiền thuế nên Thầy không muốn thôi.

Có lẽ cảm nhận được tất cả những điều trên; nên Đại Hội Khoáng Đại kỳ 5 vừa rồi (tháng 5.2015) tại Tu Viện Quảng Đức Melbourne, Úc Châu, toàn thể đại hội đã suy cử Hòa Thượng Thích Bảo Lạc lên ngôi vị Hội Chủ của nhiệm kỳ 5 nầy, thay thế Đại Lão Hòa Thượng Thích Như Huệ đã lèo lái con thuyền của Giáo Hội suốt 4 nhiệm kỳ qua là 16 năm dài như thế. Bây giờ Thầy thêm một trọng trách nữa đối với Giáo Hội Úc Châu nói riêng, thế giới nói chung, lúc nào cũng như lúc nào sẽ dành ra nhiều thời gian và công sức để hoàn thành trách nhiệm của mình mà Tăng Ni cũng như tín đồ Phật Giáo tại Úc Châu đang mong đợi.

Mặt trời bao giờ cũng mọc ở phương Đông, lặn ở phương Tây. Dẫu cho có sương sa, tuyết phủ, mây mù đi nữa mặt trời vẫn với chu kỳ ấy, không bao giờ thay đổi. Con người cũng vậy, đúng sai, tốt xấu, thị phi nhân nghĩa vẫn là chuyện bình thường, không có gì lay động, khi tâm người ấy vẫn như như. Dẫu có khen hay chê, thành hay bại con người vẫn là con người trong muôn thuở. Điều quan trọng là làm sao chúng ta giữ tâm không bị vẩn đục. Có như vậy Phật tánh hay chơn tâm mới sáng ngời như trăng sáng vào Thu, mặt trời vào Hạ.

Tôi viết những điều nầy về Hòa Thượng, nó không phải chỉ riêng là tình Huynh Đệ trong một gia đình, mà cũng là tình Pháp Lữ trong Đạo. Xin niệm ân Thầy đã đi trước, làm tròn nhiệm vụ là Trưởng Tử của Như Lai và tôi những người đi sau sẽ noi theo dấu chân ấy tiến lên để một mai, trước khi "cái quan luận sự" thì Thầy đã đọc được những dòng chữ nầy tôi viết về Thầy rồi.

NƯỚC ÚC DƯỚI CÁI NHÌN CỦA DU KHÁCH TỪ PHƯƠNG TÂY

Tôi định viết một bài nhan đề là "Hơn 1.000.000 cây số đường bay" để ghi lại hành trình của tôi trong suốt hơn 30 năm qua đã dùng máy bay đi từ Hannover đến Sydney như vậy. Cứ mỗi lần đi về 2 bận là 34.000 cây số; có nghĩa là vòng quanh quả địa cầu nầy được rồi. Mỗi năm tôi đi qua Úc trung bình là một lần. Nếu đem con số 34.000 cây số nhân cho 35 lần đi về. Như vậy tôi sẽ có 1.190.000 cây số đường bay. Từ Hannover bay đi Frankfurt, từ Frankfurt bay tiếp Bangkok hay Singapur. Rồi từ đó bay đi Sydney. Cứ mỗi lần như vậy, tùy theo chỗ dừng chân lâu hay mau; nhưng ít nhất cũng là 24 đến 26 tiếng ngồi trên máy bay. Đúng là một đoạn đường bay dài vô tận. Từ Đức tôi đi vào tối ngày thứ hai thì sáng sớm thứ tư mới đến Sydney; nghĩa là 2 đêm một ngày, đi từ Âu Châu sang Úc Châu. Do vậy trong 10 năm tịnh tu nhập thất tại Úc (2003-2012) mỗi năm 2 đến 3 tháng ấy, tôi hay ghé Thái Lan hoặc Ấn Độ nghỉ lại đó mấy ngày hay một tuần lễ rồi mới đi tiếp thì đỡ cho sức khỏe hơn. Lúc về, tôi bay thẳng về Đức luôn, không có nghỉ ở nước nào cả, ngoại trừ nghỉ chờ máy bay ở phi trường để đi tiếp.

Bây giờ trên bất cứ máy bay nào, hành trình dài hay ngắn, miễn là đi ra ngoại quốc, chúng ta đều có thể đặt đồ chay một cách dễ dàng. Có đến 10 hay 16 loại đồ chay, chúng ta tha hồ đặt trước đó, trễ nhất là một ngày trước ngày bay, khi lên máy bay rồi, chúng ta sẽ được mang đến những loại đồ chay như mình đã đặt. Ví dụ như: Đồ chay có trứng hay không trứng, có sữa hay không sữa. Ăn chay theo Ấn Độ hay Ả Rập? Ăn chay theo lối Tây Phương hay Trung Quốc? v.v... Ngày xưa không đơn giản như vậy. Còn ngày nay khách hàng muốn cái gì cũng đều được đáp ứng cả. Nhiều khi trên các chuyến bay của Á Châu như của Đài Loan, Singapore hay Thái Lan còn có thể cung cấp mì chay cho khách hàng, bất cứ lúc nào có khách yêu cầu. Đặc biệt, nếu quý vị đi máy bay Ấn Độ thì khỏi lo, những cô Tiếp viên sẽ phát thức ăn chay đại trà, ai ăn cũng được, không cần đặt ttrước. Vì người Ấn Độ đa phần theo Ấn Giáo và phần nhiều họ dùng chay; nhưng đồ chay của Ấn Độ bao giờ cũng có cà-ri đi kèm; còn ăn chay theo Âu Châu, chỉ toàn là rau quả chứ không có những loại thực phẩm chay như của Á Châu đi kèm như đậu hũ hay nấm rơm.

Ngày trước tôi đi đâu xa, quý Cô thường làm đồ ăn chay đem theo dùng; nhưng một hay hai lần sáng trưa thì được; còn đi Úc quá xa và quá nhiêu khê; nên không thể mang theo cả đồ ăn cho 2 đêm một ngày được. Còn bây giờ thì quá đơn giản rồi. Ngay cả việc đi xe lửa loại nhanh trong nước Đức và Âu Châu ngày nay cũng vậy nữa, trong nhà hàng trên xe lửa hiện tại có bán đến 6 loại đồ chay cho khách hàng nào muốn dùng, có cả đậu hũ xào với miến nữa. Có lẽ có nhiều người ăn chay và theo nhu cầu họ phải cung ứng, chứ không nhất thiết những người ăn chay đều là những Phật tử. Ở nước Đức ngày nay theo đài truyền hình công bố, có đến 9% dân số ăn chay. Theo tôi nghĩ, không riêng gì ở Đức, mà ở Mỹ hay Úc ngày nay cũng vậy thôi. Họ sợ ăn thịt gà, thịt heo, thịt bò, thịt trừu. Vì lẽ mầm bệnh gây nên cho con người, đa phần là qua thực phẩm; mà những loại thịt động vật dễ lây lan hơn cả. Cho nên ở trường học hay những nơi công cộng như nhà thương, công sở v.v... họ có phát hành rất nhiều đồ ăn chay. Cũng từ đậu nành thôi; nhưng người phương Tây đã công nghệ hóa và đa dụng hóa cho mọi người đều có thể xử dụng được, nên họ chế tạo giống hệt như đồ mặn; nhưng thực tế, tất cả những loại thực phẩm ấy đều làm từ đậu nành và họ để vào một khu riêng biệt cho khách hàng dễ chọn lựa.

Theo thống kê về ngành du lịch của nước Úc thì ngành nầy chiếm đến 8% sản lượng xuất cảng của nền kinh tế Úc. Kể từ năm 1970 trở đi số du khách đến Úc mỗi lúc một đông. Năm 2003 có đến 4,35 triệu người ngoại quốc thăm nước Úc. Con số đó được tăng lên 6,1 triệu vào năm 2012. Cơ quan du lịch của Úc còn dự trù số lượng du khách vào nước Úc sẽ tiếp tục gia tăng mãi cho đến năm 2020. Trong những người khách đến thăm nước Úc đa phần là người Tân Tây Lan, Trung Hoa, Anh Quốc, Hoa Kỳ, người Nhật, Singapore, Mã Lai, người Đại Hàn, Hồng Kông, Ấn Độ và người Đức. Có khoảng 35 tỷ đô-la Úc được thâu vào từ dịch vụ du lịch nầy và có đến 510.000 nhân viên người Úc làm việc trong lãnh vực nầy. Đất nước Úc không phải chỉ có đi thăm viếng, mà còn có cơ hội để làm việc nữa. Khoảng 4% khách du lịch là người trẻ, tuổi từ 18 đến 30. Họ thường hay nhận được Visa "Working-Holiday" và tài liệu nầy cho biết hằng năm có đến 20.000 người Đức trẻ đi Úc theo diện Visa nầy.

Trên nguyên tắc mọi người ngoại quốc vào nước Úc phải cần có Visa, ngoại trừ Tân Tây Lan và dĩ nhiên là cho cả những người thuộc Commonwealth và cho những người du lịch ở lại Úc trong thời gian ngắn hạn nữa. Đa phần những người du lịch ngoại quốc hay đi thăm Sydney và những cảnh trí thiên nhiên như Great Barrier Reef, Brisbane, Gold Coast, Cairns, Perth, Adelaide và Canberra. Bây giờ những người trong Cộng đồng chung Âu Châu đi Úc cũng không cần phải lên Tòa Đại Sứ Úc để xin Visa nữa, mà khi mua vé máy bay, chúng ta có thể tự điền mẫu đơn trên máy tính và xin theo dạng du lịch 3 tháng, không có vấn đề gì cả. Hoặc giả cũng có thể nhờ văn phòng du lịch lo cho việc nầy, khi đến phi trường Sydney hay Melbourne, nhân viên hải quan xem lại đã có xin Visa trước đó chưa và họ sẽ đóng dấu vào Passport của hành khách và qua quầy hành lý để nhận va-ly. Viết đến đây có một chuyện buồn cười, tôi xin kể lại cho mọi người nghe cho vui.

Thông thường tôi đi Úc Châu hay Mỹ Châu tôi đều nhờ Phật tử Đồng Pháp, Đệ tử của Thầy Hạnh Giới, làm trong văn phòng du lịch Nhi Phong ở miền Bắc Đức, lo dùm cho cả vé máy bay, đặt đồ ăn chay và cả Visa đi Úc, Mỹ hay Ấn Độ nữa. Tất cả đều tốt đẹp. Duy chỉ có một chuyến bay đi Úc năm nọ làm tôi đổ cả mồ hôi hột và tốn tiền cũng như thời giờ và nhất là xử dụng trí não rất nhiều để ứng xử vào những tình huống như vậy. Năm đó sau khi thăm Bồ Đề Đạo Tràng và gặp gỡ quý Thầy Cô đang du học tại Ấn Độ, xong tôi lấy máy bay trở lại New Delhi để chờ đi Úc với hãng Mã Lai. Đến cân hành lý thì cô nhân viên bảo rằng: "Tôi hãy chờ". Tôi chẳng biết chờ cái gì, nhưng phải làm theo cách đề nghị của cô ta. Đến gần giờ bay, cô ta mới bảo là tôi chưa có Visa vào Úc. Tôi cãi lại thật mạnh và rõ ràng là tôi đã nhờ hãng du lịch lo cho việc nầy và năm nào cũng như năm nào tôi vẫn đi vào Úc dễ dàng, tại sao lần nầy lại như thế? Cô ta không trả lời tại sao và cô ta cũng chẳng hướng dẫn cho tôi là phải làm gì đây. Thế là tôi phải bỏ chuyến bay đi Kuala Lumpur để đi tiếp Sydney. Tôi muốn gọi về cho Đồng Pháp ở Đức nhưng không có máy điện thoại cầm tay và muốn điện ở phi trường New Delhi rộng lớn hiện đại như thế nhưng cũng chẳng có một quầy điện thoại nào để gọi đi ra thế giới cả. Bỗng đâu có phái đoàn của Thầy Thiện Sơn xuất hiện, tôi liền nhờ điện thoại của Thầy ấy để gọi về Đức cho Đồng Pháp, xin dùm Visa mới cho tôi vào Úc. Nhưng xin xong rồi, gởi qua E-Mail của tôi lại không in ra được. Vì ở phi trường New Delhi không có máy in. Tôi bèn chuyển E-Mail đã xin Visa mới qua máy của nhân viên bán vé hãng hàng không Jet Airway mà Đồng Pháp mới mua vé khác cho tôi. Chuyến đi ấy tôi phải chuyển ở Singapore để đi tiếp Sydney. Tôi vào bên trong hải quan được rồi, xem ra nhẹ nhàng lắm. Tôi đã thở phào và thầm cảm ơn Thầy Thiện Sơn cũng như Đồng Pháp đã giúp tôi trong hoàn cảnh bối rối như vậy. Có những lúc như thế, mình mới thấy cái ân của người đối diện với mình là thế nào? lớn lắm quý vị ơi! nhất là ở giữa một xứ xa lạ, không ai quen biết, mặc dù trong ví mình có tiền mang theo, trong đầu mình có ngôn ngữ để ứng xử trao đổi; nhưng nó cũng thiên nan vạn nan lắm, chứ không đơn giản một chút nào cả. Khi đến Singapore tôi cũng có linh tính là sẽ còn chuyện gì đó bất ổn; nên thay vì ngồi chờ ở khu cách ly bên ngoài, tôi tìm cách vào bên trong để đổi chuyến bay đi Sydney. Người soát vé máy bay và Visa của tôi là một người phụ nữ Singapore đứng tuổi, bà ta xem Passport Đức cảm thấy hài lòng và giấy Boarding Pass cũng không có gì trở ngại; nhưng bà nhăn mặt và tỏ vẻ đăm chiêu. Tôi hỏi có việc gì? thì bà bảo rằng: Thầy chưa có Visa vào Úc. Tôi đưa Visa mà Đồng Pháp mới vừa làm và gởi sang lúc tôi còn ở tại phi trường New Delhi Ấn Độ cho bà xem. Bà đọ lại thật kỹ tên tuổi, ngày sinh tháng đẻ... cuối cùng bà phát hiện ra là Đồng Pháp để ngày sinh của tôi sai, thay vì 28.6.1949 thì anh ta xin cho tôi cũng tên ấy; nhưng là sinh ngày 20.6.1949. Chỉ sai một con số và mấy ngày thôi, mà cớ sự thành ra như vậy. Lúc ấy người đàn bà Singapore nầy nói với tôi bằng tiếng Anh và bảo rằng: Thầy hãy qua ngồi chờ bên nầy, chúng tôi sẽ xin dùm Visa ngay cho Thầy, nếu hên, Thầy sẽ có Visa trước khi lên máy bay.

Tôi ngồi chờ cho mọi hành khách lên hết trên máy bay rồi, lúc ấy mới đến phiên mình được gọi đến. Một người quản lý khác lo cho khu nầy, trao cho tôi Visa vào Úc và chúc chuyến đi thành công và họ còn cho tôi mượn điện thoại điện đi Úc để báo tin cho Hòa Thượng Bảo Lạc và Cô Giác Anh thay vì đi đón tôi ở hãng Mã Lai thì nên xem cổng đến của hãng máy bay Jet Airway để chờ và dĩ nhiên là đến sau đó cả mấy tiếng đồng hồ, chứ không phải như chuyến cũ của máy bay hãng Mã Lai đã cho. Khi đến được phi trường Sydney gặp Thầy Phổ Huân, cô Giác Anh, cô Giác Duyên, cô Giác Trí, cô Giác Niệm và quý Đạo Hữu khác như Đạo Hữu Tâm Huê, bà Cụ Diệu Mai v.v... tôi đã kể lại hành trình của chuyến đi như thế ai cũng cho là quá gian nan; còn tôi dù mệt lả người; nhưng sau khi gặp được người quen thân thì không còn có cảm giác mệt mỏi nữa.

Đường từ phi trường Sydney về đến chùa Pháp Bảo, không có xa lộ; nên phải tốn ít nhất là một tiếng đồng hồ. Nghe đâu sau nầy phi trường quốc tế Sydney sẽ dời về gần vùng Thiền Lâm Pháp Bảo; nơi Thầy Phổ Huân đang trụ trì và tu học, thì hy vọng việc di chuyển lại dễ dàng hơn. Nếu đi xa cả mấy chục tiếng đồng hồ bằng máy bay để được đến Úc rồi, mà còn phải ngồi trên xe được đón rước về chùa cả mấy tiếng đồng hồ nữa, thì kể ra cũng nhọc thật. Đó là chưa nói việc kẹt xe. Nếu đang giờ cao điểm tan trường, tan sở thì phải biết... Với một thành phố có hơn 4 triệu dân sinh sống mà các loại giao thông công cộng ít được xử dụng như ở Nhật, quả là bất tiện cho khách du lịch vô cùng.

Ở đây có một số việc cần lưu ý trước khi đến Úc mà khách du lịch cần phải rõ. Nếu không, sẽ bị rắc rối với hải quan và nhất là những chú chó nghiệp vụ của cảnh sát tại phi trường. Chú ta đánh mùi giỏi lắm; nhất là trái cây hay đồ ăn có để trong xách tay và dĩ nhiên loại chó nầy họ huấn luyện để đánh hơi thuốc phiện hoặc những chất quốc cấm nữa; chứ không phải chỉ ở phạm vi đồ ăn mà thôi. Tại Úc, nếu khách du lịch vô tình hay cố ý mang những trái cây hay hạt giống; hoặc những loại liên quan với nông nghiệp hoặc thịt thà thì phải khai báo trong một tờ giấy đã được phát trước đó cho khách du lịch điền vào. Khoảng nào cũng đánh tréo là "No"; nhưng khi nhân viên hải quan lục ra "Có" thì bị phạt. Hoặc bằng tiền hay lô hàng ấy bị bỏ vào thùng rác tại phi trường. Thái độ của hải quan ở đây rất thân thiện; chỉ cần chúng ta thành thật khai báo trong hành lý chúng ta có gì là được rồi. Mỗi lần như thế, hải quan sẽ hỏi mình là tại sao phải mang thức ăn chay ấy vào Úc? hoặc giả tại sao phải cần đến tràng hạt bằng gỗ nầy v.v… Câu hỏi được trả lời thông suốt thì sẽ được cho qua; nếu không rành tiếng Anh, ở phi trường quốc tế Sydney quý vị nói ngôn ngữ nào, đều có người thông dịch được cả, ngay như tiếng Việt của mình.

Ở đây có một câu chuyện đáng lưu ý cho tất cả khách du lịch khi đi vào nước Úc hay Tân Tây Lan cũng vậy; không nên sơ hở để bị phạt vô cớ, mặc dù trước đó đã được lưu ý rồi. Chuyện rằng:

Sau khi tôi đến Bồ Đề Đạo Tràng một năm nọ, tôi quay lại New Delhi để thăm các Tăng Ni đang du học tại đó. Năm đó Hạnh Tuệ đi theo làm Thị Giả để giúp tôi trong các công việc hằng ngày trong những ngày tháng tịnh tu nhập thất ở Úc. Quý Thầy Cô Việt Nam đang du học tại Đại Học New Delhi rất vui khi gặp lại tôi, vì đây là cơ hội để thăm viếng, han hỏi và thực tế hơn là nhận được những sự giúp đỡ thiết thực về tịnh tài để quý Thầy, Cô dùng mua sách vở, đóng tiền phòng, cơm nước v.v… Ngày hôm sau tôi cùng Hạnh Tuệ ra phi trường để đi Sydney. Một số quý Thầy, Cô đưa ra phi trường New Delhi rất đông, Ni Sư Minh Huệ nhét vào trong túi đeo của Hạnh Tuệ hai trái táo và dặn rằng: "Lên máy bay Thầy nhớ bổ ra để mời Sư Phụ dùng". Lúc ấy rất vui, chào hỏi, cười nói và Thầy ấy quên bẵng đi là trong túi của mình đang có hai trái táo và việc nầy thực ra hoàn toàn tôi không biết. Ở trong máy bay tôi cũng dặn Hạnh Tuệ rất rõ là: Đừng mang bất cứ loại trái cây nào vào Úc; nếu có, phải dùng hết trong máy bay, hay ít nhất khi đến phi trường Sydney phải bỏ vào thùng rác tại đó. Nếu không làm như vậy sẽ dễ bị phạt. Hạnh Tuệ nghe xong rồi ngủ thiếp đi lúc nào không hay và lúc xuống phi trường, Hạnh Tuệ quên bẵng đi là trong túi đeo của mình vẫn còn 2 trái táo mà cô Minh Huệ đã gởi tại phi trường New Delhi. Sau khi trình Passport để đóng dấu. Hạnh Tuệ vui vẻ đi xuống quầy hàng để nhận lãnh hành lý. Đang đứng chờ đợi, một chú chó con của Hải quan đến ngửi giỏ xách của Hạnh Tuệ và ngồi mãi đó. Hải quan hỏi:

- Có cái gì trong đó không, thưa ông?

- Không! Không có gì hết cả.

Đoạn ông hải quan xin phép được mở giỏ xách tay ra thì hai trái táo vẫn còn nằm nguyên bên cạnh y áo và Hạnh Tuệ "à" một tiếng thật lớn và nói rằng:

- Xin lỗi! Tôi đã quên.

Ông hải quan tỏ ra thông cảm và bảo mang hai quả táo ấy bỏ vào thùng rác cạnh đó.

Câu chuyện thứ hai chính tôi đã gặp. Đó là: Cũng một chuyến đi Úc; nhưng từ Lào sang Thái và từ Thái tôi bay thẳng đến Sydney. Tôi vẫn thành thật khai báo rằng: Trong hành lý có đồ mang theo bằng tre và gỗ. Vì đồ biếu ở Lào đa phần được làm bằng những dụng cụ nầy. Khi đến phi trường Sydney, Hải quan xem, rồi gục đầu và bảo đưa những đồ đã khai ấy ra xem. Tôi đâu có ngờ rằng đây là những người rất rành cách kiểm soát hàng hóa từ ngoại quốc mang vào nước Úc, họ không chỉ xem có hình thức mấy tràng hạt làm bằng gỗ mà còn thổ mấy cái lên trên bàn thì có cả một lô con mọt bò ra từ những hạt gỗ và tấm tre ấy. Thế là họ lấy thuốc diệt trùng cho những con trùng ấy chết hết, sau đó bảo tôi phải bỏ vào thùng rác. Đây là những công việc chuyên môn của Hải quan; nên ta không thể qua mặt họ được. Từ hai điểm nầy, quý vị khách ngoại quốc vào Úc, nhất là từ Việt Nam, không nên mang trầu, cau tươi hay những đồ ăn Việt Nam nếu chưa qua kiểm dịch, trước sau rồi cũng bị vứt lại ở phi trường Sydney mà ta đã uổng công thuyết phục các nhân viên của hãng hàng không tại nơi xuất phát để mang theo, dầu ta đã dư ký lô gửi.

Câu chuyện thứ ba đã xảy ra tại Tân Tây Lan chứ không phải ở Úc. Tuy nhiên Úc và Tân Tây Lan cũng không khác nhau mấy về vấn đề kiểm soát tại phi trường quốc tế, trước khi vào nội địa.

Có quý Thầy, Cô sau khi thăm Úc, đã ghé thăm Auckland, Tân Tây Lan, trong máy bay quý Thầy, Cô cũng đã nói cho nhau nghe là: "Đừng mang trái cây hay bất cứ đồ ăn gì vào Tân Tây Lan". Ai cũng vui vẻ cười nói và cũng chẳng để ý là trong túi xách của mình đang có những gì. Sau khi máy bay đáp an toàn, mọi người tiến đến chỗ Hải quan kiểm soát Passport để đóng dấu, sau đó sang quầy hàng đang quay để nhận hành lý.

Bỗng đâu có một con chó con của Hải quan xuất hiện và cứ ngửi mãi giỏ xách của một Thầy. Hải quan hỏi:

- Thầy có mang trái cây hay đồ ăn trong nầy không?

- Tôi không nhớ.

Sau khi mở giỏ xách tay ra thì thấy trong giỏ chỉ có một lát xoài ăn chưa hết, Thầy ấy cho vào đó và bị con chó nghiệp vụ đánh mùi.

- Thầy phải bị phạt.

- Tôi lần đầu tiên không rõ

- Thầy không thấy hình ảnh khuyên bảo tại phi trường sao? Nghĩa là tất cả trái cây mang theo từ ngoại quốc vào đây phải được vứt bỏ vào thùng rác?

- Ừ! Ừ! Nhưng…

- Thầy phải đóng tiền phạt

- Nhưng tôi mới lần đầu đến đây không rõ.

- Chính vì lần đầu nên Thầy phải đóng để nhớ và lần sau không được phép như thế nữa.

- Bao nhiêu?

- 400 đô-la Tân Tây Lan.

- 400?

- Vâng! 400 đô.

Cuối cùng Thầy ấy phải trả 400 đô-la Tân Tây Lan cho một lát xoài, cũng không được dùng nốt, mà phải bỏ vào thùng rác tại phi trường. Có lẽ đây là một lát xoài đắt nhất thế giới. Ở Nhật, nếu một trái xoài có đắt lắm cũng chỉ 8 đô-la là nhiều. Thế mà bà con đi hành hương của mình đã than như bộng rồi. Còn ở đây, chỉ một lát xoài thôi, mà phải bỏ ra 400 đô-la Tân Tây Lan để đóng. Quả là một bài học để nhớ đời.

Ở Âu Châu có vẻ dễ dàng hơn. Hình như họ chỉ xét buôn lậu, á phiện, tiền bạc và những loại quốc cấm; còn trái cây nếu có mang vào, hầu như không bị phạt. Có nơi nhân viên quan thuế cho qua luôn; có nơi họ giữ lại và gọi người biết mặt những loại trái cây Á Châu; nghĩa là nhận diện ra là loại ấy không mang vi trùng bệnh, thì họ mới cho vào. Ở đâu cũng có luật lệ xứ đó, những người khách du lịch nên rõ biết những nguyên tắc căn bản nầy thì hay hơn. Ngày nay khách du lịch khi đến 27 nước tại Âu Châu, ngoại trừ Anh Quốc, không phải khai gì cả, kể cả quan thuế; trong khi đó ở Úc, Tân Tây Lan, Nhật Bản, Hoa Kỳ, Canada v.v... đều phải khai tất cả những mục mà họ có liệt kê ra. Người Việt mình đa phần cái gì cũng gạch tréo vào chỗ "No"; nhưng khi bị kiểm tra phát hiện ra rất nhiều hạng mục phải khai "Yes" mà lại không khai. Những việc như thế người Âu, Mỹ, Úc không thích. Hãy cứ khai thật, cái gì họ cho qua được thì qua; cái gì không qua ải Hải quan này được hãy vứt vào thùng rác tại phi trường. Chắc chắn sẽ không bị phạt, khi chúng ta thành thật khai báo.

Ngày nay đi bất cứ nơi đâu và đến bất cứ nơi nào khách du lịch vẫn thường hay thấy các bảng dán tại phi trường là: "Nếu ai đem ra hay đem vào nước nầy trên 10.000 đô-la cần nên khai báo". Ai ai chắc chắn cũng đã đọc điều ấy rồi; nhưng giả vờ quên chăng? Hay họ muốn qua mặt Hải quan? Có lần tôi đi Ấn Độ và Thái Lan, có mang theo trong người hơn 10.000 US đô-la, tôi nghĩ là mình nên khai thật một lần thử xem sao. Thế là tôi vào Hải quan để trình báo tất cả những số tiền mà tôi hiện có trong người. Đoạn nhân viên Hải quan bảo:

- Thầy mang theo bao nhiêu loại tiền hãy ghi hết vào giấy nầy.

- Vâng.

Tôi lựa ra từng loại và đưa cho nhân viên kiểm tra, sau đó họ ghi vào tờ khai rõ ràng là tiền Euro có bao nhiêu, tiền USD có bao nhiêu và những loại tiền khác nữa. Chỉ khi nào đem theo trên 10.000 đô thì khách du lịch mới cần làm; nếu dưới khoảng nầy; không cần khai.

Sau khi tôi ký tên vào mảnh giấy ấy, Quan thuế giữ lại một bản, còn tôi mang bản chánh theo cùng với số hiện kim đã khai. Người có trách nhiệm bảo rằng:

- Thầy hãy mang giấy chứng minh nầy theo cùng và qua biên giới nào bị hỏi, thì chỉ đưa giấy nầy ra là xong

- Xin cảm ơn ông.

Qua Ấn Độ tôi đi làm từ thiện, giúp người nghèo như cho quần áo, mền, mùng và gạo thóc cũng như tiền mặt v.v… tất cả đều có ghi lại hình ảnh cẩn thận. Đó là tiền của Phật tử gởi cho tôi qua Ấn Độ; nên tôi đã đổi ra tiền Ấn Độ và dùng hết vào việc nầy. Sau khi về lại Đức, tôi cho đăng những hình ảnh ấy lên báo Viên Giác – báo nầy cứ 2 tháng xuất bản một lần và gởi đến các độc giả của 38 quốc gia trên thế giới. Thế rồi bỗng một hôm, khi tôi đang ngồi tại văn phòng chùa Viên Giác Hannover, có một người Đức mặc thường phục cầm tờ giấy đưa ra và hỏi:

- Tôi muốn gặp người có tên nầy.

- Vâng! người ấy là tôi.

- Như vậy trước đây 3 tháng Thầy đã khai tại phi trường Frankfurt số tiền trên 10.000 Euro đã mang ra khỏi nước Đức. Vậy bây giờ kết quả số tiền đó như thế nào rồi?

- À thì ra là thế! Tôi thầm nói nhỏ trong miệng để đủ chính mình nghe thôi và tờ giấy ấy chính tôi đã ký vào cách đây 3 tháng về trước. Tôi đứng lên đi lấy tờ báo Viên Giác số mới nhất và giở ra phần tin tức phía sau cùng để chỉ cho ông ta thấy rằng số tiền ấy tôi đã đem làm từ thiện giúp người nghèo tại Ấn Độ như hình ảnh và tin tức có ghi lại trong báo nầy.

Như vậy chính phủ muốn kiểm soát chặt chẽ số tiền mặt của du khách, họ sợ du khách đem tiếp tế cho những tổ chức không chính đáng hay lậu thuế v.v... nên mới có việc nầy. Tốt nhất của việc đi du lịch là không nên mang tiền mặt nhiều trong người, mà chỉ nên mang Thẻ Tín Dụng theo, khi nào cần thì dùng đến, lỡ có bị đánh cắp cũng không phải bị mất luôn, nếu chúng ta báo ngân hàng chính của mình chặn đứng lại kịp thời. Ngoài ra, nếu người đi du lịch cần số tiền lớn, thì nên chuyển qua ngân hàng, danh chánh ngôn thuận, để khi đến nước sở tại, mình đi nhận lãnh, không bị khó khăn gì cả. Đây là kinh nghiệm của chỉ riêng tôi, còn quý vị chắc có nhiều kinh nghiệm hơn, giỏi hơn tôi nhiều. Tôi mong rằng quý vị cũng có thể hiến những kế khác đơn giản và thoải mái hơn, để khỏi phải bị sa vào vòng tội lỗi, pháp luật, mà điều đó, một người Phật Tử chân chính hay một người xuất gia không nên can dự vào, nhất là vấn đề tiền bạc lại càng không nên.

Như thống kê bên trên chúng ta đã thấy vào năm 2012 có 6,1 triệu người ngoại quốc đi vào thăm nước Úc và doanh thu cho dịch vụ nầy là 35 tỷ đô-la Úc và 510.000 người Úc có công ăn việc làm qua dịch vụ du lịch. Nếu tính bình quân mỗi người vào Úc xài từ 1.000 đến 3.000 đô-la Úc trong thời gian ở Úc tùy theo lâu hay chóng rồi đem nhân lên 6,1 triệu người, ta sẽ có số thành trên. Đó là chưa kể tiền vé máy bay đi về hai lượt nữa. Thống kê cũng cho biết hơn 40% đến Úc là người trẻ, tuổi từ 18 đến 30. Họ đến Úc theo diện Visa "Working"-Holiday". Điều ấy chứng tỏ rằng một nước Úc rất năng động, đa dạng; nên người nước ngoài đã đổ xô vào đây để học hành và tìm công ăn việc làm. Họ đến từ Tân Tây Lan, Trung Hoa lục địa, Anh quốc, Nhật Bản v.v... Dĩ nhiên mỗi người đến Úc đều có những mục đích khác nhau. Ví dụ như ở Nhật Bản và Hồng Kông đất đai quá đắt đỏ, khi những du khách nầy đến Úc họ say mê nhìn ngắm những cánh đồng mênh mông, ruộng đồng bát ngát "cò bay thẳng cánh, Kangoroo chạy từng đàn" chắc chắn rằng ai cũng thích và ý nghĩ đầu tư vào xứ Úc không khó quyết định mấy khi họ trở về lại quê hương xứ sở.

Người Đức và người Nhật trẻ hay có tính mạo hiểm; nên họ cũng thích sang Úc để thăm viếng một lần cho biết như leo núi, tắm biển, dã ngoại, đi xe đạp hay xe hơi vòng quanh nước Úc v.v... đó là những biểu hiệu mà người trẻ thích mạo hiểm không bao giờ muốn bỏ lỡ cơ hội nầy. Có thể núi Uluru là một hay bãi biển Gold Coast là hai. Đây là những nơi rất lý tưởng cho những sinh hoạt lành mạnh như vậy. Ngày nay vì khách du lịch từ Nhật đến Úc rất đông; nên Cairns và Gold Coast đã mở phi trường quốc tế để đón những khách đến từ Tokyo, Osaka hay Hồng Kông v.v... Đây là những lợi thế tuyệt vời mà xứ Úc đang có, còn những nước khác tại Âu, Mỹ khó có thể sánh bằng.

Thỉnh thoảng có những chuyến bay đi Úc, tôi gợi chuyện với những hành khách ngồi bên cạnh và hỏi rằng:

- Ông bà từ đâu đến?

- Tôi từ Anh, Đức đến đây để thăm bà con sinh sống ở Adelaide, Sydney v.v…

- Ông, Bà cảm thấy nước Úc như thế nào?

- Excellence! très beaux, sehr gut v.v…

Tiếng Anh, Pháp, Đức cũng đều được trả lời như vậy và hầu như tôi chưa gặp ai chê nước Úc gì cả. Thỉnh thoảng lắm mới có mấy người khó tính cằn nhằn rằng:

- Sao mà chẳng văn minh gì hết, thả chó chạy đánh hơi mình tại phi trường, làm như mình là…

- Đồ ăn ở Úc không có gì đặc biệt

- Văn minh của Úc chưa phát triển mấy, chỉ toàn là nông nghiệp và chăn nuôi.

- Người Úc giống người Anh quá. Đúng là "phớt tỉnh Ăng Lê" mà.

- Đi bên trái không quen

- Mặt trời chiếu ánh sáng mạnh quá

- Sợ cháy rừng vào mùa hè

- Phương tiện công cộng không tốt mấy v.v… và v.v…

Nói thì nói vậy, nhưng đến Úc thì họ vẫn đến. Đúng là xứ Úc đi dễ mà khó về. Ai đã đến đây rồi cũng mong được ở lại đây làm việc, sinh sống, hay ít ra cũng phải trở lại đây nhiều lần để thăm viếng, trong đó có tôi. Nếu ai hỏi tôi là Thầy thích nước nào nhất? Tôi sẽ trả lời rằng:

- Nước Úc để tôi nhập thất, tịnh tu. Vì nơi đó có rừng xanh tươi mát, có cảnh trí thiên nhiên tuyệt vời và có những con người đáng quý mến.

- Nước Mỹ, Canada để đi hoằng pháp, trao đổi Phật Pháp cho những người cần đến mình và ở đó có một cộng đồng người Việt rất đông.

- Âu Châu là những đất nước rất hiền hòa và nhân bản; có bảo hiểm y tế rất tốt. Cuộc sống của người lớn tuổi không phải lo mấy khi đối diện với bệnh tật và các nhu cầu kinh tế khác.

NỀN GIÁO DỤC CỦA ÚC

Thời điểm trước năm 1975 khi còn Việt Nam Cộng Hòa của Miền Nam Việt Nam, nếu gia đình nào có con cái được đi du học ở ngoại quốc là một cái "phước" rất lớn, vì khỏi đi lính, bị chết trẻ, lại còn có cơ hội chuyển ngân ra ngoại quốc hay thăm viếng thân nhân v.v... những nước ưu tiên hàng đầu thuở ấy là Hoa Kỳ, Canada, Úc. Ưu tiên hai là Đức, Nhật Bản, Pháp, Anh và ưu tiên ba là Đài Loan, Ấn Độ, Tích Lan v.v... Thuở ấy ai nói du học Đài Loan hay Ấn Độ thì ít người quan tâm ấy, vì các nước nầy chưa phát triển. Trước năm 1975 các quốc gia đó về mọi mặt còn đi sau cả Miền Nam Việt Nam nữa; nên học sinh nào sau khi xong Tú Tài II cũng đều ngóng trông đến các quốc gia nầy để xin đi du học.

Ưu tiên là những học bổng quốc gia của ngoại quốc cấp cho các học sinh, sinh viên giỏi của quê hương mình ra ngoại quốc học 3 đến 5 năm, sau khi thành tài, trở về lại quê hương mình để phục vụ. Nhưng đa phần những sinh viên ưu tú nầy sau khi học xong chương trình Cử Nhân, Cao Học hay Tiến Sĩ đều chọn con đường ở lại nước đó để lập nghiệp hay cưới vợ sinh con v.v... và con đường trở lại quê nhà xem như bít lối.

Chỉ có một số ít người về được ưu đãi làm trong các bộ máy chính quyền thuở ấy, còn đa phần là vậy.

Thứ đến là học bổng của Việt Nam Cộng Hòa cấp. Học bổng nầy ít hơn học bổng của ngoại quốc cấp; nhưng cũng đủ chi dùng cho 3 đến 5 năm khi ăn học ở ngoại quốc cho đến lúc thành tài. Họ phải ký quỹ hồi hương như những sinh viên học sinh khác. Có nghĩa là phải đóng một số tiền vào đó, sau khi học xong phải về nước; nếu không, số tiền ấy xem như bị mất luôn. Nhưng đa phần trong số đó cũng tìm cách ở lại nước mà họ đã đi du học, mặc dầu Sứ Quán Việt Nam Cộng Hòa cũng lưu ý họ dữ lắm; nhưng sau khi cầm mảnh bằng trên tay, người sinh viên có đủ khả năng ngoại ngữ để giao dịch đi xin việc làm. Thế là những việc khác cứ tiếp tục chạy theo như: Mua xe cộ, tậu nhà cửa, cưới vợ, sinh con v.v… Thế nên việc trở về nước của họ cũng không còn nữa. Chỉ có một số ít người về thôi. Vì họ nghĩ rằng: Về lại Việt Nam thuở ấy làm lương sao bằng ở ngoại quốc và chiến tranh sẽ kết thúc ra sao? v.v… nghĩa là đủ mọi lý do để trả lời việc hồi hương nầy.

Số sinh viên còn lại phải cần chia ra làm 3 thành phần như sau:

Thành phần thứ nhất là những người giàu có. Mặc dầu con cái họ học không giỏi; nhưng nhờ nhiều tiền, họ chạy ngõ nầy hay ngõ khác để được cái giấy phép xuất ngoại và khi ra được ngoại quốc rồi, học trường tư thục cũng không sao. Nhờ vậy họ có cái cớ để chuyển ngân ra ngoại quốc cho chính gia đình họ nữa.

Thành phần thứ hai là "con ông cháu cha" thời nào và miền nào hay ở đâu bất cứ trên hành tinh nầy cũng đều có. Thành phần nầy ít học; nhưng nhờ vào thế lực của cha mình; nên được đi du học. Họ học dở kinh khủng và đến 1975 không còn chuyển ngân từ miền Nam được nữa, họ bỏ học đi làm. Đến giữa năm 1975 thành phần sinh viên Việt Nam ở ngoại quốc như thế không ít và mãi đến bây giờ họ cũng chưa cầm được một mảnh bằng Đại Học nào trên tay cả.

Thành phần thứ ba gồm có những người học giỏi nhưng con nhà nghèo và không thuộc 2 hạng trên, trong đó kể cả những vị Tăng Sĩ như chúng tôi. Họ đến được các nước sở tại là chuyên chú tu niệm và học hành. Tuy có cực khổ đấy! nhưng đa phần trong số họ đã thành tài, dầu cho cái mốc của năm 1975 có làm khó khăn, gây cản trở cho họ đấy, nhưng họ không thất chí, mà cứ vừa đi làm cuối tuần hay những tháng nghỉ hè, cốt kiếm tiền để đóng tiền trường và tiền thuê nhà ở, cơm nước, sách vở v.v… và họ tương đối rất thành công.

Thời ông Diệm có các sinh viên đi du học ở Pháp; nhưng đến thời ông Thiệu mãi cho đến cuối năm 1972 thì cũng không; nhưng đầu năm 1973 ông Thiệu và chính quyền miền Nam Việt Nam cho sinh viên đi du học Pháp và không cho đi Tây Đức nữa. Vì thuở ấy khi ông Willy Brandt còn làm Thủ Tướng Tây Đức có nói một câu bất hủ làm cho ông Thiệu giận và không cho sinh viên đi du học ở Tây Đức nữa. Ông Willy Brandt nói rằng: "Có những người khách ở xa đến mình muốn đón tiếp ngay, mà cũng có những người khách mình không muốn tiếp". Ông Willy Brandt làm Thủ Tướng và thuộc Đảng SPD không thích gì về sự hiện diện của người Mỹ tại miền Nam Việt Nam thuở ấy mấy; trong khi đó chính quyền của ông Thiệu bị lệ thuộc người Mỹ quá nhiều, nên ông ta mới giận lây và sinh viên mới có cái cớ để đi du học tại Pháp.

Miền Bắc thuở ấy cũng vậy thôi. Nếu sinh viên nào được đi du học ở Đông Đức là số một, sau mới đến Nga Sô và các nước Đông Âu Cộng Sản khác. Lúc bấy giờ ít có người đi du học

Trung Hoa hay Triều Tiên hoặc Cuba. Vì đến đó cũng chẳng có cái gì để học, ngoài chủ nghĩa cộng sản. Tuy nhiên khi được đi ra ngoại quốc là một sự vinh dự cho gia đình cũng như thân tộc; nên ai cũng cố gắng làm sao để được đi.

Ngày nay sau 40 năm, các sinh viên học sinh từ trong nước ra ngoại quốc du học chắc cũng không ngoài mấy lý do chính như vừa trình bày ở trên. Bây giờ họ có nhiều tiền hơn nhờ cha ông họ tham nhũng tại quê nhà; nên khi đến được một nước sở tại là họ lo tậu nhà, tậu xe liền; còn chuyện học hành thi cử thì hạ hồi phân giải. Thật ra thành phần du học có nhiều loại, chỉ những nhà xã hội học mới có thể phân tích rõ được những chi tiết mà thôi.

Sau năm 1975 một số du học sinh miền Nam Việt Nam ở lại Úc. Thế hệ nầy nay đa phần cũng đã về hưu rồi; nhưng có thế hệ tiếp nối là những người tỵ nạn cộng sản từ miền Nam Việt Nam đã đến Úc. Họ là những người đã hy sinh tất cả để đánh đổi cho được 2 chữ "Tự Do" mà quê hương của họ không có. Họ gồm đủ thành phần và ngày nay ở tại Úc họ cũng đã thành công trên mọi mặt, nhất là vấn đề giáo dục trong gia đình cũng như thành công tại học đường ở ngoài xã hội. Nếu hiện có hơn 300.000 người Việt Nam đang sinh sống và hội nhập vào xã hội Úc từ 40 năm nay, thì trong đó cũng có ít nhất hơn 50% số người nầy tốt nghiệp Đại Học Úc. Nếu kể đến hơn 3 triệu người Việt Nam hiện đang sinh sống tại hải ngoại thì số người tốt nghiệp Đại Học không nhỏ; chắc chắn cũng khoảng 50% số người vậy. Người Việt Nam dầu cho có nghèo đến đâu đi chăng nữa; nhưng họ chịu nghèo chứ không chịu để con cái họ thất học. Do vậy khi đến Úc hay các nước khác tại Âu, Mỹ họ có nhiều cơ hội hơn trong vấn đề cho con cái đến trường và sự học xem như là việc ưu tiên trên tất cả những công việc khác trong gia đình. Đa phần cha mẹ và anh chị em hy sinh cho những người thân của mình để được thành tựu sở học ấy.

Những năm trước, Cộng đồng người Việt Tự Do tại Úc có phát phần thưởng cho những em học sinh học giỏi của cuối năm bậc Trung Học; nếu ai có điểm từ 90 trở lên đều được phần thưởng nầy; nhưng sau đó thì số các em học giỏi có điểm đến 95 trên 100 là điểm tuyệt đối, rồi điểm 99 trên 100. Sau nầy Cộng đồng người Việt tại Úc phát phần thưởng cho những em nào có điểm từ 99 trở lên. Thế mà cũng có nhiều em đạt đến điểm 99,99 trên 100. Đây là kết quả thật tuyệt vời của Cộng đồng người Việt đang sinh sống tại Úc. Là niềm hãnh diện chung của người Việt chúng ta tại quê hương nầy.

Ở Đức, mặc dầu tiếng Đức rất khó; nhưng những trẻ em sinh ra tại đây học rất giỏi, chẳng khác gì những người Đức; nhiều khi còn giỏi hơn nữa. Theo thống kê mới đây của báo chí Đức, người Việt Nam tại đây lớp trẻ tốt nghiệp Trung Học đến 58% và sau đó đi vào Đại Học, trong khi đó người Thổ Nhĩ Kỳ ở lâu đời; nhưng chỉ có 18% học sinh muốn tiếp tục con đường học vấn ở bậc Đại Học mà thôi. Ngoài ra những dân tộc khác cũng có số người tốt nghiệp đông; nhưng số học sinh tiếp tục lên học Đại Học chỉ có 37%. Đó là kết quả rất khả quan về phía người Việt Nam cũng có thể so sánh với người ngoại quốc, để biết rằng khả năng của người Việt Nam còn phát triển nhiều hơn nữa để đóng góp phần mình vào sự phát triển của quê hương mà họ đang sinh sống. Đó cũng chính là bổn phận của người Việt hay người ngoại quốc đang sống tại Úc, tại Đức hay tại Hoa Kỳ.

Theo tài liệu ghi lại của Wikipedia (Tự điển Toàn Thư Mở) bằng tiếng Đức thì việc giáo dục của Úc được tuần tự như sau: Đầu tiên là một năm học dự bị cho trẻ con (trường Mẫu Giáo hay còn gọi là Kindergarten). Đến đúng 6 tuổi thì trẻ con đi học từ 6 đến 7 năm trường Tiểu Học (Primary school), tiếp đó là Trung Học (Secondary school); học trường nầy 5 đến 6 năm là xong bậc Trung Học. Cộng chung lại cũng đủ 11 đến 12 năm kể từ Tiểu Học đến xong Tú Tài. Đây là hệ thống giáo dục của Anh Quốc; nên khác hơn so với các trường của Đức hay Pháp. Thế nhưng dầu cách nào đi chăng nữa thì đứa trẻ cũng 6 tuổi mới vào học Tiểu Học; đến 17 hay 18 tuổi thì xong Tú Tài II. Nghĩa vụ giáo dục trên các Tiểu Bang của Úc đa phần là 15 tuổi. Riêng Tiểu Bang Tasmania phải đến 16 tuổi. Khoảng 72,3% các trẻ em học xong đầy đủ trong 13 năm (tài liệu năm 1999). Ở Úc, Xuân, Hạ, Thu, Đông khác với Âu Mỹ; nên trường học hay nói đúng hơn là năm học mới bắt đầu vào cuối tháng 1 đến giữa tháng 12 là xong một năm học.

Ngoài ra, chính phủ cũng có chương trình giáo dục đặc biệt cho những học sinh ở những vùng xa bằng cách gởi bài đến nhà. Thí dụ rõ nhất là trường Alice Spring School of the Air. Trường nầy nằm ở vùng núi Uluru; nơi Thánh Địa của người Thổ Dân; nhưng cũng có nhiều người Tây Phương cư ngụ. Để quân bình hay nói đúng hơn là sự giáo dục toàn diện trên Liên Bang Úc cho giống nhau; nên năm 1989 chính phủ đã lập nên chương trình giáo dục đặc biệt cho Thổ Dân và người ở đảo Torres Strait gọi là: National Aboriginal and Terres Strait Islander Education Policy (AEP) và năm 2000 chính phủ cũng như Bộ Giáo Dục đã cải thiện hoàn hảo chương trình giáo dục cho người địa phương tương đương với dân di cư tại Úc.

Sau bậc Tiểu Học là Trung Học, sau Trung Học là Đại Học và sau Đại Học gọi là Hậu Đại Học. Nếu sinh viên theo chương trình của Ấn Độ thì sau Cử Nhân 4 năm còn có 2 năm MA và sau MA có 2 năm MPh và sau MPh cần 3 đến 5 năm làm luận án Ph.D. Như vậy nền tảng giáo dục của Ấn Độ tuy theo

Anh; nhưng ở cấp bậc Đại Học lại lâu hơn bất cứ nơi nào trên thế giới nầy.

Ở Nhật phải mất 12 năm Tiểu Học và Trung Học, 4 năm Đại Học, 2 năm Cao Học (gọi là Tu Sĩ khóa trình) và 3 đến 5 năm hậu Đại Học (gọi là Bác Sĩ khóa trình); trong khi đó ở Đức lại khác; trước đây Tiểu Học và Trung Học gọp lại 13 năm, sau đó học 5 năm Đại Học, khi ra trường tương đương với Cao Học (không có bậc Cử Nhân); nhưng ngày nay một số Tiểu Bang của Đức đã thay thế cho giống với hệ thống các trường khác tại Âu Châu gồm: 12 năm Tiểu và Trung Học, 3 đến 4 năm Cử Nhân, 2 năm Cao Học và 3 đến 5 năm Ph.D.

Trong khi đó ở Việt Nam lại gọi những người học sau Đại Học là Thạc Sĩ và sau Thạc Sĩ nghiên cứu cũng như trình luận án trong vòng từ 3 đến 5 gọi là Tiến Sĩ. Chữ Tiến Sĩ chỉ có Việt Nam gọi, chứ Trung Hoa, Đại Hàn, Nhật Bản gọi là Bác Sĩ; nó có nghĩa là người ấy học rộng, biết rộng về ngành của mình. Ví dụ như là: Bác Sĩ Văn Học, Bác Sĩ Y Khoa, Bác Sĩ Dược, Bác Sĩ Toán v.v… Rõ ràng là cách gọi mỗi nước tuy có khác nhau; nhưng kết quả của những năm học ở học đường và những năm nghiên cứu đều gần giống nhau. Mục đích của sự giáo dục chính là để khai phóng con người tiến xa vào các lãnh vực chuyên môn của mình, làm cho đời sống tâm linh càng ngày càng có nhiều ý nghĩa hơn.

Trên toàn Liên Bang Úc ngày nay (2015) có tất cả là 38 Đại Học và có 2 Đại Học tư lập. Đại Học Sydney (University of Sydney) thành lập đầu tiên vào năm 1850; tính đến nay cũng đã hơn 165 năm rồi. Tại đây đã đào tạo ra vô số Kỹ Sư và Tiến Sĩ. Trong 40 Đại Học hiện có ngày nay tại Úc có đến 600.000 sinh viên đang theo học và tu nghiệp; nếu chia đều ra cho số sinh viên trên; thì mỗi Đại Học có khoảng 15.000 sinh viên.

Dĩ nhiên là có nhiều Đại Học lớn như Sydney có đông sinh viên theo học hơn; còn những Đại Học nhỏ như ở Tasmania số sinh viên ít hơn. Hầu hết những sinh viên định cư tại Úc không phải tốn tiền học phí cho các Đại học công lập. Chỉ những sinh viên ngoại quốc vào Úc học hay tu nghiệp là phải đóng những lệ phí theo chính phủ quy định "Overseas Student Program". Ngoài ra nếu những sinh viên nào học 2 Đại Học tư nhân còn lại phải đóng tiền học phí mỗi từng cá nguyệt một. Cũng có nhiều loại học hàm thụ, gởi tài liệu qua đường bưu điện nên sinh viên phải chịu thêm lệ phí nầy. Hệ thống Đại Học của Úc rập khuôn theo nền giáo dục của Anh quốc nên được sắp xếp như sau: Tốt nghiệp BA (Cử Nhân) có thể sớm nhất là 3 năm; sau đó học 1 đến 2 năm MA và văn bằng cao nhất là Ph.D. Cũng có thêm những trường dạy nghề mà đa phần được chính phủ tài trợ như trường TAPE (Technical and Further Education) hay trường hành nghề tự do VET. Ngoài ra cũng có thêm những trường tư nhân ngắn hạn mở ra để dạy nghề nữa.

Đức quốc là một nước tân tiến như Hoa Kỳ và Nhật Bản; có rất nhiều sinh viên ngoại quốc vào đây du học từ mấy chục năm nay; thế nhưng không ai ngờ một điều là cũng có rất nhiều sinh viên người Đức qua Úc du học. Như vậy phải nói rằng Úc là xứ rất hấp dẫn. Theo thống kê năm 2009 có tất cả là 3.480 sinh viên Đức đến học các Đại Học tại Úc. Con số nầy không nhỏ. Trong đó có 1.884 sinh viên học Award Courses; có nghĩa là họ dự định học Cử Nhân, Cao Học hay Tiến Sĩ của Úc. Trong nhóm sinh viên nầy vào năm 2009 có 57,3% là học chuyên ngành về Luật học, kinh tế cũng như xã hội học; 4,7% số sinh viên Đức khác chọn ngôn ngữ học, văn hóa và thể thao. Số còn lại 16,6% thì học toán và khoa học tự nhiên.

Những sinh viên còn lại trong nhóm nầy lại chọn những phân khoa khác.

Theo thống kê trên số sinh viên đến Úc từ Đức đa phần chọn những ngành khoa học tự nhiên và xã hội; ít ai chọn ngành kỹ sư hay kỹ nghệ. Vì những ngành nầy ở Đức không thiếu. Trong số 3.480 sinh viên ấy có lẽ họ đã sinh ra và lớn lên tại Đức, sau khi tốt nghiệp Trung Học Phổ Thông, họ muốn tiến đến một chân trời cao rộng hơn, mà nơi ấy không có nhà máy có những ống khói cao, không có những lò điện hạt nhân, nơi mà thiên nhiên vẫn còn ưu đãi v.v… để sau khi ra trường, họ lại có chỗ dung thân và nếu có trở lại Đức, một xứ kỹ nghệ tân tiến, biết đâu họ sẽ ứng dụng được một phần nào cái học của mình khi còn đi du học tại Úc.

Bên trên khi viết về nước Úc và các Tiểu Bang, tôi đã giới thiệu những Đại Học rồi, bây giờ tôi lặp lại một lần nữa; nghĩ cũng không thừa, biết đâu lại có người cần đến, khi đọc đến chương nầy.

Tại Tiểu Bang New South Wales (NSW) có 11 Đại Học như sau:

Charles Sturt University (CSU), Bathurst

Macquarie University (MQ, North Ryde (Sydney)

Southern Cross Iniversity (SCU), Coffs Habour

University of New England (UNE), Armidale

University of New South Wales (UNSW), Sydney

University of Newcastle (NEWCASTLE), Callaghan

University of Sydney (SYDNEY), Sydney

University of Technology Sydney (UTS), Sydney

University of Western Sydney (UWS), Sydney

University of Wollongong (UOW), Wollongong

Australia Catholic University (ACU), Brisbanne, Sydney, Canberra, Ballarat, Melbourne

Tiểu Bang Queensland (QLD) có 8 Đại Học như sau:

Bond University (BOND), Gold Coast

CentralQueenslandUniversity(CQU),Rockhamptonetal

Griffith University (GRIFFITH), Gold Coast Campus

James Cook University (JCU), Townsville

Queensland University of Technology (QUT), Brisbane

University of Queensland (UQ), Brisbane

University of Southern Queensland (USQ), Toowomba

University of the Sunshine Coast (USC), Sippy Downs.

Tiểu Bang Nam Úc South Australia (SA) có 3 Đại Học:

Flinders University (FLINDERS), Adelaide

University of Adelaide (ADELAIDE), Adelaide

University of South Australia (UniSA), Adelaide

Tiểu Bang hay nói đúng hơn là đảo Tasmania (TAS) có một Đại Học:

University of Tasmania (UTAS, Hobart and Launceston.

Tiểu Bang Victoria (VIC) có dân số đông thứ 2 tại Úc sau Sydney, có tất cả 8 Đại Học như sau:

Deakin University (DEAKIN), Geelong, Melbourne.

La Trobe University (LTU), Albury – Wodonga, Beechworth Bendigo, Melbourne (Bundwra, City), Mildure, Mount Buller, Shepparton.

Monah University (MONASH), Melbourne etz al.

Rmit University (RMIT), Melbourne.

Swinburne University of Technology (SWINBUNE), Melbourne et al.

University of Ballarat (BALLARAT), Geelong, Ballarat

University of Melboiurne (MELBOURNE), Melbourne.

Victoria University (VU), Melbourne.

Tiểu Bang Tây Úc Western Australia (WA) có 5 Đại Học như sau:

Curtin University of Technology (CURTIN), Perthe.

Edith Cowan University (ECU), Perth.

Murdoch University (MURDOCH), Perth.

University of Notre Dame Australia(UNDA), Fremantle.

University of Western Australia (UWA), Perth.

Vùng lãnh thổ phía Bắc Northern Territory (NT) có một Đại Học:

Charles Darwin University (CDU), Darwin.

Vùng lãnh thổ Thủ Đô Canberra Australia Capital Territory (ACT) có 2 Đại Học. Đó là:

Australian National University (AWU), Canberra.

University of Canberra (CANBERRA), Canberra.

Nhìn vào nền giáo dục của một nước, chúng ta có thể biết được trình độ dân trí của nước đó như thế nào. Nếu nước nào có trường học nhiều hơn nhiều lần nhà tù, ra đường không thấy cảnh sát, người phạm luật ít, đời sống công cộng an ổn, giao thông trật tự đáng tin cậy v.v… thì nước đó là một nước tiên tiến. Nếu như ngược lại những điều trên, chúng ta gọi đó là một nước chậm tiến. Để tiến lên một nước có tầm cỡ trên thế giới như nước Úc, chính quyền phải lo cho dân ở nhiều phương diện và đồng thời người dân đi làm, nộp thuế cho chính phủ. Chính phủ phải trưng dụng thuế đó xây dựng trường học, nhà thương, nhà dưỡng lão v.v… hay đúng hơn là những công ích của xã hội; chứ không phải những người lãnh đạo đất nước trưng dụng của công ấy vào túi riêng của mình, thì người dân càng ngày càng nghèo khó hơn, trong khi chính phủ giàu sang hơn; nhưng đó là một xã hội bất công bình, người dân sẽ không bao giờ ủng hộ một chính phủ đó.

NỀN CHÍNH TRỊ VÀ KINH TẾ CỦA ÚC

Như những chương trên đã trình bày cùng quý độc giả, từ nguyên thủy của xứ Úc nơi có những Thổ Dân sống tại đây hằng mấy ngàn năm trước đó rồi, mãi cho đến thế kỷ thứ 16, 17 người Hòa Lan, người Pháp, người Tây Ban Nha, Bồ Đào Nha và người Anh mới đến đây bằng thuyền; nhưng người Tây Phương có lợi thế hơn, những Thổ Dân là có ngôn ngữ được nhiều người biết đến, có phương tiện khoa học được nhiều người ưa chuộng, có trình độ văn hóa cao hơn Thổ Dân; nên dần dà người nước nào ở thế mạnh thì người đó chiếm thế thượng phong. Lẽ ra người Hòa Lan phải ưu tiên theo thời gian đến trước ở Úc; nhưng những nơi người Hòa Lan đến như Tasmania không bằng Sydney hay Melbourne như người Anh đã phát hiện. Do vậy người Anh sau nầy nắm quyền ở xứ Úc nhiều hơn là người Hòa Lan. Sau đây tên tuổi và thời gian của những người Âu Châu đến đầu tiên tại xứ Úc. Đó là:

Willem Jansz

Luiz Váez de Torres

Dirk Hartog

Frederich de Houtman

Abel Tasman

Willem de Vlamingh

William Dampier

Sau thời gian nầy người Anh mới chính thức có mặt tại Úc như:

1770	James Cook
1797-1788	George Bass
1801-1803	Matthew Flinders

Bắt đầu từ thế kỷ thứ 19, người Anh đã chính thức đặt nền móng cai trị tại Úc về thời gian cũng như các triều đại bên Anh như sau:

Năm 1833-1901 Vua Victoria, thuộc Hannover/Sachsen-Coburg-Gotha, sinh năm 1819 mất 1901.

Từ năm 1901-1910 Vua Eduard VII, thuộc triều đại Sachsen-Coburg-Gotha, sinh năm 1841 mất 1910.

Từ năm 1910-1936 Vua Georh V, thuộc triều đại Sachsen-Coburg-Gotha/Windsor, sinh năm 1864 và mất 1936.

Năm 1936 Vua Eduard VIII trị vì thuộc triều đại Winsor, sinh năm 1894 và mất năm 1972.

Từ năm 1936-1952 Vua Georg VI, triều đại Windsor, sinh năm 1894 và mất năm 1972.

Từ năm 1952 Nữ Hoàng Elizabeth Đệ II trị vì dưới triều đại Windsor, Bà sinh năm 1926; năm nay (2015) bước vào tuổi 90.

Mãi cho đến năm 1999, nghĩa là thời điểm cuối thế kỷ thứ 20 ở Úc đã làm một cuộc trưng cầu dân ý cho số dân hiện đang sinh sống là 21.507.717 người, dĩ nhiên là trong số nầy có những trẻ vị thành niên dưới 18 tuổi, chưa có quyền đi bầu cử; nên chưa bỏ phiếu được. Thế mà kết quả 55% dân chúng đã chọn lựa một thể chế Dân Chủ Cộng Hòa; nhưng vẫn ở dưới hình thức của chính thể quân chủ; nghĩa là Nữ Hoàng Elizabeth đệ II vẫn là người đứng đầu của xứ Úc, kể cả Canada cũng giống nhau.

Mới đây vào những ngày cuối tháng 6 năm 2015 Hoàng Hậu Elizabeth đệ nhị có chuyến công du chính thức đến nước Đức, bà gặp Tổng Thống Đức, ông Gauck, bà Thủ Tướng Merkel cũng như những nơi cần thăm viếng như Frankfurt, Berlin v.v… Nhân cơ hội nầy đài truyền hình Đức cũng nhắc lại những sự kiện lịch sử của các triều đại vua chúa trị vì tại Anh quốc và Hoàng Hậu Elizabeth vẫn có liên hệ huyết thống với người Đức, đặc biệt là Hannover, nơi đã có mối tình vương giả với vua Victoria. Vì vậy nên ở trên ta đã thấy dưới thời vua Victoria có triều đại Hannover/Sachsen là vậy. Hoàng Hậu bây giờ phải kêu Victoria bằng ông Cố.

Quả là lịch sử cũng có những điều hay và không bao giờ lặp lại giống như những lần trước đã xảy ra nữa. Về sau thời kỳ Hitler, Đức quốc bị tứ cường cai trị. Trong đó Anh quốc chiếm giữ một phần lớn Bắc Đức và một phần thành phố Bá Linh, ưu tiên ở các lãnh vực chính trị, kinh tế và quân sự; nhưng sau ngày 9 tháng 11 năm 1989 khi bức tường Bá Linh sụp đổ và Đức thống nhất Đông Tây hai miền thì tứ cường (Mỹ, Nga, Pháp, Anh) không còn lý do gì để ở lại Đức nữa và Đức quốc đã hoàn toàn độc lập, tự do, dân chủ. Trong khi đó, khi đến Úc, hoặc ở Úc ta thấy Úc gần nước Anh hơn, tuy rất xa về địa lý. Tại đó người ta đọc báo tiếng Anh hay ngay cả tiếng Việt, thấy những tin tức về nước Anh rất nhiều, trong khi đó ở Âu Châu, Đức nằm không xa nước Anh mấy, mà những tin tức như vậy ít thấy đề cập đến. Ngay như Thái Tử Charles, Công chúa Diana hay Hoàng Tử William sau nầy, cứ mỗi lần đến Úc là dân chúng đón rước rất trọng thể; in hệt như là vua của nhà nước họ vậy. Điều nầy cũng không cần phải bàn, vì lẽ đa phần dân chúng đang sống tại Úc là người Anh; cho nên họ vẫn còn bảo Hoàng là vậy.

Bây giờ tất cả các Tiểu Bang ở nước Úc đều có Quốc Hội và Liên Bang cũng vậy; nhưng tất cả đều theo chế độ quân chủ và căn bản của nền chính trị Úc bây giờ đều có tính cách dân chủ. Mỗi Tiểu Bang như vậy đều có cách điều hành khác nhau theo những luật lệ đã được Hiến Pháp ban hành. Ngoài ra cứ mỗi Tiểu Bang đều có một vị Toàn Quyền đại diện cho Nữ Hoàng Elizabeth đệ nhị. Tuy những vị nầy không có quyền hành như một vị Vua ở vùng đó; nhưng có toàn quyền thay thế Nữ Hoàng trong một số công việc đặc biệt. Hiện tại Tổng Toàn Quyền của xứ Úc là ông Peter Gosgrove, đại diện cho Nữ Hoàng Elizabeth Đệ Nhị. Dưới ông là 6 ông Toàn Quyền của 6 Tiểu Bang và 3 người khác đại diện cho 3 vùng lãnh thổ. Trong 6 ông Toàn Quyền nầy hiện có một người Việt Nam, đang trông coi Tiểu Bang Nam Úc (sẽ đề cập kỹ việc nầy ở chương sau) và những người còn lại hầu hết là người Âu Châu. Kết quả nầy có từ ngày 28 tháng 3 năm 2014.

Từ ngày 24 tháng 6 năm 1910 đến ngày 27 tháng 6 năm 2013, lần đầu tiên xứ Úc có Nữ Thủ Tướng, bà tên là Julia Gillard. Bà thuộc đảng Lao Động (Labor Party) bà đã giành nhiều phiếu hơn Thủ Tướng tiền nhiệm là ông Kevin Rudd.

Ông cũng đã là Thủ lãnh của Chính phủ và Chủ tịch Đảng; nhưng vì không được sự ủng hộ của toàn Đảng; nên bà Gillard đã công bố cuộc tuyển cử mới. Quốc Hội được bầu vào ngày 21 tháng 8 năm 2010 và họ đã liên kết Đảng Lao Động cũng như Đảng National-Liberal (Quốc Gia Tự Do) để nắm quyền; nhưng đó chỉ là sự trợ lực của một ít Dân Biểu độc lập cho Đảng Lao Động để trở thành đa số. Đến ngày 27 tháng 6 năm 2013 ông Kevin Rudd lại được tái tín nhiệm là Thủ Tướng và chính ông đã giải nhiệm bà Gillard không còn là Đảng Trưởng của Đảng Lao Động nữa. Vào ngày 7 tháng 9 năm 2013 ông Tony Abbott thuộc Đảng National-Liberal (Đảng Quốc Gia Tự Do) đã thay thế ông Kevin Rudd và làm Thủ Tướng của nước Úc từ đó đến nay. Vào ngày 18 tháng 9 năm 2013 nội các mới đã được thành lập.

Tại Úc hiện có 4 Đảng lớn. Đó là Đảng Liberal Party (Tự Do); Đảng Labor Party (Lao Động), Đảng National Party (Đảng Quốc Gia) và Đảng Green (Đảng Xanh). Nếu Đảng nào thắng mà klhông đủ số phiếu quá bán, thì phải liên minh với một Đảng nhỏ khác để cầm quyền. Ngoài ra các Đảng nhỏ khác như: Demoncracy (Dân Chủ) và Family First (Đệ Nhất Gia Đình) cũng có Đại diện trong Quốc Hội Liên Bang cũng như ở các Tiểu Bang.

Ở đây chúng ta cũng có thể đánh giá được một phần nào về một chính thể tự do dân chủ pháp trị hay một thể chế quân chủ lập hiến và một chủ nghĩa cộng sản cũng như độc tài trên thế giới nầy. Có nơi lấy Vua làm chính (nếu còn thể chế quân chủ thật sự); nhưng ngày nay Vua Chúa của một số quốc gia Âu Châu như Anh Quốc, Đan Mạch, Bỉ, Thụy Điển, Na Uy, Hòa Lan, Tây Ban Nha v.v... chỉ còn là biểu tượng của quốc gia; chứ Vua không còn quyền hành như các thế kỷ trước nữa. Ở Nhật Bản, Thái Lan cũng đã hành hoạt giống như các nước phương Tây đang còn Vua ngự trị; nhưng phía dưới vẫn có Thủ Tướng và Quốc Hội quyết định mọi việc của chính phủ, còn Vua Chúa chỉ có chuẩn y Thủ Tướng và thành phần của Quốc Hội mà thôi.

Trong khi đó một số nước ở Phi Châu và Trung Đông, Vua vẫn còn quyền tuyệt đối; nhưng dần dà nền dân chủ đã ngự trị khắp nơi trên thế giới, cũng như trình độ dân trí tiến bộ rất nhiều; nên các nước còn Vua Chúa hay những nhà độc tài đang cai trị, họ rất e dè và nếu muốn tồn tại, chỉ có tính cách tượng trưng thôi; còn đa phần họ hướng về đường lối chủ trương của Anh Quốc cũng như của Nhật Bản hay Thái Lan, mới mong ngôi vua không bị lung lay, lật đổ.

Liên Hiệp Anh rất rộng lớn và vẫn còn tồn tại cho đến ngày nay khắp trên 5 châu lục, kể các Úc và Canada cũng thuộc liên hiệp nầy; nhưng họ vẫn có quyền độc lập của quốc gia họ. Trong khi đó Liên Hiệp Pháp ngày nay chỉ còn một vài nước tại Phi Châu, nhất là sau khi họ đã thất bại tại Đông Dương vào năm 1945 khi quân đội Nhật Hoàng đến xứ nầy để thay thế vai trò của Pháp. Tuy Pháp có cách mạng trước hết ở Âu Châu. Nền Đệ Nhất Cộng Hòa Pháp được thành lập sau ngày 14 tháng 7 năm 1789 và từ đó đến nay họ theo Tổng Thống chế và Việt Nam Cộng Hòa ở miền Nam đã rập khuôn theo thể thức nầy từ năm 1954 đến 1975. Nghĩa là Tổng Thống có quyền thay thế cho vua, còn Thủ Tướng, vai trò nầy không quan trọng bằng Tổng Thống. Ngược lại ở Đức, Thủ Tướng có quyền hơn Tổng Thống và hầu như tất cả các chế độ nầy đều có lưỡng viện Quốc Hội quyết định những vấn đề chính sách quốc gia.

Còn chủ nghĩa cộng sản, chỉ có một Đảng duy nhất, nên độc tài đảng trị. Ví dụ như Nga Sô, Đông Đức, các nước cộng sản Đông Âu cũ hay Việt Nam, Trung Quốc, Bắc Triều Tiên, Lào và Cuba trong hiện tại hầu như chỉ có một Đảng duy nhất và không có Đảng đối lập. Cho nên tất cả chỉ nói theo một chiều, cái gì mà chủ nghĩa cộng sản đề xuất đều là quốc sách cả. Do vậy cho nên một số người nào đó đã nói một câu rất hay để lại cho đời là: "Chủ nghĩa tự do là chủ nghĩa người ta bán cái gì mà kẻ khác thích mua; còn chủ nghĩa cộng sản là chủ nghĩa mà họ bán cái gì chủ nghĩa ấy thích bán". Từ câu nói nầy ta có thể nhận chân ra được rằng: Thế nào là Tự Do dân chủ và thế nào là độc tài Đảng trị rồi. Ngày nay hầu như tất cả các Đảng Cộng Sản trên thế giới đều đã biến đổi rất nhiều; trong đó Trung Quốc và Việt Nam là những ví dụ điển hình. Tuy hình thức vẫn còn là cộng sản; nhưng chính sách điều hành quốc gia, họ dần tiến đến chủ nghĩa tư bản và kinh tế thị trường. Bây giờ họ lấy vật chất để đo lường sự phát triển; còn chủ nghĩa duy vật của Karl Max và Lénin đã lỗi thời với các xã hội Âu Mỹ ngày nay rồi.

Những vấn đề chủng tộc và sự đối xử sai biệt với người Thổ Dân ở Úc là một vấn đề chính trị tương đối lớn trong cộng đồng những người đang sinh sống tại Úc. Nếu đem so sánh với dân di cư đến Úc thì Thổ Dân là những người có mức sống nghèo khổ nhất so với các sắc dân khác tại Úc. Họ có đến 20% số người thất nghiệp; nghĩa là lớn gấp 3 lần so với những người mới nhập cư. Họ khó khăn trong vấn đề tiếp thu nền giáo dục hiện đại và đời sống của họ chậm tiến sau người da trắng cả hằng 10 năm như vậy. Con cái sơ sinh của họ cũng có sự tử vong gấp đôi. Cho đến thập niên 1960 thì cái quyền của người Thổ Dân mới được tiến đến phân nửa của công lý và sau phán quyết Mabo của Tiểu Bang Queensland vào năm 1993 và nhờ đó quyền đầu phiếu phổ thông của người Thổ Dân mới được công nhận.

Vào năm 1975 có những đạo luật của chính phủ Úc được ban hành để cấm đoán việc phân biệt đối xử chủng tộc. Tuy vậy có một vài Tiểu Bang và vùng lãnh thổ vẫn còn tồn tại, quyền hạn ấy ngự trị ở bên ngoài những đạo luật mới được thông qua lưỡng viện Quốc Hội.

Nước Úc có một nguồn lợi kinh tế thật dồi dào qua việc xuất cảng chất Uranium (nguyên liệu để chế nguyên tử). Chính phủ giàu có được nhờ vào những tài nguyên thiên nhiên nầy; nhưng dân chúng đa phần chống đối lại vì vấn đề trở nên tai hại đối với thiên nhiên, nên nhiều cuộc biểu tình phản đối đã diễn ra tại nhiều nơi trên đất Úc. Ngoài ra, nó cũng là một sự tai hại phá đi thiên đàng đáng sống của con người, trong đó kể cả Thổ Dân, đồng thời cũng ngăn cản việc chế tạo vũ khí, mà đó là nguyên nhân của kỹ nghệ nguyên tử phải được kiểm soát chặt chẽ. Úc là nước lớn thứ 3 xuất cảng chất Uranium; nhưng không có những lò phát điện nguyên tử.

Ngoài nguyên tử ra, động vật quá nhiều ở xứ Úc cũng là vấn đề. Ví dụ như lạc đà chẳng hạn. Vào năm 2009 người ta đoán có hơn 1.000.000 con và trong 8 năm sau, số lượng nầy tăng gấp đôi, mà muốn giải quyết vấn đề nầy cũng không đơn giản, vì nó liên quan đến những tổ chức bảo vệ động vật và thiên nhiên. Kangoroo và chim chóc quá nhiều. Một số động vật gây ra chất độc. Đây cũng là vấn đề then chốt đang tồn tại trong xã hội của Úc.

Nền kinh tế chính của Úc là xuất cảng nông sản và những tài nguyên tiềm ẩn nằm sâu dưới lòng mặt đất. Có khoảng hơn 100 hãng lớn xuất cảng, vào năm 2001 trị giá lên đến 50 tỷ đô-la Úc và kết quả của việc xuất cảng nầy đã đóng góp vào một phần ba tổng sản lượng kinh tế của quốc gia. Tổng số lượng sản xuất và xuất cảng của Úc vào năm 2001 là 154 tỷ đô-la Úc, và hiện tại Úc là thành viên của APEC, G20, OECD cũng như WTO; đồng thời cũng là vùng buôn bán mở rộng của các nước Á Châu cũng như Hoa Kỳ, Chí Lợi, Tân Tây Lan, Singapore và Thái Lan. Năm 2010, Úc là nước có xuất cảng đứng hàng lớn thứ 21 trên thế giới và nhập cảng đứng hàng thứ 19.

Kinh tế của Úc chủ yếu là nông nghiệp, có hơn 400.000 người chuyên lo về lãnh vực nầy, tức chiếm 3% của BIP và trong đó có 80% nông sản được xuất cảng sang các nước khác trên thế giới. Úc có những cánh đồng rộng cò bay thẳng cánh, cỏ nhiều; nên việc chăn nuôi gia súc rất tiện lợi. Có 130 triệu con cừu, 25 triệu con bò và nhờ vậy xuất cảng lông thú vật lên đến 29% sản lượng của thế giới, có xuất xứ từ Úc Châu. Khoảng 6% đất đai trồng trọt được dùng để sản xuất hoa màu và cây trái. Lúa mì, lúa mạch chiếm phần lớn đến 45%. Mỗi năm Úc thường gặt hái được 20 triệu tấn lúa mì và trên 30 triệu tấn đường mía. Ngoài ra rượu nho cũng góp phần không nhỏ cho việc xuất cảng nầy, độ chừng 2,3 tỷ đô-la Úc. Những vùng trồng nho nổi tiếng và quan trọng tại Úc là Barossa ở Nam Úc, thung lũng Hunter ở New South Wales và Sunray ở Victoria.

Nền kinh tế của Úc ngoài việc xuất cảng thịt thú vật và lông da ra, còn đứng trong bảng giá trị kinh tế cao, khi người ta khảo sát vấn đề địa chất. Ngoài ra còn có những kỹ nghệ than đá, sắt thép, vàng, kim cương, Uranium và những hầm mỏ khác nữa. Với 282 tấn vàng được sản xuất, nâng lên 12% thị trường vàng của thế giới có xuất xứ từ Úc Châu. Năm 2002 riêng vấn đề than đá Úc đã sản xuất tất cả là 343 triệu tấn; ngoài ra sắt thép cũng đạt đến 116 triệu tấn. Có hằng tỷ tiền đầu tư qua BHP vào năm 2011, việc sản xuất đã đạt đến 600 triệu tấn. Giá cả cũng tăng từ năm 2001 đến 2011, đạt 700%, đa phần sắt thép được xuất cảng sang Trung Quốc. Nói chung nguồn tài nguyên thiên nhiên của Úc còn nằm tiềm ẩn dưới mặt đất rất nhiều so với thế giới, nhất là ở núi Weld. Ngoài ra ở Úc cũng xuất cảng đến 90% đá thiên nhiên dùng trong kỹ nghệ hạ tầng.

TƯƠNG LAI CỦA NGƯỜI VIỆT NAM VÀ PHẬT GIÁO VIỆT NAM TẠI ÚC

Theo thống kê của báo chí Việt Nam tại ngoại quốc, số người Việt Nam hiện sống tại Hoa Kỳ có trên 1.000.000 người, đa phần đã nhập quốc tịch Mỹ và số người sinh ra trên đất nước Hoa Kỳ, tự nhiên trở thành người Mỹ; nhưng cha mẹ là người Việt Nam. Số người nầy không nhỏ. Ngoài Hoa Kỳ ra, Úc Châu, Canada và một vài nước Âu Châu có số người Việt sinh sống tại Nga, Đức, Pháp, Anh cũng không phải là ít. Do vậy có mhiều tờ báo tiên đoán rằng: Số người Việt Nam hiện đang sinh sống trên thế giới độ khoảng trên 3.000.000. Riêng ở Úc, qua thống kê của trang nhà Tự Điển Toàn Thơ Mở thì tổng cộng số người Úc gốc Việt là 159.849 người và có 174.246 người dùng hoàn toàn tiếng Việt trong gia đình. Nếu kể cả những trẻ em sinh ra tại Úc thì con số người Việt Nam hiện đang sinh sống tại Úc là 334.095 người (159.000 + 174.246 = 334.095).

Trong hơn 300.000 người Việt đang sinh sống tại Úc có rất nhiều người làm rạng danh cho nòi giống Việt. Đứng về mỗi phương diện đều có nhiều người khác nhau, ở đây tôi chỉ xin ghi lại một vài nét đặc trưng của một vài người tiêu biểu để quý vị độc giả được lãm tường. Đầu tiên là ông Lê Văn Hiếu.

Ông Lê Văn Hiếu sinh năm 1954 tại Quảng Trị, sau khi tốt nghiệp Trung Học tại Đà Nẵng, ông theo học trường Chính Trị Kinh Doanh tại Viện Đại Học Đà Lạt. Vào tháng 11 năm 1977 ông là một trong số những thuyền nhân tỵ nạn cộng sản Việt Nam dùng thuyền đi thẳng đến Darwin nước Úc. Tại Úc ông đã tốt nghiệp Cử Nhân về kinh tế và kế toán, đồng thời ông cũng đã tốt nghiệp Cao Học Quản Trị Hành Chánh tại Đại Học Nam Úc. Ông cũng là giảng viên tại Đại Học Nam Úc và Đại Học Adelaide về các môn phiên dịch và luật kinh thương. Từ tháng 9 năm 2014 ông được bổ nhiệm làm Toàn Quyền Nam Úc với nhiệm kỳ 5 năm. Ông là người gốc Á Châu đầu tiên được bổ nhiệm vào chức vụ quan trọng nầy tại Úc.

Đọc tin nầy chắc chắn ai trong chúng ta lại không vui, vì lẽ người Việt Nam khi bỏ nước ra đi, ai ai cũng mang một hoài bão là làm sao thực hiện được trọn vẹn giá trị của hai chữ "Tự Do" mà họ đã đánh đổi cả mạng sống của mình trong rừng sâu, trên biển cả v.v... Đó là kết quả của bao nhiêu năm miệt mài học tập, làm việc và đóng góp công sức của mình vào xã hội mới, nên mới được như vậy. Ở Đức từng có Phó Thủ Tướng người gốc Việt xuất thân từ Cô Nhi Viện ở Sóc Trăng. Đó là Dr. Philipp Rößler. Có một Thượng Nghị Sĩ Nguyễn Thanh Hải ở Thượng Viện Canada, nhiều chính trị gia ở Hoa Kỳ, Khoa học gia Nguyệt Ánh v.v... đã đương và sẽ đóng góp phần mình vào việc phát triển tài năng cũng như công sức của mình nơi họ đang cư trú, mà nơi đó không phải là quê hương Việt Nam.

Tại Nam Úc mới có thêm một Thượng Nghị Sĩ tên là Ngô Tùng. Ông sinh năm 1972 và đã đắc cử vào Thượng Viện Nam Úc vào năm 2014. Ông gốc là dân tỵ nạn Cộng Sản, đã đến Philippines lúc 10 tuổi. Điều ấy có nghĩa là sau 30 năm ở Úc, ông Ngô Tùng là một người trẻ đã tiến thân rất nhanh trong một xã hội đa văn hóa và đa chủng tộc như Úc. Xin chúc mừng những người trẻ có nhiều tương lai tươi sáng cho con đường chính trị nầy.

Tôi đã từng đi hết các thành phố lớn ở Úc như: Sydney, Melbourne, Adelaide, Brisbane, Perth, Darwin, Canberra, Tasmania, Cairns, Townville v.v... và đã gặp rất nhiều người, nhiều đoàn thể, nhiều ký giả của nhiều tờ báo khác nhau từ năm 1979 đến nay (2015), kể ra cũng đã 36 năm rồi và trong chừng ấy thời gian Cộng đồng người Việt của chúng ta tại Úc đã thể hiện vai trò nổi bật của người tỵ nạn cộng sản trên mọi phương diện. Từ tôn giáo cho đến văn hóa, chính trị. Từ buôn bán cho đến nông nghiệp. Từ học hành cho đến diễn viên điện ảnh, âm nhạc v.v... Nghĩa là ở bất cứ bộ môn nào, người Việt Nam cũng đều có mặt cả; nhưng phải tuyên dương như phần trên tôi đã đề cập đến là vấn đề học vấn. Cha mẹ dầu có ít học đi chăng nữa; nhưng khi đã đi vượt biên tỵ nạn rồi, họ cố gắng hết mình để lo cho con cái học xong Trung Học, khuyến khích lên Đại Học; xong Đại Học tiếp học Cao Học và sau đó lấy bằng Tiến Sĩ. Tôi biết có rất nhiều gia đình như vậy. Cũng có nhiều gia đình có bao nhiêu người con là có bấy nhiêu cái bằng Tiến Sĩ, Cao Học. Đó chính là niềm hãnh diện của cha mẹ. Từ đó con cái họ sẽ tự do xây dựng đời sống tương lai của mình. Con họ có thể trở thành Tu Sĩ của một Tôn Giáo nào đó hay Giám đốc của những Ngân hàng lớn nổi tiếng trên thế giới, hoặc giả làm giảng viên Đại Học hay làm kinh doanh v.v... chắc chắn từ căn bản giáo dục, con người không thể đi lùi lại với trào lưu tiến hóa của nhân loại.

Tôi cũng đã từng đi vào những nông trại rộng thênh thang ở Adelaide; nơi ấy chỉ trồng toàn là cà tím, dưa leo, cà chua hay rau cải v.v... thấy mà mát mắt và thấm đượm cả tấm lòng. Vì tôi gốc là nông dân, sinh ra tại quê hương xứ Quảng Nam nghèo nàn, nên đi đâu và ở đâu, tôi cũng đều thích đồng ruộng, cây cỏ, hoa màu. Có những năm Giáo Hội Phật Giáo Việt Nam Thống Nhất Hải Ngoại tại Úc Đại Lợi và Tân Tây Lan tổ chức những khóa tu học vào cuối tháng 12 tại Adelaide hay Canberra, ở Sydney hay Melbourne luôn được những chủ nông trại cung cấp hằng trăm loại rau quả khác nhau cho khóa tu mà không tính tiền. Quả thật đây là một chất liệu dưỡng sinh xanh, rất cần thiết cho mọi người. Có lẽ chính phủ Úc khuyến khích phát triển nông nghiệp; nên không đánh thuế nhiều vào các sản phẩm nầy; nên những nông dân canh tác thoải mái trên nhiều cánh đồng rộng mênh mông như thế.

Ở Úc cũng như tại Hoa Kỳ và Canada; nơi có Cộng đồng người Việt đông đảo; nên các chính phủ sở tại cho xây dựng những Trung tâm cộng đồng thật là to lớn và thanh lịch, nhằm đáp ứng cho mọi nhu cầu sinh hoạt của con người. Tại Úc có Trung tâm Sinh hoạt người Việt tại Sydney nằm trên miếng đất cạnh chùa Pháp Bảo. Ở đây Cộng đồng tổ chức thường xuyên những buổi thuyết trình của các diễn giả về nhiều đề tài khác nhau như: Kinh tế, Văn hóa, Chính trị, Tôn giáo v.v... Cũng có tổ chức Văn nghệ, Viovinam Việt Võ Đạo hay Gia chánh v.v... Thật ra các nước khác tại Âu Châu, Cộng đồng người Việt mơ được một cơ sở như vậy mà chưa thực hiện được.

Tôi cũng đã có nhiều lần đi dạo phố Banktown hay Cabramatta tại Sydney; thấy những trái chuối xiêm, chuối già, chuối sứ, hay nhìn tận mắt được những trái mít, trái ổi, trái khế... rồi rau mồng tơi, rau húng, rau muống, đậu đũa, đậu ngự, mảng cầu, thanh long v.v... thấy như một quê hương Việt Nam đang hiện hữu giữa chốn trời Tây nầy. Đến đâu mà nghe có tiếng Việt, nhìn thấy những cửa tiệm người Việt là tôi vui rồi. Đây có lẽ là niềm tự hào của người xa xứ chăng? Khi chưa có những khu phố Việt như thế, ta hay đi phố Tàu hay phố Nhựt; nhưng đến những khu phố kia, chúng ta thấy lạc lõng hơn là những khu phố thuần túy Việt Nam. Vì lẽ cái hồn dân tộc không thể gởi gắm được ở những khu phố khác.

Những năm 1979, 1980 nhà cửa ở Úc rất rẻ, có nhiều người mua đến hai hay ba căn, rồi cho thuê. Bây giờ họ lời to. Vì sau 30 năm giá cả đất đai tại Úc tăng đến mấy chục lần. Đồng đô-la Úc tuy mất giá rất nhiều so với thời gian khi người Việt mới đến Úc tỵ nạn; nhưng cơ sở vật chất của người Việt Nam quá nhiều, so với số người đang ở đó. Tôi biết có nhiều gia đình có đến 3 hay 4 căn nhà và căn tốt nhất dùng để ở; còn những căn khác thì cho thuê. Hầu như ít có người Việt Nam nào vỡ nợ vì mua nhà; trong khi các ngân hàng lớn, các hãng bảo hiểm trên thế giới lại vỡ nợ. Điều nầy giống như một phép lạ. Người ngoại quốc khó hiểu; nhưng người Việt Nam tự hiểu họ hơn ai hết. Vì lẽ họ ăn tiêu rất tằn tiện. Mặc cũng vậy. Vào mùa Đông, họ mua đồ hạ giá để lại cho năm sau, còn vào mùa Hè họ lo dè xẻn cho hè năm tới. Họ không đua đòi theo việc ăn mặc mang tính cách thời trang mà lại biết để dành. Do vậy dầu cho họ có bị thất nghiệp cả 3 tháng đến một năm mà vẫn có tiền trả cho ngân hàng. Điều nầy người ngoại quốc không hiểu được người Việt Nam. So với người Thổ Dân ở Úc, thì người Việt Nam đang sinh sống trên Thiên Đường hạ giới đấy; nhưng với Thổ Dân nào biết xử dụng mọi cái quyền để được vươn lên như người Việt. Tổ Tiên họ đã ở Úc cả hằng mấy ngàn năm nay nhưng đâu có được cái vinh dự ấy; trong khi người Việt mới chỉ đến Úc có 40 năm thôi, mà đã như vậy rồi; cho nên ngay cả người da trắng cũng ganh tị, huống là những dân tộc khác, hiện đang sinh sống tại đây.

Từ những ngày đầu tiên của cuối thập niên 1970 đầu thập niên 1980 ở Úc chỉ có mấy chùa chính được thành lập theo thứ tự là: Chùa Pháp Bảo (Sydney), chùa Quang Minh (Melbourne), chùa Phước Huệ (Sydney) và những năm sau đó lần lượt các chùa Pháp Hoa (Adelaide), chùa Vạn Hạnh (Canberra) v.v... được thành lập và đến năm 2015 nầy theo danh sách địa chỉ của lịch Khánh Anh đăng tải được biết tại Úc có 45 chùa tất cả. Dĩ nhiên là còn nhiều Niệm Phật Đường và Đạo Tràng nữa; nhưng những nơi ấy đa phần do Cư sĩ điều hành, không có Tăng, Ni trông coi; nên không có ghi vào lịch. Khi vào trang nhà quangduc.com mục Đại Hội Khoáng Đại kỳ V (2015) của Phật Giáo Úc Châu, chúng ta thấy giáo Hội tại Úc Châu có tất cả 37 cơ sở thành viên thuộc các đơn vị Tự Viện ở các Tiểu Bang. Như vậy sau gần 40 năm số lượng chùa Việt Nam từ 3, 4 ngôi; nay đã có trên 40 ngôi chùa lớn nhỏ được xây dựng trên đất Úc. Từ những ngôi chùa xây cất quy mô như: Pháp Bảo, Quang Minh, Thiên Ấn, Phước Huệ (Sydney) hay Vạn Hạnh (Canberra) hoặc Pháp Hoa (Adelaide); Quảng Đức, Quang Minh (Melbourne) còn có chùa Pháp Quang (Brisbane) và Phổ Quang (Perth) v.v... đã đóng góp phần mình không nhỏ vào sự phát triển trên lãnh vực tinh thần Tôn Giáo của người Việt tại xứ Úc nầy. Người Việt Nam tuy nghèo hơn người Úc; nhưng tinh thần rất giàu có; cho nên sau gần 40 năm an cư tại Úc rồi, có nghề nghiệp hẳn hoi, con cái học hành thành đạt, họ đã đóng góp cho sự phát triển về niềm tin của họ không ít và vai trò của Giáo Hội Phật Giáo Việt Nam Thống Nhất Hải Ngoại tại Úc Đại Lợi và Tân Tây Lan đã là

Giáo Hội chính thức tại đất nước nầy. Vì trong 45 ngôi chùa lớn nhỏ ấy, có đến 37 ngôi chùa là thành viên của Giáo Hội nầy. Giáo Hội có nhiều thăng trầm; nhưng sau 4 kỳ Đại Hội Khoáng Đại, Hòa Thượng Thích Như Huệ, Phương Trượng chùa Pháp Hoa đã đảm nhận vai trò Hội Chủ của Hội Đồng Điều Hành và sau Đại Hội Khoáng Đại kỳ V của Giáo Hội tại Tu Viện Quảng Đức ở Melbourne tháng 5 năm 2015 vừa qua; Hòa Thượng Thích Bảo Lạc, Phương Trượng chùa Pháp Bảo đang đảm nhận nhiệm kỳ V nầy trong 4 năm kể từ năm 2015. Ngoài ra, Hòa Thượng Trưởng Lão Thích Huyền Tôn hiện Trụ Trì chùa Bảo Vương tại Ardeer, Tiểu Bang Victoria là Tăng Giáo Trưởng của Hội Đồng Giáo Phẩm Trung Ương.

Như bên trên tôi đã trình bày, tôi không biết rõ về lai lịch của chư vị Giáo Phẩm tại Úc Châu; nên tôi không viết riêng từng vị một, ngoại trừ Hòa Thượng Thích Như Huệ và Hòa Thượng Thích Bảo Lạc như đã viết sơ lược ở trên. Nay nhân chương nầy có đề cập đến "Tương lai của người Việt Nam và chùa Việt Nam tại Úc" nên tôi chỉ xin điểm qua một vài nét tiêu biểu của một số chùa và một vài vị Tôn Túc mà tôi quen biết xưa nay để giới thiệu đến quý Phật Tử xa gần. Phần chính xác sẽ được Đệ Tử hay Môn Phong của các Ngài giới thiệu riêng sau.

Tại Tiểu Bang Victoria có 12 chùa là thành viên của Giáo Hội. Đầu tiên là chùa Bảo Vương do Hòa Thượng Trưởng Lão Thích Huyền Tôn thành lập từ đầu thập niên 1980 và chùa đã được di dời nhiều lần. Hiện tại chùa nằm tại vùng Ardeer thuộc thành phố Melbourne. Năm nay Ngài gần 90 tuổi; nhưng cốt cách đạo phong của một Trưởng Lão rất oai phong. Ngài rất giỏi chữ Hán, thông tuệ kinh điển và các khoa nghi Du Già, chuyên về trì chú của Mật Tông. Ngài có tính bộc trực và gốc người Quảng Ngãi, rất được nhiều người kính mến và nể phục.

Chùa Thiên Đức do Hòa Thượng Thích Tịnh Minh khai sơn và Trụ Trì. Ngài nguyên là Tổng Vụ Phó Tổng Vụ Tăng Sự của Giáo Hội. Chùa Thiên Đức nằm tại vùng St. Alhaus thuộc thành phố Melbourne

Tu Viện Quảng Đức do Thượng Tọa Thích Tâm Phương thành lập và Thượng Tọa Thích Nguyên Tạng Trụ Trì. Cả hai vị là anh em ruột sinh ra trong một gia đình tại Nha Trang. Thượng Tọa Tâm Phương hiện là Viện Chủ và là Tổng Vụ Trưởng Tổng Vụ Từ Thiện Xã Hội của Giáo Hội. Dáng người cao, ăn nói nhỏ nhẹ và hoạt động xã hội tại quê nhà cũng như hải ngoại rất tích cực. Chùa vốn là một trường học cũ được đập bỏ và xây cất mới lại hoàn toàn; nay đã khánh thành được nhiều hạng mục như: Chánh Điện, Tháp Báo Ân, Tăng Xá, liêu Phương Trượng v.v...

Thượng Tọa Thích Nguyên Tạng thay bào huynh để Trụ trì chùa nầy từ năm 2014, Thầy hiện là Phó Tổng Thư Ký 1, Tổng Vụ Phó Tổng Vụ Hoằng Pháp. Chủ trang nhà quangduc.com là một trong những trang nhà có số độc giả vào đông nhất trên thế giới. Thầy là tác giả và dịch giả của nhiều sách Phật học nổi tiếng. Tiếng Anh của Thượng Tọa rất chuẩn và giảng pháp rất lưu loát cả Việt ngữ lẫn Anh ngữ (xin xem thêm phần nầy tại Tự Điển Toàn Thư Mở Wikipedia tiếng Việt).

Chùa Linh Sơn do Hòa Thượng Thích Tịnh Đạo khai sơn. Ngài nguyên là Tổng Vụ Trưởng Tổng Vụ Văn Hóa Giáo Dục của Giáo Hội; đồng thời Ngài cũng là bậc trưởng thượng của môn phái Linh Sơn tại Úc Châu trong hiện tại. Chùa Linh Sơn nằm tại vùng Reservoir thuộc thành phố Melbourne.

Chùa Giác Hoàng do Thượng Tọa Thích Giác Tín khai sơn Trụ Trì. Chùa mới xây xong chánh điện và được khánh thành vào mùa Phật Đản năm 2015. Thầy là Phó Tổng Thư Ký 2 và là Tổng Vụ Phó Tổng Vụ Thanh Niên Gia Đình Phật Tử. Chùa nằm tại vùng Noble Park thuộc thành phố Melbourne.

Chùa Kim Cang do Thượng Tọa Thích Nhuận Chơn trụ trì. Thầy hiện là Tổng Vụ Phó Tổng Vụ Văn Hóa Giáo Dục và Tổng Vụ Phó Tổng Vụ Nghi Lễ. Thầy xuất thân từ Bình Định nên nghi lễ Phật Giáo Bình Định rất rành. Chùa nằm tại vùng Narre Warren North thuộc thành phố Melbourne.

Chùa Bảo Minh do Đại Đức Thích Viên Tịnh sáng lập và Trụ Trì. Chùa nằm tại vùng Clarina thuộc thành phố Melbourne. Chùa nầy vẫn còn nằm ở dạng "cải gia vi tự" nhưng cũng có nhiều Phật tử lui tới. Hiện Thầy là TổngVụ Phó Tổng Vụ Nghi Lễ và xuất thân từ Quảng Nam.

Chùa Huệ Quang do Đại Đức Thích Thông Hiếu sáng lập và Trụ Trì. Chùa nằm tại vùng Sunshine thuộc thành phố Melbourne. Hiện Thầy là Tổng Vụ Phó Tổng Vụ Cư Sĩ của Giáo Hội.

Chùa Diệu Âm do Ni Sư Thích Nữ Như Tuyết sáng lập và Trụ Trì. Chùa nằm tại vùng St. Albans thuộc thành phố Melbourne. Ni Sư hiện là chánh Thủ Quỹ của Giáo Hội.

Chùa Phật Quang do Ni Sư Thích Nữ Chân Kim sáng lập và Trụ Trì. Địa điểm tuy nhỏ hẹp; nhưng chùa được xây dựng theo truyền thống chùa viện tại Việt Nam. Chùa nằm tại vùng West Footscray thuộc thành phố Melbourne. Hiện Ni Sư là Tổng Vụ Phó Tổng Vụ Tài Chánh của Giáo Hội.

Niệm Phật Đường An Lạc Hạnh do Sư Cô Thích Nữ Nguyên Khai sáng lập và Trụ Trì. Ngôi nhà đang dùng làm Niệm Phật Đường tuy nhỏ; nhưng rất xinh xắn, dễ nhìn. Hiện Sư Cô là TổngVụ Phó Tổng Vụ Từ Thiện Xã Hội.

Tu Viện Từ Ân do Đại Đức Thích Hạnh Phẩm thành lập và Trụ Trì. Chùa nằm tại ven đô thành phố Melbourne, cảnh trí rất trang nhã, thanh tịnh.

Chùa Bồ Đề do Sư Cô Thích Nữ Nhật Liên thành lập và Trụ Trì. Chùa nằm tại St. Albans thuộc thành phố Melbourne.

Ngoài ra tại Melbourne có chùa Quang Minh rất nổi tiếng do Thượng Tọa Thích Phước Tấn trụ trì; nhưng chùa nầy thuộc Giáo Hội của Cố Hòa Thượng Thích Phước Huệ; nên không trực thuộc ở đây; nên không giới thiệu thêm các chi tiết khác. Tuy nhiên quý vị nào có cơ duyên đến Melbourne thì cũng nên thăm viếng chùa nầy, vì chùa Quang Minh có một Chánh điện và một Hội trường rất hiện đại, có thể chứa nhiều ngàn người cùng một lúc.

Ngoài ra còn có chùa Hoa Nghiêm vùng Spring Vale, Melbourne cũng bề thế không kém.

Sau đây là các chùa thuộc Tiểu Bang Nam Úc.

Chùa Pháp Hoa là một trong 5 chùa được thành lập sớm nhất tại xứ Úc do Hòa Thượng Trưởng Lão Thích Như Huệ khai sơn và Trụ Trì trong thời gian gần 30 năm, sau đó Ngài trở về ngôi Phương Trượng và trao chức vụ Trụ Trì lại cho Đại Đức Thích Viên Trí. Trong 4 nhiệm kỳ trước, Ngài là Hội Chủ của Giáo Hội Phật Giáo Việt Nam Thống Nhất Hải Ngoại tại Úc Đại Lợi và Tân Tây Lan và bắt đầu nhiệm kỳ 5 (2015-2019) Ngài trở thành Chứng Minh Đạo Sư của Hội Đồng Giáo Phẩm

Trung Ương cũng như Hội Đồng Điều Hành của Giáo Hội (xem thêm phần viết về Hòa Thượng ở chương trước).

Chùa nằm tại vùng Pennington thuộc thành phố Adelaide của Tiểu Bang Nam Úc và đây cũng là ngôi chùa Việt Nam tại Tiểu Bang nầy. Thật ra khi người tỵ nạn cộng sản Việt Nam đến Tiểu Bang Nam Úc từ sau năm 1975; nhưng số Phật Tử tương đối ít, vả lại chưa có Tăng, Ni nào định cư tại đó; cho nên Đạo Hữu cựu Hội Trưởng Hội Phật Giáo Việt Nam tại Nam Úc ông Nguyễn Văn Tươi và đồng bào tại đó sinh hoạt chung với các Hội Phật Giáo Nam Tông như Lào và Cam Bốt. Mỗi tháng họ sinh hoạt với nhau từ một đến hai lần và mỗi lần như vậy họ thỉnh một vị Sư Nam Tông người Lào hay Cam Bốt đến hướng dẫn tụng kinh bằng tiếng Pali và nghe pháp cũng như dùng cơm chung với nhau. Họ thường hay mượn Hội Trường của trại tạm cư tại Adelaide để cử hành những nghi lễ nầy. Đến năm 1979, 1980, 1981 khi mà Hòa Thượng Trưởng Lão Thích Như Huệ chưa hiện diện nơi đây thì chính chúng tôi, mỗi lần từ Đức qua thăm Úc, tôi đều có viếng thăm Nam Úc; mỗi lần ít nhất có một cái cuối tuần tại đó và thuở ấy tôi có những đề nghị như sau:

- Chúng ta theo Phật Giáo Đại Thừa, đa phần theo Tịnh Độ Tông và tụng kinh bằng tiếng Việt; trong khi đó Phật Giáo Đại Thừa của chúng ta nghe tụng tiếng Pali không hiểu, thì đó là vấn đề khó khăn đầu tiên.

- Vấn đề kế tiếp theo là chúng ta dùng chay khi đến chùa, nhất là vào những ngày rằm hay mồng một; nhưng các vị Sư Nam Tông và Phật Tử Nam Tông thì không phải như vậy.

- Vả lại số Phật Tử Việt Nam chúng ta cũng nhiều hơn họ.

Từ ba điểm nêu trên, tôi đi đến kết luận và đề nghị với bà con Phật Tử Việt Nam chúng ta tại Adelaide rằng:

Như vậy chúng ta sẽ khó mà hoạt động lâu dài chung với hai nước kia được. Chúng ta cũng không thể xây một ngôi chùa chung như vậy được; nên tôi xin đề nghị là Phật Tử Việt Nam chúng ta nên tách ra Hội nầy và lập một Hội khác mang tên là Hội Phật Giáo Việt Nam tại Nam Úc và Đạo Hữu Nguyễn Văn Tươi vẫn xin giữ chức Hội Trưởng, vì Đạo Hữu là nhân viên ngoại giao của Tòa Đại Sứ Việt Nam Cộng Hòa từ Ấn Độ sang đây tỵ nạn; nên rất rành tiếng Anh và cung cách ngoại giao, Đạo Hữu ấy có thể tiếp tục công việc nầy và nếu tôi nhớ không lầm một lần họp của tháng 2 và tháng 12 năm 1980 Hội Phật Giáo Việt Nam tại Nam Úc được thành lập.

Kể từ đó trở đi, bà con Phật Tử mình đi mượn nơi khác để hội họp, lễ bái mỗi khi thỉnh được chư Tăng về và kể từ năm 1981 đến năm 1984 Hòa Thượng Thích Bảo Lạc vẫn thường hay lên xuống Adelaide để hướng dẫn cho Phật Tử và mãi đến năm 1983, 1984 khi Hòa Thượng Trưởng Lão Thích Như Huệ từ Nhật Bản qua Nam Úc, Ngài đã chính thức khai sơn và làm Trụ Trì chùa Pháp Hoa cũ cũng như mới từ đó cho đến năm 2013, 2014.

Chùa Quan Âm tọa lạc tại vùng Woodville North thuộc thành phố Adelaide do Ni Sư Thích Nữ Viên Thông sáng lập và Trụ Trì. Chùa cũng là một ngôi nhà biến thành nơi thờ Phật. Tuy nhỏ nhưng rất trang nghiêm và có nhiều Phật Tử lui tới tu học tại đây. Hiện Ni Sư là Phó Thủ Quỹ của Giáo Hội.

Các Chùa tọa lạc tại Tiểu Bang New South Wales

Tiểu Bang New South Wales rất lớn và có dân số rất đông, nhất là thành phố Sydney có đến 4 triệu rưỡi người đang sinh sống và người Việt Nam cũng ở Tiểu Bang nầy nhiều hơn các nơi khác tại Úc. So về diện tích đất đai thì Tiểu Bang nầy lớn gần gấp 3 lần nước Việt Nam (Việt Nam rộng 331.690 cây số vuông và có 93.421.835 người; trong khi đó chỉ riêng Tiểu Bang New South Wales của Úc rộng 800.642 cây số vuông và dân số toàn bang chỉ có 7.544.500 người). Tại đây có rất nhiều chùa và chùa Pháp Bảo là ngôi chùa được thành lập đầu tiên tại Tiểu Bang New South Wales cũng như toàn thể Liên Bang Úc từ cuối năm 1980 và đầu năm 1981. Tính đến nay (2015) cũng đã 35 năm rồi. Sáng lập Trụ Trì là Hòa Thượng Thích Bảo Lạc. Sau 25 năm, Ngài về ngôi Phương Trượng và trao nhiệm vụ Trụ Trì lại cho Đại Đức Thích Phổ Huân (xem thêm ở chương trên về Hòa Thượng Thích Bảo Lạc). Nhiệm kỳ V của Giáo Hội Phật Giáo Việt Nam Thống Nhất Hải Ngoại Úc Đại Lợi và Tân Tây Lan, Ngài giữ chức vụ Hội Chủ. Chùa nằm tại thành phố St. Jonhs Park thuộc Sydney và gần khu Cabramatta; nơi đó có nhiều người Việt tỵ nạn đang sinh sống.

Tu Viện Đa Bảo ở Blue Mountains cũng do Hòa Thượng Thích Bảo Lạc sáng lập, đầu tiên nằm tại Campbelltown; nhưng từ năm 2010 đã thiên di về vùng núi đồi vùng Blue Mountains. Cả hai nơi nầy đều dùng làm chỗ tịnh tu và nhập thất của Hòa Thượng Phương Trượng Thích Bảo Lạc và mới đây có tạo thêm một cơ sở khác cũng gần chùa Pháp Bảo, nằm tại vùng Wallacia, thuộc thành phố Sydney; gọi là Thiền Lâm Pháp Bảo, do Đại Đức Thích Phổ Huân quán xuyến trông coi. Từ năm 2003 đến 2012, trong vòng liên tục 10 năm như vậy; mỗi năm tôi có 2 tháng ở lại Campbelltown và Blue Mountains để tịnh tu nhập thất; nhờ vậy mà trong vòng 10 năm nầy tôi đã có 20 tác phẩm cũng như dịch phẩm để lại cho đời.

Thiền Viện Minh Quang theo hệ phái Khất Sĩ do Hòa Thượng Thích Minh Hiếu khai sơn, sáng lập Trụ Trì. Ngài hiện là Tổng Vụ Trưởng Tổng Vụ Hoằng Pháp của Giáo Hội Phật Giáo Việt Nam Thống Nhất Hải Ngoại tại Úc Đại Lợi và Tân Tây Lan. Hòa Thượng giảng pháp rất lôi cuốn; nên các Tông Phái Phật Giáo Việt Nam đều chấp nhận Ngài một cách dễ dàng; nhờ vậy mà chỉ trong vòng 10 năm định cư tại Úc, Hòa Thượng đã cải gia vi tự, rồi xây dựng ngôi Đại Tự Minh Quang tại thành phố Canley Vale rất bề thế. Ai nhìn thấy cũng phải khâm phục và tán thán.

Chùa A Di Đà do Thượng Tọa Thích Nguyên Trực khai sáng và Trụ Trì. Hiện Thượng Tọa là Tổng Vụ Trưởng Tổng Vụ Cư Sĩ của Giáo Hội. Chùa tọa lạc tại vùng Canley Vale gần khu thương mại của người Việt Nam, dân cư rất đông đúc và tuy là một ngôi nhà được tu bổ lại để làm chùa; nhưng khi vào bên trong thấy rất trang nghiêm.

Chùa Trúc Lâm do Thượng Tọa Thích Tâm Minh sáng lập và Trụ Trì. Chùa nằm tại thành phố Bankstown; nơi đô thị lớn thứ 2 của người Việt tại Sydney nầy. Chùa cũng thuộc dạng cải gia vi tự; nhưng nhờ bàn tay chăm sóc khéo léo của Thầy; nên từ bên trong chánh điện ra đến ngoài vườn; nơi nào cũng rất xinh xắn, đẹp mắt theo lối cung đình của xứ Huế ngày xưa. Ngài có giọng tán tụng thật là cao và trang nghiêm thanh thoát như nhạc lễ cung đình khi Ngài cất giọng lên. Hiện Thầy là Tổng Vụ Trưởng Tổng Vụ Thanh Niên và Gia Đình Phật Tử.

Chùa Thiên Ấn do Thượng Tọa Thích Như Định khai sơn và Trụ Trì. Ban đầu cũng cải gia vi tự; nhưng sau đó Thầy đã mua nhiều ngôi nhà chung quanh và hiện tại chùa đang xây dựng rất bề thế. Thầy người gốc Quảng Ngãi; giỏi về nghi lễ; nên Giáo Hội đã bầu Thầy vào Tổng Vụ Phó Tổng Vụ Nghi Lễ. Chùa tọa lạc tại vùng Canley Vale, thuộc thành phố Sydney, Tiểu Bang New South Wales.

Chùa Hưng Long nằm tại phố Cabramatta do Thượng Tọa Thích Đạo Thông thành lập. Vùng nầy rất đông người Việt định cư, làm ăn, buôn bán; nên nhiều chùa viện cũng theo nhu cầu ấy mà được xây dựng nên; để đáp ứng cho nhu cầu tâm linh của Phật Tử.

Tu Viện Nguyên Thiều do Hòa Thượng Thích Quảng Ba thành lập và hiện nay trao quyền quản trị qua Đại Đức Thích Đạo Hiển trụ trì. Chùa nằm ở vùng Fairfield Heights thuộc thành phố Sydney. Chùa cũng thuộc dạng cải gia vi tự. Hiện tại Đại Đức Thích Đạo Hiển giữ nhiệm vụ Tổng Vụ Phó Tổng Vụ Thanh Niên & Gia Đình Phật Tử của Giáo Hội.

Chùa Minh Giác ở Smithfield do Thầy An Thiên thành lập và sau khi Thầy ấy tự thiêu, Thầy Hạnh Tri tiếp tục Trụ Trì từ đó cho đến nay. Chùa thuộc dạng cải gia vi tự và hiện việc xây dựng mới sắp xong, dù vậy chỗ sinh hoạt cũng rất giới hạn. Đại Đức Thích Hạnh Tri hiện là Tổng Vụ Phó Tổng Vũ Văn Hóa Giáo Dục.

Tu Viện Minh Giác tại Cabramatta cũng do Thầy An Thiên sáng lập sau chùa Minh Giác và sau ngày Thầy tự thiêu; Đại Đức Thích Hạnh Hiếu về đây Trụ Trì. Được biết Tu Viện đang có dự án mới, di dời đi nơi khác rộng lớn hơn.

Chùa Liên Hoa do Ni Sư Thích Nữ Tâm Lạc trụ trì. Chùa nằm ở vùng Marrickville, gần trung tâm thành phố Sydney. Tại đây đất đai giới hạn; nên chùa cũng chỉ đang ở dạng cải gia vi tự. Ni Sư đang là Tổng Vụ Trưởng Tổng Vụ Tài Chánh của Giáo Hội.

Tịnh Xa Minh Đăng Quang do Sư Cô Thích Nữ Thanh Liêm sáng lập và Trụ Trì. Chùa nầy theo hệ phái Khất Sĩ và chùa cũng là dạng cải gia vi tự, nằm ở thành phố Cabramatta. Hiện Sư Cô là Tổng Vụ Phó Tổng Vụ Tài Chánh.

Chùa Báo Ân ở Cabramatta do Ni Sư Thích Nữ Huệ Khiết sáng lập và Trụ Trì. Chùa cũng ở dạng cải gia vi tự. Tuy nhỏ, nhưng Ni Sư cho sửa sang bên trong lại theo lối Đài Loan rất trang nghiêm và gọn gàng.

Chùa Huyền Quang do Thượng Tọa Thích Bổn Điền sáng lập và Trụ trì. Chùa nằm ở phố Bankstown; nơi có nhiều người Việt Nam đang sinh sống. Đây cũng là một ngôi nhà được sửa lại làm chùa và Thượng Tọa đang trong giai đoạn xây dựng chùa Huyền Quang rộng lớn hơn cũ. Thượng Tọa Thích Thiện Hiền Tổng Vụ Trưởng Tổng Vụ Nghi Lễ cũng đang trú tại chùa nầy.

Chùa Long Quang do Thượng Tọa Thích Phổ Hương sáng lập, trụ trì. Chùa cũng thuộc dạng cải gia vi tự. Thượng Tọa Phổ Hương có giọng ca cải lương rất hay và tán tụng rất giỏi. Chùa nầy tuy nhỏ; nhưng đã có nhiều người lui tới tu học. Chùa nằm tại phố Cabramatta.

Tại lãnh thổ ACT thủ đô Canberra của xứ Úc hiện chỉ có một chùa thuộc thành viên của Giáo Hội. Đó là Tu Viện Vạn Hạnh do Hòa Thượng Thích Quảng Ba thành lập từ năm 1984 đến nay. Suốt thời gian hơn 30 năm qua chùa đã xây dựng được những công trình chính như: Cư xá La Hầu La, Trai đường, Cổng tam quan, các Ni xá và Chánh điện đang trong tiến trình xây dựng. Hòa Thượng Thích Quảng Ba hiện là Phó Hội Chủ Ngoại Vụ. Thầy hay đi đó đây để lo cho Đạo; mặc dầu thân thể bị bệnh tật; nhưng không vì thế mà những công việc của Giáo Hội bị trễ nải.

Tiểu Bang Tây Úc có chùa Phổ Quang lâu đời do Hòa Thượng Thích Phước Nhơn sáng lập trụ trì; nhưng sau Giáo chỉ số 9, Hòa Thượng và chùa đứng ra ngoài Giáo Hội Phật Giáo Việt Nam Thống Nhất Hải Ngoại tại Úc Đại Lợi và Tân Tây Lan.

Tại thành phố Perth có chùa Quan Thế Âm Ni Tự do Ni Trưởng Thích Nữ Phước Trí sáng lập Trụ Trì. Ban đầu chùa cũng cải gia vi tự; nhưng sau nầy thì xây dựng lại rất khang trang. Hiện Ni Trưởng làm Vụ Trưởng Vụ Ni Bộ Bắc Tông của Giáo Hội.

Tiểu Bang Queensland có thủ phủ là Brisbane. Thành phố nầy tôi đã đặt chân đến đây từ cuối năm 1979 đầu 1980. Đầu tiên tại đây có Hội Phật Giáo được thành lập do Đạo Hữu Nguyễn Viết Trưng làm Hội Trưởng và sau đó tạo dựng được một ngôi chùa lấy tên là Phật Đà và sau khi Thượng Tọa Thích Nhật Tân về ở đây một thời gian thấy thiếu duyên nên Thượng Tọa đi ra riêng và thành lập chùa Pháp Quang từ dạo đó đến nay; còn chùa cũ Phật Đà cũng đã được xây dựng hoàn tất. Hiện ở Brisbane có 2 chùa thuộc Giáo Hội. Đó là chùa Pháp Quang và chùa Linh Sơn.

Chùa Pháp Quang do Thượng Tọa Thích Nhật Tân xây dựng rất bề thế. Chùa nằm tại vùng Durack và Thầy đương kim là Tổng Thư Ký của Giáo Hội.

Chùa Linh Sơn thuộc hệ phái Linh Sơn Pháp Quốc của Cố Hòa Thượng Thích Huyền Vi. Chùa do Sư Cô Thích Nữ Trí Lưu trụ trì. Trước đây chùa nầy cũng là một tư gia; nhưng được phép xây dựng lại thành chùa rất khang trang.

Tại Tân Tây Lan có chùa Giác Nhiên, chùa Trí Đức và Quan Âm Đạo Tràng. Quan Âm Đạo Tràng do Thượng Tọa Thích

Phước Ân khai sơn, trụ trì; nhưng có liên hệ với chùa Phước Huệ ở Sydney nhiều hơn là với Giáo Hội.

Chùa Giác Nhiên do Hòa Thượng Thích Trường Sanh sáng lập và Trụ Trì. Ngài hiện là Phó Hội Chủ đặc trách Tân Tây Lan. Hòa Thượng xuất thân từ Huế; nên mọi nghi lễ và cung cách đều giống hệt tại quê nhà, nhằm giữ gìn truyền thống của cố đô, nghìn năm văn vật.

Chùa Trí Đức do Đại Đức Thích Đạo Nguyên sáng lập và Trụ Trì. Chùa nằm tại thành phố Auckland thuộc Tân Tây Lan. Đây là một quốc gia riêng biệt, độc lập với Úc; nhưng hành chánh rất gần và giống Úc; nên Úc và Tân Tây Lan bao giờ cũng đi chung với nhau. Tại đây số người Việt định cư cũng như sinh sống ít hơn ở Úc và đa phần họ định cư tại đây một thời gian, lại muốn di dời qua Úc sinh sống dễ hơn.

Trên đây tôi chỉ xin tóm lược lại thành quả của Cộng đồng người Việt và đặc biệt là Phật Giáo và không bàn qua các Tôn Giáo khác như Thiên Chúa Giáo, Tin Lành, Cao Đài, Hòa Hảo v.v... Ở đây họ cũng xây dựng Thánh thất, Nhà thờ hoặc các cơ sở thờ tự để giữ vững niềm tin cho tín hữu của họ. Vì không phải là phần chuyên môn của mình ở lãnh vực của các Tôn Giáo khác; nên tôi xin phép không để cập đến; nhưng phải thừa nhận một điều: Tất cả các Tôn Giáo đều làm chỗ dựa tinh thần rất vững chắc cho Tín Đồ. Dầu cho trong hoàn cảnh nghiệt ngã, khó khăn nào, người có niềm tin vào một Tôn Giáo thì chắc chắn một điều đa phần gia đình đó sẽ phát triển mạnh về mặt gia đình cũng như ngoài xã hội. Nếu một người không có Tôn Giáo tin chắc rằng họ sẽ không có chỗ nương tựa khi gặp biến cố, khi sóng to gió lớn, khi con người không còn tự làm chủ mình được nữa.

Ngày xưa khi mới đến định cư bất cứ ở một quốc gia nào, chúng ta rất khó khăn về vấn đề hội nhập, vì lý do ngôn ngữ, phong tục, tập quán v.v... nhất là vấn đề cơ sở. Ngày nay chỉ riêng Phật Giáo Việt Nam đã có trên 600 ngôi chùa lớn nhỏ, có mặt khắp năm châu bốn bể, để đáp ứng cho những nhu cầu quan, hôn, tang, tế; khỏi phải bị khó khăn khi phải đi mượn cơ sở khác để tổ chức những lễ nghi trên. Các ngôi chùa và các nơi thờ phụng của các Tôn Giáo khác đều đáp ứng được cho nhu cầu nầy. Đây không phải là một hạnh phúc sao!

Cả một Cộng đồng to lớn của người Việt Nam trên xứ Úc gồm có trên 250.000 người; những ngày đầu tiên sau năm 1975 có cả hằng trăm, hằng nghìn tờ báo xuất bản tại Úc và nay sau 40 năm chỉ còn lại một số báo tiêu biểu như: Chiêu Dương, Việt Báo, Việt Luận, Nhân Quyền v.v... Họ sống được vì nhờ chuyên môn và nhờ quảng cáo, điều ấy có thể nuôi sống những tờ báo ấy cho đến tận bây giờ. Đài truyền hình, Radio, Internet v.v... là những phương tiện truyền thông đến đại chúng rất hữu hiệu và đã có thời những phương tiện nầy giúp cho người Việt rất nhiều trên phương diện tranh đấu cho một nước Việt Nam thật sự có tự do dân chủ nhân quyền trong tương lai.

Người Việt chỉ thua người Nhật ở sự kết đoàn và tôn trọng những ý kiến khác. Nếu người Việt Nam hoàn hảo được tất cả những phương tiện nầy, thì thế giới chắc phải còn nể phục nhiều hơn nữa. Đi đâu và đến đâu cũng được nghe báo chí địa phương ấy ca tụng tán dương về việc học hành của con em người Việt Nam; nhưng ở lĩnh vực khác, cũng có đấy; nhưng rất hiếm và hy vọng rằng với đà tiến bộ của nền khoa học thông tin như ngày hôm nay trên thế giới, con người, nhất là người Việt Nam sẽ có ý thức sâu sắc hơn và lực kết đoàn mạnh hơn, để chúng ta có một cộng đồng chặt chẽ hơn. Tôi xin nói một điều không ngoa rằng: Nếu không nhờ chư Tăng

Ni thực hiện 10 điều trong Luận Bảo Vương Tam Muội thì hơn 600 ngôi chùa ấy không được hình thành đâu, dầu cho có tiền rừng bạc biển bỏ vào đó, mà lòng người không hòa hợp, thì cá nhân cũng chỉ là cá nhân mà thôi.

Với một Cộng đồng người Việt to lớn như vậy ở Úc nên cũng không tránh khỏi những tai tiếng như nạn buôn lậu, ma túy, đưa người vào Úc bất hợp pháp v.v… nhưng những việc nầy đã có luật lệ của Úc trừng trị, nếu những ai không tuân thủ đời sống tự do; nhưng phải giữ gìn luật pháp tại xứ nầy thì phải bị xử theo luật vậy. Tuy nhiên số nầy rất ít, so với sự thành công của người Việt trên mọi phương diện ở xứ Úc ngày nay; và tôi hy vọng rằng trong thời gian ngắn tới, trong vòng 20 đến 40 năm nữa thôi, người Việt Nam sẽ có chân đứng rất vững trong xã hội đa văn hóa của xứ Úc. Mới chỉ 40 năm thôi, mà người Việt Nam tỵ nạn cộng sản đã có một ông Lê Văn Hiếu 60 tuổi làm đến chức Toàn Quyền tại Nam Úc. Có một Thượng Nghị Sĩ tên là Ngô Tùng ở Tiểu Bang Nam Úc mới 40 tuổi thôi và anh nầy khi đến Úc đang ở độ 10 tuổi. Sau 30 năm, anh ta đang có một tương lai rất xán lạn tại lục địa nầy. Đó là chưa kể hằng trăm, hằng nghìn giáo sư Đại Học hay những nhà nghiên cứu hay những nhân tài Y khoa, Bác sĩ. Họ chính là những người đang làm vẻ vang cho dòng giống Việt. Chỉ tiếc một điều là những thế hệ thứ hai, thứ ba được sinh ra và lớn lên tại Úc, lớp trẻ nầy sẽ nhanh chóng quên đi tiếng Mẹ đẻ, thay vào đó họ lấy ngôn ngữ Anh làm chính, mặc dầu ông bà cha mẹ họ vẫn là người Việt Nam. Do vậy căn bản của sự giáo dục là xuất phát từ gia đình, chứ không phải học đường. Vì học đường hay xã hội, chỉ là những thành quả có được, mà người con trai hay người con gái ảnh hưởng ngay từ lúc ban đầu.

Tôi không quá lạc quan, mà cũng không có gì để bi quan cả. Chỉ có một niềm hy vọng và "Hy vọng thì chẳng tốn tiền" như tục ngữ của người Đức hay dùng để chỉ mong rằng: "Người Việt Nam của chúng ta dầu sống bất cứ ở nơi đâu trên quả địa cầu nầy phải có bổn phận đóng góp phần mình cho quê hương mình đang sống và đồng thời chúng ta cũng không được phép quên quê hương Tổ Quốc Việt Nam của mình như người Việt ở đời nhà Lý sau khi đi tỵ nạn nhà Trần vào năm 1224 đến Triều Tiên, hay người Việt tỵ nạn vào thời nhà Minh ở thế kỷ thứ 15 và nhà Nguyễn Tây Sơn ở cuối thế kỷ thứ 18 tại Thái Lan, dẫu cho xa quê hương đất nước trong từng ấy thời gian; nhưng lòng họ vẫn luôn hướng về cố quốc, vì nơi đó là nơi chôn nhau cắt rún của ông bà Tổ Tiên họ.

LỜI CUỐI SÁCH

Hôm nay là ngày 10 tháng 7 năm 2015 tôi bắt đầu viết lời cuối nầy sau thời gian công phu khuya và sau đúng một tháng, tôi đã viết xong tác phẩm thứ 65 nầy. Đây là tác phẩm viết đặc biệt về nước Úc và mỗi năm tôi sẽ cố gắng viết về một nước, những nơi mà tôi đã đi qua, đã sống, đã làm việc v.v… để lưu lại một cái gì đó cho đời sau và sang năm 2016 tôi sẽ cùng với Thượng Tọa Thích Nguyên Tạng dịch chung một quyển sách tiếng Anh nhan đề là: "*The Zen of Living and Dying – A Practical and Spiritual Guide*" của Lão Sư Philip Kaplaeau và xin tạm dịch là "*Thiền Sống và Chết - Cẩm nang hướng dẫn thực hành*". Ngoài ra tôi sẽ cố gắng viết về nước Mỹ cũng như Canada; nơi tôi đã thăm viếng gần 50 lần, kể từ năm 1979 đến nay.

Hôm nay cũng là ngày cuối của khóa An Cư Kiết Đông tại chùa Pháp Bảo Sydney, Úc Châu. Có hơn 50 Tăng Ni kiết giới an cư và 160 Phật Tử tại gia tùng hạ tu tập. Đây là một hình ảnh đẹp trong truyền thống Phật Giáo. Tại chùa Viên Giác Hannover mỗi năm đều đặn như thế từ ngày 1 đến ngày 11 tháng 7 chư Phật Tử khắp nơi tự động về chùa tham gia khóa Tu Gieo Duyên trong 5 ngày đầu và 5 ngày sau tu Miên Mật.

Năm nay phần Tu Gieo Duyên có 25 Phật Tử tham dự và khóa Tu Miên Mật do Thầy Hạnh Giới hướng dẫn có 60 người tham gia. Hôm nay cũng là ngày cuối và ngày mai 11.7 bế mạc. Ở Úc vào ngày mai cũng làm lễ giải chế an cư Kiết Đông. Đây cũng là một sự trùng hợp giữa 2 chùa, giữa 2 châu lục và điều ấy chúng tôi không sắp đặt trước. Có lẽ vì năm nay Phật sự tại Âu Châu quá nhiều; nên một số nơi phải sắp đặt chương trình tu học cho Phật Tử tại địa phương mình có thay đổi như vậy để phó hội các nơi kia. Từ ngày 20 đến ngày 30 tháng 7 năm 2015 tại Neuss, Đức Quốc, sẽ tổ chức khóa Tu Học Phật Pháp Âu Châu kỳ thứ 27; tại Evry, Pháp Quốc, từ ngày 13 đến ngày 16 tháng 8, có Đại Giới Đàn Khánh Anh, Về Nguồn 9 hay Lễ Hiệp Kỵ Chư Lịch Đại Tổ Sư; Lễ Khánh Thành chùa Khánh Anh sau 20 năm xây dựng và Lễ Đại Tường của Hòa Thượng Thích Minh Tâm. Đến cuối tháng 9 đầu tháng 10 năm 2015 nầy tại Đức, Đan Mạch và Thụy Điển có Phái đoàn Hoằng Pháp đến từ Hoa Kỳ và Âu Châu đi thuyết giảng các nơi. Đó là chưa kể những Phật sự của từng nước và từng địa phương. Điều ấy có nghĩa là chúng tôi rất bận rộn cho việc tu học cũng như hoằng pháp.

Chương trình Tu Gieo Duyên thì mỗi ngày thức dậy từ 5 giờ 30 sáng; 5 giờ 45 phút bắt đầu ngồi Thiền và sau đó là trì tụng Thần Chú Thủ Lăng Nghiêm; 8 giờ dùng sáng. Từ 9 đến 10 giờ rưỡi Thầy Hạnh Luận hướng dẫn quý Phật Tử huân tu niệm Phật. Sau đó Cô Hạnh Bình cúng ngọ. 11 giờ tất cả Đại Chúng cùng dùng ngọ trai và kinh hành nhiễu Phật. 14 giờ 30 là giờ thuyết giảng của chúng tôi; Thầy Trí Học (người Đài Loan) qua việc thông dịch của Thầy Hạnh Bổn. 17 giờ do Thầy Hạnh Lý hướng dẫn quý Phật Tử đi công phu chiều; 18 giờ 30 dùng tối và 20 giờ bắt đầu lạy kinh Đại Bát Niết Bàn mỗi chữ mỗi lạy cho đến 9 giờ thì chấm dứt và tọa thiền. Năm nay đã lạy đến Phẩm Ca Diếp của quyển II. Hy vọng còn 4 hay 5 mùa hạ nữa, sẽ lạy xong tất cả bộ kinh Đại Thừa nầy. Cuối cùng của một ngày là chỉ tịnh.

Tu Miên Mật thì miên mật hơn; nghĩa là tịnh khẩu hoàn toàn và thêm vào phần niệm Phật giữa trưa cũng như buổi tối thay vì lễ lạy kinh Đại Bát Niết Bàn. Tuy mệt nhọc; nhưng nhìn nét mặt ai ai cũng hoan hỷ an lạc. Vì họ đã tìm được con đường trở về nội tâm của mình.

Khóa An Cư Kiết Đông tại chùa Pháp Bảo Sydney thời khóa tu học, hội họp, giảng dạy cũng chằng chịt như thế suốt trong 10 ngày; nhưng trên từ Chư Tôn Đức, dưới đến các Cụ Ông, Cụ Bà luôn luôn nở nụ cười an lạc, mặc dù ăn ngủ không bình thường như ở nhà và nhất là mùa Đông của Úc Châu về đêm cũng lạnh lắm. Đặc biệt năm nay cũng như mọi năm; Chùa Pháp Bảo và Ban Thực Hiện Kỷ Yếu An Cư đã làm xong một tập Kỷ Yếu 100 trang với những bài viết và hình ảnh được đăng tải nơi ấy thật là tuyệt vời. Nhanh kỷ lục, mà ít có trường Hạ nào thực hiện được việc nầy. Công đức ấy phải kể đến Thượng Tọa Thích Nguyên Tạng, Đại Đức Thích Phổ Huân, Sư Cô Thích Nữ Giác Anh và một số quý vị chuyên môn trình bày cho Kỷ Yếu.

"Ôn cố tri tân" vẫn là chuyện nên làm. Vì đây là một chiếc cầu từ quá khứ nối liền với hiện tại. Nếu tương lai mà không có chiếc cầu của hiện tại bắc nối liền nhau, thì quá khứ và tương lai ấy không có sự liên tục. Do vậy, nếu tôi có làm được một việc gì đó, chẳng qua là "muốn bắc một nhịp cầu". Chỉ đơn giản có thế thôi! Còn đúng, sai, tốt, xấu xin để lại cho người đọc phẩm bình. Tôi không chủ quan khi viết. Tuy nhiên nếu có điều gì sai thì mong quý độc giả góp ý giúp.

Lần giở lại xấp hồ sơ cũ đã gần nửa thế kỷ nay; nhưng thấy hồ sơ vẫn còn mới nguyên và tôi đã theo thứ tự của thời gian, xin xếp vào đây một số hồ sơ đặc biệt của cá nhân mình để nhớ lại một thời như thế.

VIỆT-NAM CỘNG-HÒA
REPUBLIC OF VIỆT-NAM
RÉPUBLIQUE DU VIỆT-NAM

SỔ THÔNG-HÀNH
PASSPORT
PASSEPORT

Số / *Nº*: 006338

Tên, họ / *Name* / *Nom et prénoms*: Mr. LÊ CƯỜNG

Quốc-tịch / *Nationality* / *Nationalité*: Vietnamese

Ngày và nơi sanh / *Date and place of birth* / *Lieu et date de naissance*: 28.06.1949 in Quảng Nam

Nghề-nghiệp / *Occupation* / *Profession*: Religious

Cư-trú / *Permanent residence* / *Domicile*: Minh Mạng. Cholon

Giấy thông-hành này gồm có 44 trang không kể trang bìa
This passport contains 44 pages without the cover.
Ce passeport contient 44 pages non compris la couverture.

Đầu tiên là Passport của Việt Nam Cộng Hòa cấp. Nếu tôi không có Passport nầy thì tôi đã không có thể đi du học tại Nhật vào năm 1972 và cũng không thể vào Đức năm 1977. Do vậy ở đây tôi thành tâm cảm ân một chính thể như vậy đã giúp cho tôi có được chân trời cao rộng như ngày hôm nay. Số thứ tự của Passport (ngày xưa gọi là Sổ Thông Hành và nay gọi là Hộ Chiếu) là 006338 do Bộ Nội Vụ Việt Nam Cộng Hòa cấp năm 1971. Đây là thời điểm sau khi tôi thi đậu Tú Tài II tại Sàigòn và Bộ Nội Vụ đã cấp Sổ Thông Hành nầy để đến Tòa Đại Sứ Nhật Bản nộp cùng với các giấy tờ khác để làm Visa vào Nhật. Ở đây chúng tôi cũng xin cảm ơn Bà Thạnh, người hướng dẫn tôi cũng như thâu nhận hồ sơ thuở ấy (1971) để được xin đi du học ở Nhật một cách dễ dàng và nhanh chóng. Chỉ chừng 2 tháng sau là tôi đã có giấy xuất ngoại, được niêm yết tên tuổi tại Bộ Nội Vụ, nằm trước Bưu Điện Chính Sàigòn thuở bấy giờ.

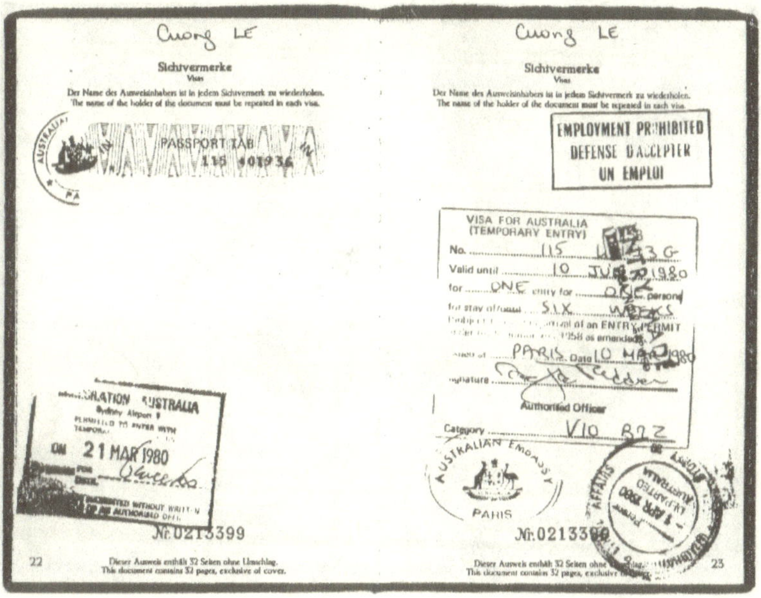

Những phần giấy tờ tiếp theo tôi cũng muốn cho sao lại và in vào sách nầy, vì có liên hệ với Úc và Nhật Bản, sau khi tôi đã làm đơn xin tỵ nạn vì lý do Tôn Giáo tại Tòa Thị Chánh Hannover vào năm 1978 và độ 3 tháng sau tôi được cấp giấy tỵ nạn. Lần giở vào bên trong của hồ sơ nầy tôi thấy vào ngày 10 tháng 3 năm 1980 lúc ấy tôi đang ở Paris để trông coi chùa

Khánh Anh cho Hòa Thượng Minh Tâm đi đâu đó. Vì thuở ấy Niệm Phật Đường Viên Giác được thành lập tại Hannover còn nhỏ và mỗi lần Thầy ấy đi đâu, đều nhờ tôi qua chùa Khánh Anh trông chùa và hướng dẫn Phật Tử tại đó trong thời gian Thầy ấy vắng mặt. Vì thuở đó Hòa Thượng Tánh Thiệt, Thầy Nhất Chơn, Thầy Thiện Huệ chưa có mặt tại Pháp và ngày ấy tôi đã lên Tòa Đại Sứ Úc tại Paris để nộp hồ sơ xin đi Úc. Ngày 21 tháng 3 năm 1980 tôi vào Úc lần thứ hai và ở Úc cho đến 1 tháng 4 năm 1980 thì rời khỏi Úc để trực tiếp bay sang Nhật Bản.

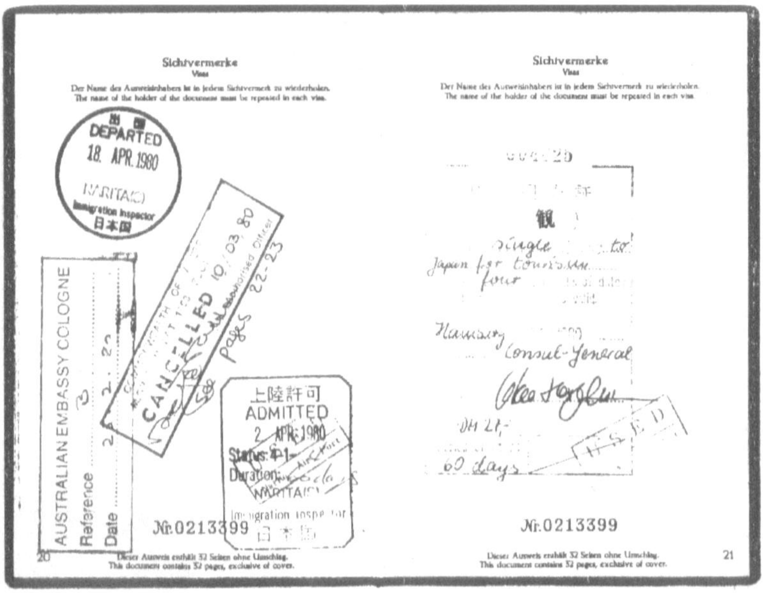

Ngày 2 tháng 4 năm 1980 tôi đã vào Nhật Bản với Visa 60 ngày được đóng dấu tại Lãnh Sự Quán của Nhật tại Hamburg và ngày 18 tháng 4 năm 1980 tôi rời Nhật để trở lại Đức (xin xem phần đã trình bày trong chương trước). Đây là thời gian mà Hòa Thượng Thích Bảo Lạc đã tốt nghiệp Cử Nhân Tôn Giáo Xã Hội Học tại Đại Học Komazawa và chuẩn bị sang

Hoa Kỳ; nhưng nhân việc từ Úc tôi sang Nhật lần nầy, sau khi đã thành lập Niệm Phật Đường không tên tại Lakemba, Sydney chưa đặt tên và nhân cơ hội nầy tôi đã thuyết phục Hòa Thượng Bảo Lạc sang Úc. Hòa Thượng đã đồng ý và tiến hành lo thủ tục hồ sơ, chỉ trong một thời gian ngắn mấy tháng là xong và đầu năm 1981 Hòa Thượng đã có mặt tại Úc Đại Lợi để lãnh đạo tinh thần cho bà con Phật Tử từ ấy đến nay.

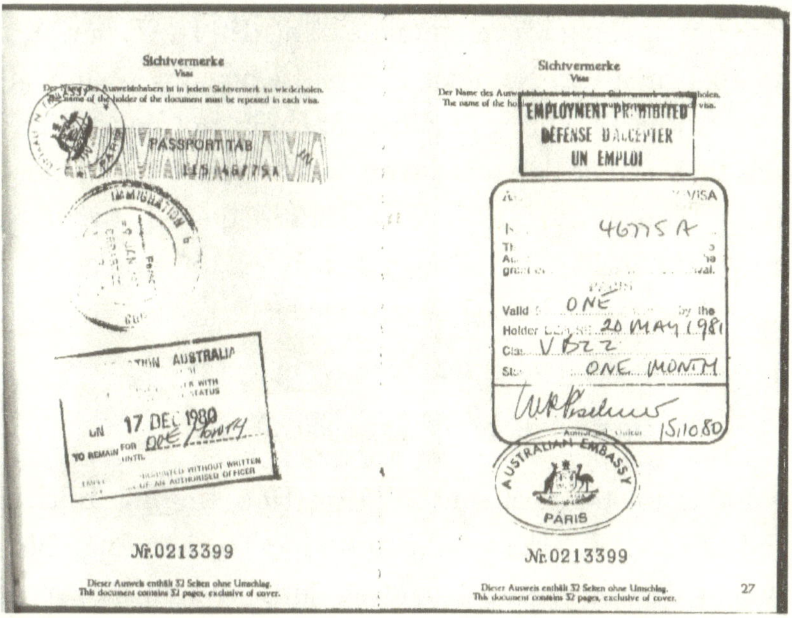

Ngày 15 tháng 10 năm 1980 lần thứ ba tôi xin Visa đi Úc cũng tại Paris. Như vậy chỉ trong năm 1980 nầy, tôi đã đi Úc đến 2 lần. Ngày 17 tháng 12 năm 1980 tôi nhập cảnh Úc và ngày 9 tháng 1 năm 1981 tôi rời khỏi Úc để đi về Đức. Tôi không nhớ rõ là vì lý do gì mà phải đi 2 lần trong một năm như vậy; nhưng tôi biết chắc một điều là tôi qua đó trước để chuẩn bị cho việc sắp qua Úc của Hòa Thượng Bảo Lạc từ Nhật Bản. Sở dĩ tôi về sớm như vậy, vì thuở ấy tôi còn đang học về Phân khoa Giáo dục tại Đại Học Hannover và Semester mùa Đông bắt đầu lại, sau mấy tuần nghỉ lễ Giáng Sinh và Tết Tây.

Lịch sử của một ngôi chùa cũng cần có sự chính xác như vậy, mà đây lại là ngôi chùa Việt Nam đầu tiên tại Úc có tên Pháp Bảo lại càng phải được ghi lại tỉ mỉ hơn để người đời sau đỡ nhọc công đi tìm sử liệu. Bây giờ có thể chưa quý đâu; nhưng nếu 100 hay 200 năm sau nữa, cũng giống như người ta đi tìm nguồn gốc của người da trắng đến xứ Úc nầy lúc nào thì ngôi chùa Việt Nam đầu tiên tại Úc nó cũng sẽ được nhắc lại như vậy. Tôi không là gì cả. Tôi chỉ là một người giúp đỡ, một chiếc cầu để tiếp nối cho một chuyến hành trình, một con thoi đưa qua chạy về từ Âu qua Úc từ Úc qua Nhật và từ Nhật trở về lại Đức. Ai nhớ, ai quên điều ấy với tôi cũng giống như tâm sự của người lái đò mà thôi. Đó là:

"Đón đưa bao kẻ qua sông

Nhớ quên mặc kệ vẫn ông chèo đò"

Riêng tôi thì phải nhớ, nhớ ơn Hòa Thượng Thích Bảo Lạc và Tăng Ni Chúng cũng như Phật Tử chùa Pháp Bảo tại Sydney đã trực tiếp hay gián tiếp giúp tôi trên mọi phương diện của 10 mùa nhập thất trong 10 năm tại Úc Châu (2003-2012). Ơn ấy tôi không bao giờ quên và tiện đây tôi cũng xin ghi lại tên tuổi của quý Thầy và quý Phật Tử đã giúp tôi trong những năm tháng ấy.

Năm 2002 có Thầy Đồng Văn, Thầy Tôn Nghiêm, Thầy Hạnh Giới, Thầy Hạnh Hảo và Thầy Hạnh Tuệ.

Năm 2003 có Thầy Đồng Văn, Thầy Hạnh Thức, Sư Chú Hạnh Đức.

Năm 2004 có Thầy Hạnh Bổn, Sư Cô Hạnh Trì (ở tại Pháp Bảo).

Năm 2005 có Thầy Hạnh Bổn.

Năm 2006 có Thầy Hạnh Bổn.

Năm 2007 có Thầy Hạnh Bổn

Năm 2008 có Thầy Hạnh Giả và Thầy Phổ Tấn.

Năm 2009 có Đạo Hữu Nguyên Trí Nguyễn Văn Tâm.

Năm 2010 có Thầy Hạnh Định.

Năm 2011 không có ai từ Âu Châu sang; nhưng có Đạo Hữu Hồng Hoàng và Đạo Hữu Minh Trường từ Sydney lên hộ thất.

Năm 2012 có Thầy Phổ Tấn.

Tám năm đầu chúng tôi tịnh tu, nhập thất và dịch kinh tại thất Đa Bảo ở Campelltown và 2 năm sau tôi nhập thất tại Blue Mountains. Trong 10 năm nầy với tôi ở tại xứ Úc có quá nhiều ý nghĩa. Xin tạ ân Tam Bảo vô vàng và xin cảm ơn tất cả đã cho tôi có cơ hội làm người và nói lên tiếng cảm ơn với núi rừng cây cỏ của Đa Bảo nói riêng cũng như của nước Úc nói chung; của muông thú, cảnh vật của xứ Úc đã làm cho tâm tôi thơ thới nhẹ nhàng trong 10 năm của tuổi từ 53 đến 63 như vậy. Để đáp lại với những giá trị miên viễn đó, tôi xin viết lại thành lời, bằng văn tự tác phẩm thứ 65 của mình nhan đề là "**Nước Úc trong tâm tôi**" là vậy. Nó không ở ngoài, cũng chẳng ở đâu, mà nó luôn gợi nhớ trong lòng.

Cũng ngày hôm nay (10.7.2015) trong khi tôi nghỉ giải lao khi viết lời cuối nầy, tôi bật đài truyền hình lên xem thì thấy đài Đức chiếu về nước Úc và đặc biệt là chuyến du hành của hai vợ chồng người Úc lái xe đường trường gần 7.000 cây số đi từ miền Bắc Darwin và cuối cùng là Adelaide. Họ mang thức ăn, niềm hy vọng đến cho mọi người đang ở tại những nơi sa mạc miền Trung nước Úc. Họ ca tụng quá nhiều lời mà tôi nghĩ rằng: Bất cứ một người ngoại quốc nào khi đi ngang qua xứ Úc rồi, hẳn cũng sẽ có những cảm tình như vậy.

Ngẫm kỹ lại mà xem thì người Việt Nam mình sống và được tỵ nạn trên xứ Úc quả là phước báu vô song, vì như chúng ta đã thấy lịch sử của nước Úc đối với Thổ Dân như trên; họ là những người sinh ra và lớn lên tại đất nước nầy mấy chục ngàn năm về trước, mà mãi cho đến ngày hôm nay ở đầu thế kỷ thứ 21 nầy họ vẫn còn bị phân biệt đối xử ở mọi nơi, mọi lúc. Trong khi đó, người Việt Nam có mặt tại Úc chỉ 40 năm thôi mà đã có biết bao nhiêu là Dân Biểu, Nghị Sĩ, Toàn Quyền; rồi Giáo sư Đại Học, Kỹ Sư, Bác Sĩ cùng những Trung tâm Thương mại sầm uất v.v... Song song đó chúng ta đã có gần 60 ngôi chùa lớn nhỏ tại xứ Úc và các Tôn Giáo khác cũng vậy. Nếu làm một bài toán lũy thừa thì không biết là Việt Nam của chúng ta thuộc về loại lũy thừa thứ mấy trong phân số học? Dĩ nhiên khi ra đi tìm con đường Tự Do, sự chết chóc, bệnh tật, đau thương nhục nhã vì hải tặc hãm hại v.v... những vết thương như thế khó phai mờ trong tâm khảm của người Việt: nhưng họ cũng đã sớm quên đi để lo hội nhập vào xã hội mới nầy. Từ đây, sau khi an cư lạc nghiệp rồi, họ đoái nhìn lại quê hương Việt Nam; nơi ấy có mồ mả ông bà Tổ Tiên của họ vẫn còn đó; nơi chôn nhau cắt rún vẫn còn đây và họ vẫn mong chờ có một ngày mai tươi sáng để mong đóng góp phần mình vào sự phát triển của quê Mẹ; nhưng nếu cánh cửa Tự Do vẫn không mở ra để sẵn sàng đón mời những người con xa xứ, mà cứ mãi im lìm gặm nhấm cùng nhau với độc tài, bất công và đảng trị v.v... thì hơn 3 triệu người Việt xa xứ chắc còn lâu lắm mới thật sự trở lại quê nhà. Gần đây cũng có nhiều người về thăm quê; nhưng đó chẳng qua chỉ là những tình cảm riêng lẻ của từng người, chứ không là một lý tưởng cho cả một quốc gia dân tộc như xứ Đức hiện nay. Sau ngày 9 tháng 11 năm 1989 bức tường Bá Linh sụp đổ, hai miền Đông-Tây Đức hòa quyện thành một và ngày 3 tháng 10 năm 1990 họ đã thực sự thống nhất toàn quốc lại với nhau. Ngày hôm nay của năm 2015 nầy đương kim Thủ Tướng nước Đức, Bà Merkel xuất thân từ Đông Đức và là con gái của một Mục Sư. Ngay cả Tổng Thống Gauck cũng là một người Đông Đức và cũng là một vị Mục Sư. Trong sự thống nhất đó, phía tự do đã chiến thắng; nhưng cái thắng ấy không phải chỉ ở kinh tế hay chủ nghĩa, mà là những ai thực sự có tài và lo cho quê hương đất nước, thì người ấy sẽ được dân thương, dân bầu làm người lãnh đạo. Còn Việt Nam mình thì sao? Xin quý vị tự nhìn lại chính mình. Ở đây tôi không dám phí phạm nhiều giấy mực nữa.

Tôi đã dùng 10 cây viết của Nhật Bản để viết 192 trang viết tay nầy, mỗi ngày trung bình từ 3 đến 8 trang. Đây là loại bút viết rất dễ, mực ra rất nhanh và tôi ít bị mỏi tay khi cầm viết và cũng không cần đè mạnh mực mới ra. Nguồn tư tưởng của tôi không dừng lại ở bất cứ trang nào. Cứ thế và cứ thế, tư tưởng lần lượt theo nét mực buông chữ xuống. Do vậy tôi không muốn tốn nhiều mực cho việc của nước nhà, mà với tôi chỉ mong sao nước nhà phải lột xác toàn diện, thì lúc đó con người mới thật là con người, có mọi quyền như chúng ta đang có tại ngoại quốc ngày nay. Những cây viết nầy nét rất nhỏ và tôi mua 1 đô-la mỗi cây trong tiệm ở Ginza, Nhật Bản vào tháng 4 năm nầy. Nay đem ra xử dụng để nhớ về Nhật Bản và Úc Châu, đồng thời cũng để gởi gắm tâm sự của mình vào những trang giấy trắng mực đen nầy để biết đâu một mai đây có ai đó đọc đến tác phẩm nầy sẽ nhớ lại có một người như thế cứ mỗi ngày làm nhiệm vụ con tằm nhả tơ, để dệt nên những tơ lụa và dệt nên được những hoa gấm nhằm trang điểm cho cuộc đời nầy càng được nhiều ý vị hơn.

Có người gặp tôi nói: Thưa Thầy! Con đã đọc bài của Thầy rồi.

Bài gì? Tôi hỏi.

- Thì bài "Đi cớ bót" hay đáo để và con học được nhiều lắm đó.

Có người bảo:

- Con đã đọc xong quyển "Hương lúa..." rồi.

- À! Con quên mất.

- "Hương lúa chùa quê". Còn nữa. Còn "Chuyện tình của Hòa Thượng...".

- Ý! Không phải đâu – "Chuyện tình của Liên Hoa Hòa Thượng".

- Con xin lỗi Thầy! Con đã quên tựa đề, mà con còn xem phim nữa. Hay đáo để! Sao mà bà Út Bạch Lan đóng vai Hoàng Thái Hậu thật là quá hay.

- Vậy sao?

- Con thưa thật mà.

Rồi một hôm có cô Ca sĩ Ngọc Huyền đang đứng trên sân khấu chùa Viên Giác Hannover nói vọng xuống khán giả rằng:

- Thầy viết chuyện "Giai nhân và Hòa Thượng" đọc hay lắm đấy. Còn nữa - chuyện chết và tái sanh như: "Chết an lạc, tái sanh hoan hỷ" hay "Hiện tượng của tử sanh" quyển nào cũng hay riêng một giá trị như thật của vấn đề.

Người nào chê thì tôi cũng xin đón nhận không sao cả. Xin quý vị cứ thật tình góp lời, góp ý. Tôi sẽ không buồn khi được quý vị lưu tâm giúp đỡ như vậy. Do vậy khi có người hỏi tôi rằng:

- Vậy trong hơn 60 tác phẩm, Thầy thích tác phẩm nào nhất?

Thật là khó trả lời.

Điều ấy chắc không có câu trả lời đâu, mà điều tôi mong đợi nơi quý vị là quý vị đã đọc bài nào hay sách nào tôi đã viết. Chừng ấy đủ rồi.

Một hôm có một sinh viên Việt Nam đang du học tại Đức đến gần bên tôi thưa:

- Bạch Thầy! Tuổi đời con chưa bằng những năm tháng của Thầy ở ngoại quốc; nhưng con đọc sách của Thầy cũng gần bằng tuổi của Thầy rồi!

Nghĩa là anh ta đã đọc chỉ một lời tựa của một quyển sách nào đó, hay anh đã đọc hằng tá chữ nghĩa trong hơn 60 tác phẩm ấy?

- Dĩ nhiên là con đâu dám giấu Thầy. Có sao con thưa vậy.

Quả thật niềm vui của người viết sách không phải hay hoặc dở, mà điều mình viết ra có ai quan tâm không? chỉ ngần ấy thôi là tác giả cũng vui rồi. Tất cả kinh sách tôi dịch hay viết đều không giữ bản quyền. Nếu quý vị nào muốn in ấn, chỉ cần ghi xuất xứ là đủ.

Một ngày nào đó tôi cũng sẽ ra đi, ra đi thật xa như Cố Hòa Thượng Thích Minh Tâm đã có lần ra đi như vậy và những gì hơn thua, phải trái ở đời nầy xin gởi lại phía sau; nếu còn, chỉ mong rằng quý vị nhận được những tư tưởng thanh cao trong sách vở ấy là điều quý hóa lắm rồi. Tôi xin chấm dứt tác phẩm nầy với lời của người xưa bằng nhiều ngôn ngữ như sau:

"Si vous avez beaucoup d'argent, vous pouvez acheter quelques Livres, mais pas de la Connaissance".

"If you have some money, you can buy Some Books, but not the Understanding".

"Wenn du Geld hast, kannst du ein paar Bücher kaufen, aber nicht deine Weisheit".

"Moshi Anatawa okane ga areba, Hon o kaemasu keredomo Chishiki o kaenai yo!".

"Rú guǒ nǐ yǒu qián, nǐ kě yǐ mǎi yī běn shū, kě shì bù néng mǎi zhi shì!".

"Nếu Anh có tiền, Anh sẽ có thể mua được một vài quyển sách; nhưng Anh sẽ không mua được sự hiểu biết".

Viết xong vào lúc 17 giờ ngày 10 tháng 7 năm 2015 tại thư phòng chùa Viên Giác Hannover, Đức Quốc, nhân mùa An Cư Kiết Hạ Phật lịch 2559 - 2015.

Tác giả Thích Như Điển

PHỤ LỤC

Viết thêm về

Đại Lễ Hiệp Kỵ Lịch Đại Tổ Sư (Về Nguồn 12) và

Lễ Mừng Chu Niên 32 năm (1990-2022)

thành lập Tu Viện Quảng Đức, Melbourne, Úc Châu,

từ ngày 13 đến ngày 16 tháng 10 năm 2022.

ĂN QUẢ
NHỚ KẺ TRỒNG CÂY
UỐNG NƯỚC
NHỚ NGƯỜI ĐÀO GIẾNG

Ai trong chúng ta là người Việt Nam hay người Trung Quốc đều hay dùng đến thành ngữ nầy. Nguyên thủy tiếng Hán Việt là: "Thực quả bất vọng chủng thọ nhơn, ẩm thủy tư nguyên". Điều nầy cho chúng ta biết rằng: Ân nghĩa và tình người vốn là những biểu tượng thiêng liêng, mà chúng ta cần phải quan tâm đến, nhất là ân đức của người xưa. Nếu không có người đi trước, làm sao chúng ta có mặt nơi nầy được. Dầu cho kết quả của việc nầy như thế nào đi chăng nữa thì đây vẫn là một bổn phận của người đi sau phải thực hiện.

Kể từ ngày 13 đến ngày 16 tháng 10 năm 2022 vừa qua, Hòa Thượng Thích Tâm Phương, Viện Chủ và Thượng Tọa Thích Nguyên Tạng, Trụ Trì Tu Viện Quảng Đức tại Melbourne, Úc

Châu đã đứng ra tổ chức lễ Hiệp Kỵ Lịch Đại chư Tổ Sư và Về Nguồn lần thứ 12, đồng thời cử hành lễ kỷ niệm 32 năm thành lập Tu Viện Quảng Đức tại Melbourne. Lẽ ra những sự kiện nầy đã được cử hành từ năm 2020, nhưng vì đại dịch Corona 19 hoành hành khắp hành tinh nơi chúng ta đang sinh hoạt, nên chư Tôn Đức khắp các châu lục cũng như quý đồng hương Phật tử đây đó rất ngại việc đi xa và tập trung chốn đông người, do đó phải dời lại đến hai năm sau. Đây là lý do tại sao kỳ Đại lễ Hiệp kỵ lần thứ 12 đến năm 2022 này mới được tổ chức.

Nhưng tại sao lại là lần thứ 12? Đây là câu hỏi mà ít người quan tâm đến, nên hôm nay chúng tôi xin giải bày trong khả năng về sự hiểu biết riêng của mình. Nếu có điều gì thiếu sót, kính mong quý Ngài và quý vị hoan hỷ bổ sung cho. Khoảng thời gian trước năm 2007, khi Lễ Hiệp kỵ kỳ thứ 1 được tổ chức tại Chùa Pháp Vân, nơi Hòa Thượng Thích Tâm Hòa Trụ Trì, thì Chư Tôn Hòa Thượng trong môn phái Liễu Quán mỗi năm thường hay tổ chức lễ Hiệp Kỵ Tổ Liễu Quán tại một trong những chùa đó đây thuộc Lâm Tế Liễu Quán. Trong lần tổ chức tại Phật Học Viện Quốc Tế ở vùng Los Angeles Hoa Kỳ, Chư Tôn Hòa Thượng, chư Thượng Tọa trong môn phái Liễu Quán đã bàn thảo và thống nhất tên gọi cho sự kiện này là: Tăng Ni Việt Nam Hải Ngoại-Lễ Hiệp Kỵ Lịch Đại chư Tổ Sư. Và trong lần đầu tiên, chư Tôn Đức Tăng Ni vân tập tại Chùa Pháp Vân vào năm 2007, có trên dưới 100 vị từ khắp năm châu về đây phó hội và cùng đồng ý với nhau là thêm chữ Về Nguồn vào sự kiện lễ Hiệp Kỵ, và Về Nguồn 1,2,3,4.... bắt đầu luân phiên từ đó cho đến nay tại các châu lục. Sau ngày tổ chức tại Chùa Pháp Vân, đa phần bị chụp mũ là những thành phần tách rời ra khỏi đường lối của Giáo Hội Phật Giáo Việt Nam Thống Nhất, vì trong thời gian nầy Giáo Chỉ số 9 mới được ban hành và những ai không tuân thủ Giáo Chỉ số 9 đều bị quy chụp như vậy. Do vậy một số chư Tôn Đức Tăng, sau khi tham dự ngày Tăng Ni Việt Nam Hải Ngoại từ Canada về gồm: Hòa Thượng Thích Như Huệ, Hoà Thượng Thích Bảo Lạc, Hoà Thượng Thích Quảng Ba (Úc Châu), Hòa Thượng Thích Thắng Hoan, Hòa Thượng Thích Tín Nghĩa (Hoa Kỳ), Hòa Thượng Thích Bổn Đạt (Canada), Hòa Thượng Thích Minh Tâm (Pháp), Hoà Thượng Thích Như Điển (Đức) cùng một số Chư Tôn Giáo Phẩm tại các châu lục vân tập về Úc Châu, nhân Khóa Tu Học Phật Pháp kỳ thứ 7 tại Moriset gần Sydney vào cuối năm 2008 và Quý Ngài đã bàn bạc với nhau: Bây giờ Giáo Hội Phật Giáo Việt Nam Thống Nhất ở Hải Ngoại, chúng ta phải làm thế nào để tồn tại, hoạt động mà không bị lệ thuộc trực tiếp bởi Giáo Chỉ số 9 đã được ban hành? Thế là quý Ngài đã đồng thanh quyết nghị rằng: Danh xưng Giáo Hội Phật Giáo Việt Nam Thống Nhất Hải Ngoại vẫn giữ nguyên, vì chúng ta không hoạt động ra ngoài hiến chương của Giáo Hội năm 1964, và chúng ta chỉ cử Ban Điều Hợp của Liên Châu, nhiệm kỳ 2 năm luân phiên, có nghĩa là nhiệm kỳ đầu Âu châu lãnh trách nhiệm điều hợp, thì 2 năm sau châu Mỹ và tuần tự tiếp theo là châu Úc, Canada. Nếu tổ chức đều đặn như vậy thì sau 8 năm, địa phương tổ chức lần đầu mới trở lại phiên tổ chức của mình.

Nhờ vào sự quyết định sáng suốt nầy của quý Ngài Trưởng Thượng trong các Giáo Hội Phật Giáo Việt Nam Thống Nhất tại các châu lục, mà ngày Về Nguồn-Lễ Hiệp Kỵ Lịch Đại chư Tổ Sư của Liên Châu mới còn tồn tại đến kỳ thứ 12 nầy. Trong 12 kỳ vừa qua, thì liên tiếp 10 kỳ đều được tổ chức vào mỗi năm do các chùa trong các châu lục thay phiên nhau đảm nhận, nhưng sau đó đến kỳ Hiệp Kỵ lần thứ 10 được quy định lại là 2 năm tổ chức 1 lần và thời điểm thì có thể linh động để phù hợp với các sự kiện Phật sự của nơi đảm nhận. Ví dụ năm

2022 Tu Viện Quảng Đức tại Úc tổ chức, lẽ ra kỳ tổ chức tới phải là năm 2024, nhưng năm 2023 là năm quan trọng đối với Giáo Hội Phật Giáo Việt Nam Thống Nhất Âu Châu, nên Pháp Quốc đã đứng ra đăng cai tổ chức Lễ Hiệp Kỵ Lịch Đại Tổ Sư lần thứ 13, nhân kỷ niệm 10 năm cố Hòa Thượng Thích Minh Tâm viên tịch, thêm vào đó có tổ chức Đại Giới Đàn Minh Tâm để thí giới cho các giới tử tại gia và xuất gia của các Giáo Hội vân tập về trong những ngày lễ trọng đại nầy.

Trên đây là một số sự kiện duyên khởi để chúng ta cùng ôn lại những gì trong 12 kỳ đã qua. Phần chi tiết tổ chức năm nào và ở đâu, quý vị có thể tham khảo bài tường thuật nhanh về những ngày Lễ Hội tại Tu Viện Quảng Đức do Cư Sĩ Huệ Hương và Cư Sĩ Thanh Phi chấp bút thì quý vị sẽ được tường tận hơn.

Y cứ theo Thông Điệp Xuân Nhâm Tý năm 1972 của Đức Tăng Thống Thích Tịnh Khiết ban hành, trong nầy có sử dụng hai từ Về Nguồn, nên có lẽ vì thế mà Chư Tôn Trưởng Lão sau khi hội ý tại Chùa Pháp Vân thuở trước đã quyết định dùng 2 chữ nầy, và chính hai chữ nầy cũng đã có một thời được bàn cãi rất sôi nổi. Người tán đồng rất nhiều mà kẻ không muốn tiếp tục dùng nữa cũng không ít. Do vậy nhân phiên họp tiền Hội Nghị của Chư Tôn Đức từ Châu Âu, Châu Mỹ, Canada và Úc Châu vào tối ngày 13 tháng 10 năm 2022 tại Tu Viện Quảng Đức, Melbourne, Úc Châu dưới sự chủ toạ của Hoà Thượng Thích Bảo Lạc, Chánh Văn Phòng Điều Hợp Úc Châu cùng chư Tăng trong các châu lục đã đi đến quyết định rằng: trong tương lai cứ hai năm sẽ tổ chức Hiệp Kỵ một lần và hai chữ Về Nguồn sẽ không dùng đến nữa. Nếu có, chỉ để trong ngoặc đơn mà thôi. Như vậy chúng ta đã rõ ngọn ngành là tại sao như vậy và nên thể hiện như thế nào trong những ngày Hiệp Kỵ sắp đến.

Từ lần Hiệp Kỵ cách đây 8 năm về trước, Văn Phòng Điều Hợp Liên Châu của các Giáo Hội Phật Giáo Việt Nam Thống Nhất đề nghị cứ mỗi lần Hiệp Kỵ như vậy nên đề nghị một số chư Tôn Đức Tăng Ni thuyết trình và hội thảo hai hay ba đề tài về hành trạng của chư Tổ Sư tiền bối để con cháu của Tổ nhớ lại ân đức của người xưa mà tấn tu đạo nghiệp. Đây chính là: "Ăn quả nhớ kẻ trồng cây, uống nước nhớ người đào giếng". Năm nay có hai đề tài được đề nghị thuyết trình hội thảo như sau: Đề tài Hội Thảo 1 do Hòa Thượng Thích Trường Sanh (Tân Tây Lan) và Hòa Thượng Thích Thông Hải (Hoa Kỳ) thuyết trình về "Tổ Giác Tiên, Hành Trạng và Sự Nghiệp mở đầu chấn hưng Phật Giáo, khai hóa thành lập Hội Phật Giáo Trung Việt" và đề tài Hội Thảo 2 do Ni Trưởng Thích Nữ Giới Châu (Hoa Kỳ), Ni Sư Thích Nữ Tâm Lạc (Úc Châu) và Sư Cô Thích Nữ Giới Bảo (Nhật Bản) thuyết trình về "Sư Trưởng Như Thanh và sự nghiệp thành lập Ni Bộ Nam Việt đến Ni Bộ Bắc Tông". Nhìn chung cả hai đề tài Hội Thảo rất đa diện và nhiều tài liệu đã được dẫn chứng cũng như cử tọa đặt nhiều câu hỏi thật hay để điểm xuyết thêm vào hành trạng của các Ngài, khiến chúng đệ tử xuất gia hơn 100 vị và tại gia trên dưới vài trăm vị, đã không ngừng tán dương công hạnh của chư vị tiền bối hữu công. Chúng ta nên lấy đó làm hành trang đi vào sự thực hiện việc truyền trao giáo pháp đến mọi người để được lợi ích chung cho công cuộc quang huy nền Phật Giáo Việt Nam ở trong cũng như ngoài nước.

Ngày hôm nay, sau 32 năm nếu có người đến viếng thăm Tu Viện Quảng Đức tại Melbourne chắc hẳn cũng phải trầm trồ tán thán về ngôi đại tự nầy, bởi lẽ với nơi mà mỗi ngày có 4 mùa Xuân, Hạ, Thu, Đông mà Hòa Thượng Viện Chủ Thích Tâm Phương và Thượng Tọa Trụ Trì Thích Nguyên Tạng đã gầy dựng nên chốn Phạm Vũ quy mô nhất nhì so với hơn 1.500

ngôi tự viện của người Việt Nam chúng ta xây dựng ở ngoại quốc từ năm 1975 đến nay, phải nói rằng chúng ta rất đáng tự hào. Bởi lẽ người Phật tử tại gia đã luôn luôn ủng hộ chư Tăng Ni về vật chất để xây dựng nên những Đạo tràng như thế nầy, quả là một phước báu vô cùng to lớn mà trước năm 1975, ở ngoại quốc Giáo Hội Phật Giáo Việt Nam Thống Nhất từ trong nước, dẫu cho có mong muốn đi nữa thì cũng đã khó thực hiện được. Sau năm 1975 với bao nhiêu sự mất mát từ vật chất đến tinh thần, chúng ta người Việt ly hương cũng đã có được rất nhiều việc, trong đó có hình ảnh của những ngôi chùa để sưởi ấm tình tự quê hương, khi chuyện vui lẫn chuyện buồn xảy đến với người con Phật, thì chúng ta vẫn còn có thể nương tựa vào nơi chốn chùa chiền.

Chúng ta thử tưởng tượng ngày ấy cách đây 32 năm về trước, Hòa Thượng Thích Tâm Phương và các đệ tử tại gia ở vùng nầy mua lại một ngôi trường học cũ, vốn đã bị bỏ hoang lâu ngày của chính quyền địa phương và suốt trong thời gian 32 năm đó, Thầy trò của Hòa Thượng và sau nầy có thêm Thượng Tọa Nguyên Tạng về đây góp phần trùng hưng chốn Già Lam nầy, nên từ Chánh điện cho đến Tổ đường, Tăng xá, Khách đường, Phương Trượng đường, Hậu liêu, Vãng sanh đường, Cư xá làm nơi cư trú cho Phật tử khi có khóa tu, có nơi chốn trú ngụ lại nhiều ngày để tu tập v.v.... Chỉ ngần ấy hạng mục thôi, đã có không biết bao nhiêu mồ hôi và công sức, tiền bạc tích góp lâu ngày mới có thể thành tựu được như vậy.

Ngày xưa Cụ Nguyễn Công Trứ là một Uy Viễn tướng công của triều đình đã có lần viết rằng:

"Ngã kim nhật tại tọa chi địa

Cổ chi nhơn tằng tiên ngã tọa chi...

(Chỗ đất mà ngày hôm nay chúng ta đang ngồi

Người xưa đã từng nằm ngồi ở đây rồi...)

Như thế chúng ta chẳng đáng tự hào và hãnh diện sao, mỗi lần chúng ta bước chân vào một ngôi Đại Điện nào đó của Phật giáo Việt Nam hay bất cứ Phật giáo nào trên thế giới, chúng ta nên biết rằng: trước khi chúng ta đến đây đã có người đến trước để xây dựng rồi và ngày nay chúng ta đến chỉ để vun bồi thêm vào phước báu ấy, để cho đến đời sau hay muôn ngàn năm sau nữa, hình bóng của chư Tăng Ni và không biết bao nhiêu Cư Sĩ hữu công đã tạo ra những nơi chốn trang nghiêm như thế nầy để chúng ta có nơi chốn phụng thờ Tam Bảo và Gia Tiên của người Phật tử tại hải ngoại ngày nay.

Xin chắp hai tay nguyện cầu cho Phật giáo Việt Nam luôn tồn tại với Dân tộc ở trong cũng như ngoài nước. Xin nguyện cầu cho chư Tôn Đức Tăng Ni có đủ năng lực để chuyên chở niềm tin của người Phật tử đến được bảo sở và làm sao từ chúng hữu tình cho đến vô tình đều được hàm triêm lợi lạc, thì đó mới có thể đáp đền được phần nào thâm ân của chư Phật, chư Tổ Sư truyền thừa đã dày công hóa độ từ trước cho đến nay.

Nam Mô Công Đức Lâm Bồ Tát Ma Ha Tát tác đại chứng minh.

(Viết xong lúc 10 giờ sáng ngày 19.11.2022 tại Tu Viện Quảng Đức Melbourne, Úc Châu nhân Khóa Huân Tu Tịnh Độ từ ngày 18 đến ngày 20.11.2022).

HÒA THƯỢNG THÍCH NHƯ ĐIỂN

- Thế danh: Lê Cường.

Pháp tự: Giải Minh. Pháp hiệu: Trí Tâm

- Sanh: 28.06.1949 tại Xuyên Mỹ, Duy Xuyên, Quảng Nam.

- Học lực: Cử nhân giáo dục và Cao học Phật giáo tại Nhật Bản.

- Xuất gia năm 1964 tại Tổ Đình Phước Lâm, Hội An.

- Năm 1971: Thọ Tỳ Kheo giới tại giới đàn Tu Viện Quảng Đức, Thủ Đức.

- Năm 1972: Du học Nhật Bản.

- Năm 1977: Đến Đức vào với Visa du lịch; nhưng sau đó xin tỵ nạn tại Đức và ở Đức từ đó cho đến nay.

- Tháng 4 năm 1978 thành lập Niệm Phật Đường Viên Giác và sau đó trở thành Chùa Viên Giác tại Hannover.

- Từ năm 1978, 1979: Sáng lập Chi Bộ Giáo Hội Phật Giáo Việt Nam Thống Nhất Đức Quốc, thành lập Hội Sinh Viên và Kiều Bào Phật Tử Việt Nam tại Đức.

- Năm 1988 được tấn phong lên hàng Giáo phẩm Thượng Tọa tại giới đàn Đại Nguyện chùa Pháp Hoa Marseille, Pháp quốc.

- Ngày 28.6.2008 được tấn phong lên hàng Giáo phẩm Hòa Thượng tại Đại Giới Đàn Pháp Chuyên tại chùa Viên Giác Hannover, Đức Quốc.

- Đệ Nhị Chủ Tịch Hội Đồng Điều Hành GHPGVNTN Âu Châu nhiệm kỳ 2015-2019 và tiếp tục nhiệm kỳ 2019-2023.

- Phó Chủ Tịch Hội Đồng Tăng Già Thế Giới (World Buddhist Sangha Council - WBSC).

- Ngày 8 tháng 7 năm 2011, Hội Đồng Tăng Già Tích Lan và chính phủ Tích Lan đã trao giải thưởng cao quý cho HT Thích Như Điển và HT Thích Minh Tâm, tại Colombo thủ đô nước Tích Lan.

- Ngày 8 tháng 12 năm 2021, Tổng thống Cộng Hòa Liên Bang Đức trao tặng Huân chương Cao quý những người có công cho sự nghiệp Văn hóa Tôn giáo Xã hội của nước Đức (Bundesverdienstkreuz 1. Klasse).

- Đã sáng tác và xuất bản 70 tác phẩm và dịch phẩm từ các tiếng Việt, Anh, Hán, Nhật và Đức ngữ.

TÁC PHẨM ĐÃ XUẤT BẢN

1. *Truyện cổ Việt Nam* (Tập 1 & Tập 2) - Nhật ngữ- 1974, 1975

2. *Giọt mưa đầu hạ* - Việt ngữ - 1979

3. *Ngỡ ngàng* - Việt ngữ - 1980

4. *Lịch sử Phật Giáo Việt Nam Hải Ngoại trước và sau năm 1975* - Việt & Đức ngữ - 1982

5. *Cuộc đời người Tăng sĩ* - Việt & Đức ngữ - 1983

6. *Lễ nhạc Phật Giáo* - Việt & Đức ngữ - 1984

7. *Tình đời nghĩa đạo* - Việt ngữ - 1985

8. *Tìm hiểu giáo lý Phật Giáo* - Việt & Đức ngữ - 1985

9. Đời sống tinh thần của Phật Tử Việt Nam tại hải ngoại - Việt & Đức ngữ - 1986

10. Đường không biên giới - Việt & Đức ngữ - 1987

11. *Hình ảnh 10 năm sinh hoạt Phật Giáo Việt Nam tại Tây Đức* - Việt & Đức ngữ - 1988

12. *Lòng từ Đức Phật* - Việt ngữ - 1989

13. *Nghiên cứu Giáo Đoàn Phật Giáo thời nguyên thủy I, II, III* - dịch từ Nhật ngữ ra Việt & Đức ngữ - 1990, 1991, 1992

14. *Tường thuật về Đại hội Tăng già Phật Giáo thế giới kỳ 5 khóa I tại Hannover*, Đức Quốc - Việt, Anh, Đức ngữ - 1993

15. *Giữa chốn cung vàng* - Việt ngữ - 1994

16. *Chùa Viên Giác* - Việt ngữ - 1994

17. *Chùa Viên Giác* - Đức ngữ - 1995

18. *Vụ án một người tu* - Việt ngữ - 1995

19. *Chùa Quan Âm (Canada)* - Việt ngữ - 1996

20. *Phật Giáo và con người* - Việt & Đức ngữ - 1996

21. *Khóa giáo lý Âu Châu kỳ 9* - Việt & Đức ngữ - 1997

22. *Theo dấu chân xưa (Hành hương Trung quốc I)* - Việt ngữ - 1998

23. *Sống và chết theo quan niệm của Phật Giáo* - Việt & Đức ngữ - 1998

24. *Tiếp kiến Đức Đạt Lai Lạt Ma* - Việt & Đức ngữ - 1999

25. *Vọng cố nhân lầu (Hành hương Trung Quốc II)* - Việt ngữ - 1999

26. *Có và Không* - Việt & Đức ngữ - 2000

27. *Kinh Đại Bi* (dịch từ Hán văn ra Việt văn) - Việt & Đức ngữ - 2001

28. *Phật thuyết Bồ Tát Hành Phương Tiện Cảnh Giới Thần Thông Biến Hóa Kinh* - dịch từ Hán văn ra Việt ngữ - 2001

29. *Bhutan có gì lạ?* - Việt ngữ - 2001

30. *Kinh Đại Phương Quảng Tổng Trì* - dịch từ Hán văn ra Việt ngữ - 2002

31. *Cảm tạ xứ Đức* - Việt & Đức ngữ - 2002

32. *Thư tòa soạn báo Viên Giác trong 25 năm (1979 - 2003, 2004)* - Việt ngữ - 2003

33. *Bổn Sự kinh* - Dịch từ Hán văn sang Việt ngữ - 2003

34. *Những đoản văn viết trong 25 năm qua* - Việt & Đức ngữ - 2003

35. *Phát Bồ Đề Tâm kinh luận* - Dịch từ Hán văn sang Việt ngữ - 2004

36. Đại Đường Tây Vức Ký - Dịch từ Hán văn sang Việt ngữ - 2004

37. *Làm thế nào để trở thành một người tốt* - Việt ngữ - 2004

38. *Dưới cội bồ đề* - Việt ngữ - 2005

39. Đại Thừa Tập Bồ Tát Học Luận - Dịch từ Hán văn sang Việt ngữ - 2005

40. *Bồ Đề Tư Lương luận* - Dịch từ Hán văn sang Việt ngữ - 2005

41. *Phật nói luận A Tỳ Đàm về việc thành lập thế giới* - Dịch từ Hán văn sang Việt ngữ - 2006

42. *Giai nhân và Hòa Thượng* - Việt ngữ - 2006

43. *Thiền Lâm Tế Nhật Bản* - Dịch từ Nhựt ngữ sang Việt ngữ - 2006

44. *Luận về con đường giải thoát* - Dịch từ Hán văn sang Việt ngữ - 2006

45. *Luận về bốn chân lý* - Dịch từ Hán văn sang Việt ngữ - 2007

46. *Tịnh Độ tông Nhật Bản* - Dịch từ Nhật ngữ sang Việt ngữ - 2007

47. *Tào Động tông Nhật Bản* - Dịch từ Nhật ngữ sang Việt ngữ - 2008

48. *Pháp ngữ* - Việt ngữ - 2008

49. *Những mẩu chuyện linh ứng của Đức Địa Tạng Vương Bồ Tát* - Dịch từ Nhật ngữ sang Việt ngữ - 2009

50. *Nhật Liên tông Nhật Bản* - Dịch từ Nhật ngữ sang Việt ngữ - 2009

51. *Chân Ngôn tông Nhật Bản* - Dịch từ Nhật ngữ sang Việt ngữ - 2010

52. *Chết an lạc, tái sanh hoan hỉ* - Dịch chung với T.T. Nguyên Tạng từ Anh ngữ sang Việt Ngữ - 2011

53. *Chuyện tình của Liên Hoa Hòa Thượng* - Việt Ngữ - 2011

54. *Tư tưởng Tịnh Độ Tông* - Việt ngữ - 2012

55. *Những bản kinh căn bản của Tịnh Độ Tông Nhật Bản* - Dịch từ Đức ngữ sang Việt ngữ - 2012

56. *Dưới bóng đa chùa Viên Giác* - Việt ngữ, viết chung với Trần Trung Đạo - 2012

57. *Diệu Pháp Liên Hoa kinh Văn cú* - Dịch từ chữ Hán sang tiếng Việt - 2013

58. *Hương Lúa Chùa Quê (Hoài Niệm Tuổi Thơ)* - Việt ngữ viết chung với H.T. Thích Bảo Lạc - 2013

59. *Hiện tượng của tử sinh* - Việt ngữ - 2014

60. *Nhật Bản trong lòng tôi* - Việt ngữ - 2015

61. *Kinh Ngũ Bách Danh Quán Thế Âm Bồ Tát* - Chủ trì dịch và chứng nghĩa Việt văn từ bản Hán văn của Quý Thầy Hạnh Định, Hạnh Tâm và Hạnh Bổn - 2015

62. *Nước Úc trong tâm tôi* - Việt ngữ - 2016

63. *Nước Mỹ bao lần đi và đến* - Việt ngữ - 2017

64. *Thiền quán về Sống và Chết* - Dịch từ Anh ngữ sang Việt ngữ với TT. Thích Nguyên Tạng - 2017

65. *Mối tơ vương của Huyền Trân Công Chúa* - Việt ngữ - 2018

66. *Vua là Phật, Phật là Vua* - Việt ngữ - 2020

67. *Phật Giáo Việt Nam tại Âu Châu* - Việt ngữ - 2020

68. *Tư tưởng Phật Giáo trong thi ca Nguyễn Du* - Việt ngữ - 2021

69. *Tôi đọc Đại Tạng Kinh* – Việt ngữ - 2022

70. *Thán Dị Sao* – Dịch từ Nhật ngữ sang Việt ngữ - 2023

CÁC TÁC PHẨM TÁI BẢN GẦN ĐÂY

(Các sách này có thể mua qua trang Amazon)

1. *Tư tưởng Tịnh Độ Tông* - Việt ngữ - 2019

2. *Dưới bóng đa chùa Viên Giác* - Việt ngữ, viết chung với Trần Trung Đạo - 2019

3. *Hương Lúa Chùa Quê (Hoài Niệm Tuổi Thơ)* - Việt ngữ viết chung với H.T. Thích Bảo Lạc - 2019

4. *Mối tơ vương của Huyền Trân Công Chúa* - Việt ngữ - 2019

5. *Chùa Viên Giác* - Đức ngữ - 2019

6. *Cảm tạ xứ Đức* - Việt & Đức ngữ - 2019

8. *Tiếp kiến Đức Đạt Lai Lạt Ma* - Việt & Đức ngữ - 2019

7. Đường không biên giới - Việt & Đức ngữ - 2020

9. *Phật Giáo và Con người* - Việt & Đức ngữ - 2020

10. *Sống và Chết theo quan niệm của Phật Giáo* - Việt & Đức ngữ - 2020

11. *Có và Không* - Việt & Đức ngữ - 2000

12. *Mây oan cửa thiền (Vụ án một người tu)* - Việt ngữ - 2020

13. *Bhutan có gì lạ?* - Việt ngữ - 2020

14. *Tích Lan - Đạo Tình Muôn Thuở* - Việt ngữ - 2020

15. *Dưới Cội Bồ-đề* - Việt ngữ - 2020

16. *Giai nhân và Hòa thượng* - Việt ngữ - 2020

17. *Tôi đọc Đại Tạng Kinh* – Việt ngữ - 2022

18. Đại Đường Tây Vực Ký – Việt ngữ - Tái bản 2022, Nguyễn Minh Tiến hiệu đính, HT Thích Tuệ Sỹ giới thiệu.

19. *Thán Dị Sao* – Dịch từ Nhật ngữ sang Việt ngữ - 2023

ĐỊA CHỈ LIÊN LẠC:

Tổ Đình Viên Giác

Karlsruher Str. 6 - 30519 Hannover - Germany.

Web: www.viengiac.info

Email: info@viengiac.de

Tel. +49 (0) 511 879 630

Fax. +49 (0) 511 87 941 200

www.ingramcontent.com/pod-product-compliance
Lightning Source LLC
LaVergne TN
LVHW040423051026
849517LV00002B/438